பொன்னாச்சரம்

(நாவல்)

சு. தமிழ்ச்செல்வி

நியூ செஞ்சுரி புக் ஹவுஸ் (பி) லிட்.,
41-பி, சிட்கோ இண்டஸ்டிரியல் எஸ்டேட்,
அம்பத்தூர், சென்னை - 600 050.
☎ : 044 - 26251968, 26258410, 48601884

Language: Tamil
Ponnatcharam
(Noval)
Author: **S. Tamilselvi**
N.C.B.H. First Edition: January, 2023
Copyright: Author
No. of pages: 188
Publisher:
New Century Book House Pvt. Ltd.,
41-B, SIDCO Industrial Estate,
Ambattur, Chennai - 600 050.
Tamilnadu State, India.
Email: info@ncbh.in
Online: www.ncbhpublisher.in

ISBN: 978 - 81 - 2344 - 393 - 5
Code No. A4747

₹ 240/-

Branches

Ambattur (H.O.) 044 - 26359906 **Spenzer Plaza (Chennai)** 044-28490027
Trichy 0431-2700885 **Pudukkottai** 04322- 227773 **Thanjavur** 04362-231371
Tirunelveli 0462-4210990, 2323990 **Madurai** 0452 2344106, 4374106
Dindigul 0451-2432172 **Coimbatore** 0422-2380554 **Erode** 0424-2256667
Salem 0427-2450817 **Hosur** 04344-245726 **Krishnagiri** 04343-234387
Ooty 0423 - 2441743 **Vellore** 0416-2234495 **Villupuram** 04146-227800
Pondicherry 0413-2280101 **Nagercoil** 04652 - 234990

பொன்னாச்சரம்
(நாவல்)
ஆசிரியர்: சு. தமிழ்ச்செல்வி
என்.சி.பி.எச். முதல் பதிப்பு: ஜனவரி, 2023

அச்சிட்டோர்: **பாவை பிரிண்டர்ஸ் (பி) லிட்.,**
16 (142), ஜானி ஜான் கான் சாலை, இராயப்பேட்டை, சென்னை - 14
☎: 044-28482441

All rights reserved. No part of this book may be reprinted or reproduced or utilised in any form or by any electronic, mechanical, or other means, now known or hereafter invented, including photocopying and recording, or in any information storage or retrieval system, without permission in writing from the publishers.

கலை, இலக்கியம், அரசியல்
என அனைத்து துறைகளிலும்
நவீன பெண்ணின் வெற்றியைப் பதிவு செய்துவரும்
அன்புயிர்த் தோழி
சுமதி (எ) தமிழச்சி தங்கபாண்டியனுக்கு...

எல்லா மனிதர்களுக்குமான பிரார்த்தனை

எனது அறை வார்த்தைகளால் கதாபாத்திரங்களால் அவர்களது வாழ்க்கையால் நிரம்பியிருக்கிறது. எனது தனிப்பட்ட வாழ்க்கை என்பதையும் எழுத்து என்பதையும் என்னால் பிரித்துப்பார்க்க முடியாதபடி படைப்பு என் பிரக்ஞையில் கலந்துவிட்டது. எழுத்து இல்லாமல் நான் என்ன என்பது தெரியவில்லை. புதிது புதிதாக மனிதர்களைப் படைத்துக்கொண்டிருப்பது ஏதோ கடவுளோடு நிகழ்த்தும் விளையாட்டோ என்றுகூடத் தோன்றும். ஆனால், நான் என்போதும் கடவுளை வேடிக்கைப் பொருளாகக் கருதியதில்லை. எனக்கு எப்போதும் கடவுள் தேவைப்பட்டு வருகிறார். எழுத்தும் எனக்கு கடவுள்தான்.

மனிதர்களையும் அவர்களது மனத்தின் ரகசிய இயக்கங்களையும் எழுத்தின் வழியாகப் புரிந்துகொள்ளும் முயற்சியில் எழுத்து எனக்குக் கைகொடுத்துக்கொண்டிருக்கிறது. மனிதர்கள் ஒவ்வொருவரும் கடவுளின் சிறிய அளவிலான பிரதிநிதிகளாகத் திகழ்கிறார்கள். மதம், விஞ்ஞானம், சட்டம், தத்துவம் எதன் வழியாவும் இவர்களைக் கட்டுப்படுத்தவோ வழிநடத்தவோ முடியாது. ஆனால், படைப்பு இவற்றைக் காட்டிலும் இவர்களோடு நெருங்கிவிடவும் தேவைப்படும் போது விலகிவிடவும் செய்கிறது.

நான் கனவுகாணும் மனிதர்களை மட்டுமே வைத்து ஓர் உலகத்தை உருவாக்கிவிடும் முயற்சியன்று எனது படைப்புகள். அப்படி உருவாகும் ஓர் உலகம் சுவாரஸ்யமானதாக இருக்குமா என்ன?

எல்லா மனிதர்களிடமும் அன்பும் பெருங்கருணையும் இருக்கிறது. ஏதாவது ஒரு கட்டத்தில் அழும் மனிதர்கள் நிறைய பேர் இருக்கிறார்கள். அதுபோல எல்லோரிடமும் வன்முறையும் மூர்க்கமும் வஞ்சகமும் இருக்கிறது. தினந்தோறும் நாசியில் உரசும் குருதியின் வாசனை இதை உறுதிசெய்கிறது. வன்முறையில்லாத, கருணை மிகுந்த, கடவுளுக்குப் பிடித்த உலகம் நம் அனைவரின் கலைந்து விடாத கனவு ஆகும். இது உலகின் முதல் மனிதனுக்கு ஆரம்பித்த கனவாக இருக்க வேண்டும்.

மருத்துவமனைகளில், வீடுகளில், குழந்தைகளின் சோற்றுத் தட்டுகளில் குண்டுகள் விழும்போது நான் மன நோயாளியாகிவிடுகிறேன்.

இறுதியாக, என் எழுத்தை நான் இப்படி வரையறுத்துக் கொள்ளலாமென நினைக்கிறேன்: 'எல்லா மனிதர்களுக்கும் ஆறுதலைக் கொடுக்கக்கூடிய ஓர் எளிய பிரார்த்தனை'.

கீதாரிக்குப் பிறகும் அவ்வாழ்வின் மீதான கவர்ச்சி என்னை விடுவதாயில்லை. அதன் தொடர்ச்சியாக அதே களத்திலிருந்து உருவாகி மலர்ந்திருக்கிறது பொன்னாச்சரம்.

இப்படைப்பு உருவாக்கத்தின்போது துணை நின்ற தம்பி இளந்திரையின் சகோதரர் ஜெமினி ரெங்கப்பிள்ளை, ஆசிரியத் தோழிகள் த.சாந்தி, ஜெ.அனிதா, ரெ.உஷா ஆகியோரை நன்றியோடு இத்தருணத்தில் நினைவுகொள்கிறேன்.

என்னை எனது பெற்றோர்போலவே கவனித்துக்கொள்ளும் பிரியத்திற்குரிய மாமனார் ஓய்வுபெற்ற கல்வி அதிகாரி கு.இரத்தினசபாபதி அவர்களுக்கும் அத்தை இராசலட்சுமி ஆகியோருக்கும் என் அன்பும் வணக்கமும்.

கவிஞர் சிற்பி பாலசுப்ரமணியன், கவிஞர் பல்லடம் மாணிக்கம், தோழர் தேவேந்திர பூபதி, அண்ணன் சுப. வீரபாண்டியன், எழுத்தாளர் பிரபஞ்சன், கவிஞர் கலாப்பிரியா போன்றோர் என்மீது காட்டும் பிரியத்தை நன்றியால் பதிலிடமுடியாது.

அன்புச் சகோதரர் சுதீர் செந்திலும் என் இலக்கியப் பயணத்தில் தொடர்ந்து உற்சாகமளித்து வருபவர். என்.சி.பி.எச் இந்நூலைக் கொண்டுவருவது எனக்கு மகிழ்ச்சியை அளிக்கிறது.

எல்லோருக்கும் அன்பு.

தோழமையுடன்
சு. தமிழ்ச்செல்வி

பெரியார் நகர்
6-8-2010

பொன்னாச்சரம்

1

ஊரின் ஒதுக்குப்புறமாய் இருந்தது அந்தக் கண்மாய். ஊர் சனங்கள் குளிக்கவும் துணி துவைக்கவும் குடி தண்ணீருக்கும் என்று ஊர் நடுவே இன்னும் இரண்டு கண்மாய்கள் இருந்ததனால் இந்தக் கண்மாய் அரவமற்றுக் கிடந்தது. விவசாயத்திற்கு பெருமளவு பயன்படக் கூடியதுதான், என்றபோதும் சனங்கள் அதிகமாய் இறங்கவும், குளிக்கவும் ஏறவுமாய் இல்லாமல் புழக்கமற்றுக் கிடந்ததால் நாலாப்புறமும் துறை பழகாமல் புதர் மண்டிக் கிடந்தது. கண்மாயின் தெற்குத் துறையில் அடர்ந்து நின்றன மரங்கள். கரையையொட்டிய பெரிய திடலும் அது நிறைய மரங்களுமாய் காடுபோல் தெரிந்தது அவ்விடம். அடர்ந்து கிளை பரப்பி நின்ற மரங்களுக்கிடையே தேத்தா மரத்தைத் தேடிக்கொண்டு போனாள் சிறுமி பொன்னாச்சரம்.

பொன்னாச்சரத்திற்கு எட்டு வயதாகிறது. ஏழு வயதிலேயே ஆடுமேய்க்க வந்துவிட்டாள். இரண்டு வருட காலம் ஆடு மேய்த்ததில் ஆட்டுக்கெடை வாழ்க்கை அவளுக்கு நன்கு பழகிப்போயிருந்தது. ஆடு மேய்க்கும்பொழுது ஆட்டோடு திரிபவள் வலசையில் இருக்கும்பொழுது ஓரிடத்தில் சுழியடக்கி உட்காரமாட்டாள். இரை தேடும் போக்கில் இலக்கின்றித் திரியும் வெள்ளாட்டாங் குட்டியைப் போல காடுமேடெங்கும் சுற்றி வருவாள். வலசைக்குத் திரும்பும்போது மடிநிறைய ஏதாவது காயோ, கனியோ, கொட்டைகளோ இருக்கும் அல்லது தலை யிலாவது ஒரு சுமை குச்சி இருக்கும்.

மேமங்களத்தில் அண்ணன், அண்ணன் பெண்டாட்டியுடன் இருந்து அடிபட்டு உதைபட்டு ஒருவாய் சோறு வாங்கித் தின்றுகொண்டு, பேன் பிடித்த தலையோடும் சொறிசிரங்கோடும் இருந்ததைவிட இந்த ஆட்டுக்கெடை வாழ்க்கை அவளுக்கு ரொம்பவே பிடித்திருந்தது. அப்பாவோடு ஆடு வளைத்து மேய்ப்பது. அம்மாவோடு வலசையில் சோறு தண்ணி காய்ச்சுவது, பட்டியடைப்பது, தொழுவில் புளுக்கைக் கூட்டுவது போன்ற வேலைகள் அவளுக்கு ஓரளவு பிடித்திருந்தது. ஏதாவது தெரியாமல் தப்பு செய்துவிட்டால்கூட அவளுடைய அப்பா அவளை ஒருபோதும் அடிக்கமாட்டார். அம்மா அவ்வப்போது

அடித்தாலும்கூட அது அவளுக்கு பெரிதாய்த் தெரியாது. ஆனால், மேமங்களத்தில் அவளுடைய அண்ணியிடம் அவள் பட்ட அடியும் உதையும் கொஞ்சநஞ்சமல்ல. அதையெல்லாம் இப்போது நினைத்தாலும் பொன்னாச்சரத்திற்கு வலிப்பதுபோல இருக்கும்.

அம்மா குறுந்தாயிக்கும் அப்பா சாத்தையாவுக்கும் எட்டாவதாய்ப் பிறந்தவள் இந்த பொன்னாச்சரம். இவளுக்கு முன் பிறந்தவர்களில் மூன்றுபேர் பிரசவத்திலும் பிறந்த கையோடும் செத்துப்போக, இரண்டு அண்ணன்களும் இரண்டு அக்காள்களுமென நான்குபேர் இருக்கிறார்கள். மூத்தவன் ராசு, அம்மா அப்பாவோடு ஆட்டுக்கெடையில் வளர்ந்தவன் தான். அவனுக்கு பதினேழு வயதாகும்போது புதுவூர், கோடாங்கியிடம் குறிகேட்கப் போனது தப்பாகிவிட்டது. அப்பனும் மவனும் ஒரே எடத்துல இருக்கக்கூடாது. அப்படி இருந்தா அப்பனுக்கு புள்ள தெப்பபுடிக்க வேண்டியதாயிடும் என்று பயமுறுத்திவிட்டான் கோடாங்கி. புள்ள குட்டிகளோட ஊருவூராப் போயி கெடகட்டி பொழைக்கிற சாத்தையாவிடம் திடுதிப்பென்று கோடாங்கி இப்படிச் சொன்னால் அவன் என்ன செய்வான். பெண்டாட்டி குறுந்தாயியிடம் வந்து விஷயத்தைச் சொன்னான். இரண்டு பேருமாய் யோசித்து ஒரு முடிவுக்கு வந்தார்கள். மேமங்களத்தில் இருந்த ஒரு துண்டுநிலமும் கால்வைக்கக்கூட லாயக்கில்லாமல் தரிசாய்க் கிடந்தது. அந்த நிலத்தைத் திருத்தி அக்கம்பக்கத்துக் கொல்லைகளைப்போல மிளகாய் பயிர் வைத்தான் சாத்தையா. அந்தக் கொல்லையை அங்கேயே இருந்து பார்த்துக் கொள்ளவென ராமுவை மேமங்களத்திற்கு அனுப்பிவைத்தான். அங்கு, தானே கைப்பொங்கலாய் பொங்கித் தின்றுகொண்டு இருந்தான் ராமு.

மிளகாய்க் கொல்லைக்கு தண்ணீர் பாய்ச்சவும் களைபறிக்கவும் என்று ஆரம்பத்தில் கொல்லை வேலைகளில் மட்டுமே கவனமாயிருந்த ராமுக்கு அடுத்த மூன்றாவது வருடத்தில் பக்கத்து கொல்லையில் வேலை செய்துகொண்டிருந்த பாப்பம்மா மீதும் கவனம் திரும்பிவிட்டது. வேலை நேரம் தாண்டியும் கொல்லையே கதி என்று கிடக்க ஆரம்பித்தான். வேலை செய்து முடித்து வீட்டுக்குத் திரும்பிவிடும் பாப்பம்மா, குளிக்க கண்மாய்க்குப் போவதுபோலவோ தண்ணீர் எடுக்கப் போவது போலவோ அடிக்கடி வீட்டைவிட்டு வெளியேறிவிடுவாள். யார் கண்ணிலும் படாமல் கணக்காய் ராமு முன் ஆஜராகிவிட அவளும் தவறுவதில்லை. மிளகாய்க் கொல்லைக்குள் தொடர்ந்த இவர்கள் உறவு வெளியே தெரியவந்த போதுகூட யாரும் அதுபற்றிப் பெரிதாய் அதிர்ந்துபோகவில்லை.

இரண்டு வீட்டாரும் உட்கார்ந்து பேசி இருவருக்கும் கல்யாணத்தை செய்து வைத்துவிட்டார்கள். ராமுவுக்கும் பாப்புவுக்கும் கல்யாணம் செய்து

வைத்துவிட்டு ஆட்டுக்கெடைக்கு வந்துவிட்டார்கள் சாத்தையாவும் குறுந்தாயியும்.

வந்து இரண்டு மாதங்கள்கூட ஆகியிருக்காது. குறுந்தாயிக்கு அடிக்கடி தலைசுற்ற ஆரம்பித்தது. அவ்வப்போது மயக்கமாய் வருகிறதென்று சொல்லி கவிழ்ந்து படுத்துக்கொண்டாள். தோளுக்கு மேல் வளர்ந்த மூன்று பிள்ளைகள்கூட இருப்பது ஆடு மேய்க்கவும் வலசை வேலை செய்யவும் ஒத்தாசையாய் இருந்தாலும்கூட, குறுந்தாயி இப்படி கிடப்பதைப் பார்க்க சாத்தையாவுக்கு கவலையாகவே இருந்தது.

"கங்கருத்த புள்ளைங்கள வச்சிக்கிட்டு வலசகூட மறவுல படுத்து எழும்புனது எவ்வளவு தப்பாப் பொயிட்டுது, இனி என்ன செய்றது. போன்னா போயிடுமா? மகன் முன்னால எப்படி வயத்தத் தள்ளிக்கிட்டு நிக்கிறது. நம்ம மகளுக நம்மளப்பத்தி என்ன நெனக்கிங்க, மதி கெட்டு மண்ணள்ளி தின்னுட்டமே!" மனத்திற்குள் புழுங்கத் தொடங்கினாள் குறுந்தாயி.

மகள்கள் இருவரை விடவும் இளைய மகன் சேதுவை நினைத்தே அதிகமாய்க் கவலைப்பட்டாள் குறுந்தாயி.

"பொட்டப் புள்ளைக என்னதான் இருந்தாலும் ஆத்தா அப்பனப்பத்தி தப்பா பேசாதுக. ஆனா ஆம்புளப்புள்ள, எளவட்டப்பய எடுத்தெறிஞ்சி ஏதாவது துடுக்காக் கேட்டுட்டா எங்குட்டுப்போயி தொங்குறது. அடிக்கடி சாத்தையாவிடம் சொல்லிவிட்டு அழுதாள்.

இளைய மகன்தான் பிரச்சினை என்றால் அவனை ஆட்டுக்கிடையை விட்டு அனுப்பி வைத்துவிடலாம் என நினைத்தான் சாத்தையா. தன் மாமன் மூக்கன் ஊருக்கு வந்திருந்தபோது கூலிக்கு ஆடுமேய்க்க ஆள் கிடைக்குமா என விசாரித்தது நினைவுக்கு வந்தது. மறுநாளே சேதுவை அழைத்துக்கொண்டு சிதம்பரத்திற்கு வண்டியேறிவிட்டார். சிதம்பரம் பகுதியில் கிடந்தது மூக்கனின் ஆட்டுக்கெடை அங்குவந்து சேரும்வரை சேதுவிடம் எங்கு போகிறோம் என்பது பற்றி எதுவும் சொல்லவில்லை சாத்தையா. ஆட்டுச் சந்தைக்கோ அல்லது கோயில் குளத்துக்கோதான் அப்பா அழைத்துச் செல்லும் என நினைத்திருந்த சேதுவும் அதுபற்றி எதுவும் கேட்காமல் இருந்துவிட்டான்.

வருசத்துக்கு ஆயிரம் ரூபாய் பணம் என பேசி ஒரு வருட முன்பணத்தை மூக்கனிடமிருந்து வாங்கிக்கொண்டு சேதுவை மூக்கனின் ஆட்டுக் கெடையில் விட்டுவிட்டுப் போய்விட்டான் சாத்தையா. மூக்கனுக்கு மூன்று மகன்களும் ஒரு மகளும் இருந்தனர்.

இரண்டு துண்டு ஆடு இருந்தது. இரண்டு துண்டு ஆடுகளையும் தனித்தனியாக மேய்த்தாலும் சரி ஒன்றாக மேய்த்தாலும் சரி. வளைக்க குறைந்தது நான்கு பேராவது இருந்தால்தான் முடியும். அப்பன் மகன்கள் மொத்தம் நான்குபேர் இருந்தாலும்கூட, மூக்கன் சந்தைக்குப் போகும் நாட்களிலும் ஊர் காரியங்களுக்காகப் போய்விடும்போதும் மூக்கனின் பெண்டாட்டி நெறஞ்சாயியோ அல்லது மகள் முத்தம்மாளோதான் ஆடு வளைக்கப் போகவேண்டியதாயிருந்தது. நெறஞ்சாயிக்கு வலசையில் ஐந்தாறு பேருக்கு சோறாக்கவும் மற்ற வேலைகளைப் பார்த்துக்கொள்ளவும் தொழுவில் புழுக்கை கட்டி முட்டாக்கவுமே நேரம் சரியாக இருந்தது. முத்தம்மாள் வீட்டிற்கு ஒரே பெண்பிள்ளை என்பதால் அவளை கொஞ்சம் செல்லமாகவே வளர்த்து வந்தார்கள். அண்ணன் தம்பிகளுக்கும் முத்தம்மா மீது பாசம் அதிகமென்பதால் அவள் ஆடுமேய்க்க வருவதை அவர்களும் விரும்புவதில்லை. இந்த நிலையில்தான் கூலிக்கு ஆளிருந்தால் பார்க்கும்படி சாத்தையாவிடம் சொல்லிக்கொண்டிருந்தார் மூக்கன். ஆனால், அவன் தன் மகனையே கொண்டுவந்து விடுவான் என மூக்கன் கொஞ்சமும் எதிர்பார்க்கவில்லை.

கூலிக்கு ஆடு மேய்க்கத்தான் இங்கு விடப்பட்டிருக்கிறோம் என்பது தெரிந்ததும் முதலில் கோபம் கோபமாக வந்தது சேதுவுக்கு. கொஞ்ச நாட்கள் வரை அவன் வேண்டா வெறுப்பாக ஏனோ தானோவென்றுதான் ஆடு வளைத்துக்கொண்டிருந்தான். ஆனால், ஒருசில மாதங்களிலேயே அங்கு வேலை செய்வது சேதுவுக்கு மிகவும் பிடித்துப்போனது. அதற்குக் காரணம் இல்லாமலும் இல்லை. மூக்கனின் மகள் முத்தம்மா சேதுமீது அலாதியாய் பாசத்தைக் காட்டத் தொடங்கியிருந்தாள்.

சேதுவை கூலியாடு மேய்க்கக் கொண்டுபோய் விட்டுவிட்டு வந்த கையோடு மூத்தமகள் பஞ்சவர்ணத்தை அழைத்துக்கொண்டுபோய் குறுந்தாயியின் சின்னம்மா வீட்டில் விட்டுவிட்டு வந்தான் சாத்தையா.

“அத்த, இந்த பொட்டபுள்ள மட்டும் ஒங்க கையில இருந்து வளரட்டும். அப்பதான் வேலவெட்டி செஞ்சி கத்துக்கிரும். ஆம்பலப்புள்ளைவளுக்குப் பெறவு அஞ்சு வருசம் செண்டு பொறந்த புள்ளன்னு எம்பொண்டாட்டி ஓவியமா வளத்துப்புட்டா. இப்புடியே விட்டா, இது எப்ப வேலவெட்டி செய்து பழகுறது. அதான் ஒங்கக்கிட்ட இருந்து வளரட்டுமேன்னு இங்க கூட்டியாந்துட்டன்” என்றான்.

“அதுக்கென்னப்பு... நல்லா வுட்டுட்டுப் போங்க. எம்பேத்தி வேற.... எங்கக்கா பேத்தி வேறயா. எம்புட்டு நாளைக்கு வேணுமெண்டாலும் அந்தப் புள்ள இங்கயே இருந்துட்டுப் போகட்டுமே” என்றாள்.

இப்போது ஆட்டுக்கெடையில் சாத்தையாவுக்கும் குறுந்தாயிக்கும் ஒத்தாசையாக இளையமகள் அன்னபூரணி மட்டுமே இருந்தாள்.

அவளுக்கு பத்தோ பதினொன்றோதான் வயதிருக்கும். பஞ்சவர்ணத்தைவிட இரண்டு வயது இளையவள். பஞ்சவர்ணத்தை விடவும் வாய்த்துடுக்கும் கைத்துடுக்குமாய் இருந்தாள் அன்னபூரணி. இரண்டு துண்டு ஆடுகளை விட்டாலும் ஒத்தையாய் நின்று வளைத்துவிடக்கூடியவள்.

குறுந்தாயிக்கு உதவியாய் வலசை வேலை செய்வதையும் தவற விடுவதில்லை. சாத்தையாவுக்கு உதவியாய் ஆடு மேய்ப்பதிலும் குறை வைப்பதில்லை. "இந்த ஒத்தப் புள்ளய தொணயா வச்சிக்கிட்டு பத்தூரு ஆட்ட பத்திக் கெட கட்டலாம் போலருக்கு" என்று சாத்தையா அடிக்கடி பெருமைப்பட்டு பேசுவான்.

குறுந்தாயிக்கு பிரசவ நேரம் வந்தபோது அன்னபூரணியை அப்பனுடன் விட்டுவிட்டு தெம்பாய் பிள்ளை பெற்றுக்கொண்டுவர மேமங்களத்திற்குப் புறப்பட்டுவிட்டாள் குறுந்தாயி. தனியாகத்தான் வண்டியேறினாள். இளையான்குடியில் வந்து இறங்கி மேமங்களம் போகும் வண்டிக்காக நின்றபோது, முதுகுக்குப் பின்னாலிருந்து ஓடிவந்து கட்டிப்பிடித்துக் கொண்டு அழுத பஞ்சவர்ணத்தைப் பார்த்து அதிர்ந்துபோய்விட்டாள் குறுந்தாயி.

"இங்க எப்பத்தா வந்த? என்ன எப்புடி கண்டுபிடிச்ச?" என்று கேள்விமேல் கேள்வி கேட்டுத் துருவினாள் குறுந்தாயி.

"எப்ப பாத்தாலும் ஓஞ்சின்னத்தா வைதுகிட்டே இருக்குறாக, ஒழுங்கா சோறு குடுக்க மாட்டங்குறாக. தெனமும் கம்பு குத்தச் சொல்லுறாக. கேப்ப தீட்டச் சொல்றாங்க. அம்புட்டு தூரம் போயி தண்ணி மொண்டுவரச் சொல்லுறாக. தாயித்தா புள்ள மாதிரி என்னைய எப்பப்பாத்தாலும் தலயில குட்டிக்கிட்டே இருக்குறாக. அதுனால ஒலக்கயத் தூக்கி காலுல போட்டுட்டு ஓடிவந்துட்டன்" என்றாள் தேம்பியபடியே.

"அடி அவுசாரிமுண்ட என்ன காரியமுடி செய்துட்டு வந்துட்ட. அவுக வூட்டுல இருக்கப் புடிக்கலயிண்டா அத சொல்ல வேண்டியது தானடி. எதுக்காகடி ஒலக்கய காலுல போட்ட. கோபத்தில் வைதாள் குறுந்தாயி.

"அது சரிடி, எங்க சின்னத்தாவுக்கு காலுல அடி, பலமா பட்டுருக்குமாடி..."

"எனக்குத் தெரியாதும்மா. கால புடிச்சிக்கிட்டு கத்துனாக. நான் ஒரே ஓட்டமா ஓடிவந்து பஸ் ஏறி இங்க வந்துட்டன்." என்றாள் பஞ்சவர்ணம் தன் அம்மாவின் பருத்த வயிற்றை ஒரு தினுசாய் பார்த்தபடியே. மகள் பார்க்கும் பார்வையின் அர்த்தம் உறைக்கச் சட்டென்று தன் கோபம் மறந்து குரலை நசுக்கிக்கொண்டவளாக தாழ்ந்த குரலில் சொன்னாள்.

"அது ஒண்ணுமில்லத்தா... நம்ம நெறஞ்சாயி பாத்து வயத்துல குடுத்துட்டா. ஒண்ணுக்கு ரெண்டா, ரெண்டுக்கு நாலா தொணயோட

யிருக்குறது நல்லதுதான. ஆணுக்கு ஆண்வாரிசும் பொண்ணுக்கு பொண் வாரிசும் இல்லாம போயிடணுமுன்னு எத்தனயோ பேரு வாசாப்ப வாங்கிட்டு ஆணுல்லன்னும் பொண்ணுல்லன்னும் ஏங்கித் தவிக்கிறாக. நமக்கு ஆணுக்கும் கொறைவில்லாம பொண்ணுக்கும் கொறைவில்லாம பெத்துப் பெருகனுங்குறது தெய்வக்கட்டள போலருக்கு." என்றாள் தமக்குள் புலம்புவதுபோல.

"அத விடுத்தா... நீ என்னத்தா இப்புடி ஆயிட்டே? பாத்த அஞ்சாறு மாசத்துக்குள்ள ஆளு அடையாளமே தெரியாம உருமாறிப் பொயிட்டி யேத்தா. நாம் பெத்த மகளயெண்டு எனக்கே அடையாளம் தெரியாதபடி மினிக்கு மினுக்குன்னு பளபளன்னு வளந்துட்டியேத்தா"

"...."

"எங்க சித்தத்தாகாரிய தப்பாச் சொல்லக்கூடாதுத்தா. என்னத்த போட்டு திங்கடிச்சாளோ. எங்கண்ணே பட்டர்ற மாதிரி என்னமா வளந்துட்ட" என்று மகளின் கன்னம் வழித்து முறித்தாள் குறுந்தாயி.

"நான் தாய்மங்களம் மாரியம்மன வேண்டிக்கிட்டே வந்தம்மா. பஸ்காரனுக்குக்கூட காசு கொடுக்கல. எடவெட்டில எங்கயாச்சும் எறக்கி விட்டுருவாங்களோன்னு பயந்துக்கிட்டே ஒக்காந்துருந்தன். நல்லவேள அவன் என்னய கண்டுகிறவே இல்லம்மா. இங்க வந்து பாத்தா நீயே நிக்கிற. ஒன்ன பாத்த பெறகுதான் எனக்கு உசிரே வந்த மாதிரி இருக்குது."

"சரித்தா வா போவம். இனிமே ஒனக்கு எங்க சித்தத்தாகாரி வீடு சரிப்பட்டு வராது. நம்ம வீட்டுக்கே. போவம்" என்று பஞ்சவர்ணத்தை தன்னோடு மேமங்களத்திற்குக் கூட்டிக்கொண்டு போனாள்.

எல்லாம் சொல்லிவைத்து நடப்பதுபோல மேமங்களம் வந்த மறுநாளே பஞ்சவர்ணம் வயதுக்கு வந்துவிட அவளுக்கு தலைக்குத் தண்ணீர் ஊற்றி தடுப்பறை கட்டி உட்கார வைத்தாள் குறுந்தாயி. அடுத்த ஐந்தாறு நாட்களில் தானும் ஒரு பெண் குழந்தையைப் பெற்றுவிட, தன் மூத்த மகன் ராமுவை விட்டே தனக்கும் ஒரு தடுப்பறையைக் கட்டித் தரச்சொல்லி குழந்தையோடு உள்ளே தங்கிக்கொண்டாள்.

பெண் வயதுக்கு வர தாயும் பிள்ளை பெற்றுக்கொண்டு கிடக்கிறாள் என ஊரார் சிரித்துப் பேசிக்கொண்டார்கள். குறுந்தாயிக்கு அவமானமாக இருந்தது. 'இனிமேல் செத்தாலும் வலசகூடய மறவா வச்சி துணிய விரிக்கக்கூடாது' என்று மனத்திற்குள் வைராக்கியம் பூண்டாள்.

அந்தச் சிறிய வீட்டிற்குள் நாத்தனாருக்கு ஓர் அறை, மாமியாருக்கு ஓர் அறை என இரண்டு தடுப்பறைகளைக் கட்டிவிட்டு ஒதுங்கிய விரலளவு இடத்தில் வளைய வந்துகொண்டிருந்தாள் குறுந்தாயியின் மருமகள்

பாப்பம்மா. ஆனாலும் அறைக்குள் கிடந்த இருவரையும் அவள் அக்கறையோடு கவனித்துக்கொண்டாள்.

பிள்ளை பிறந்த முப்பதாம்நாள் தானும் குளித்து பிள்ளையையும் குளிப்பாட்டி, ஒரு வெள்ளைத் துணியில் சுற்றி எடுத்துக்கொண்டு போனாள்.

"எட்டாம்போரு வேண்டாத புள்ள மாதிரி ஒரு பொட்டப்புள்ள வந்து பொறந்துட்டுது. இனி என்ன செய்ய, தூக்கி கொளக்காயில போட்டுற முடியுமா? வளத்துதேன் ஆகணும். குண்டில ரெண்டு தட்டுத் தட்டி ஒரு பேரு வச்சித்தாங்க. அப்பத்தேன் அடுத்ததாவது ஆடுதேடி வராம போவுதான்னு பாப்பம்" என்று சொல்லியவாறே அந்தப் பச்சிளம் பிள்ளையை நாகனார் கோயில் பூசாரியின் காலடியில் போட்டாள். பூசாரி சிரித்துக்கொண்டே, "கொலதெய்வம் மாதிரி வந்து பொறந்துருக்கு. என்னத்துக்கு இந்தப் புள்ளய குண்டியில தட்டச்சொல்லுற' என்று கடிந்தவாறே "இன்னயிலேருந்து இந்தப் புள்ளய பொன்னாச்சரம் அப்படின்னு கூப்புடு" என்றார்.

பொன்னாச்சரத்தைத் தூக்கிக்கொண்டு பஞ்சவர்ணத்தோடு ஆட்டுக் கெடைக்கு வந்து சேர்ந்தாள் குறுந்தாயி. பால் குடிக்கும் நேரம் போக மற்ற நேரங்களில் பொன்னாச்சரத்தை மூத்தவள் பஞ்சவர்ணமே தூக்கி வைத்துக்கொள்வாள். 'பெத்தவளக்காட்டிலும் புள்ளய அக்காகாரியில்ல அருமபெருமயா வளக்கிறா' என்று அக்கம் பக்கத்து வலசைக்காரர்கள் எல்லாம் பேசிக்கொண்டார்கள். ஆனால் அது நீண்டநாள் நீடிக்கவில்லை.

பொன்னாச்சரம் ஆறுமாத குழந்தையாக இருந்தபோதே பஞ்சவர்ணத்தைப் பெண்கேட்டு வந்து, கொடுத்தாலே ஆச்சி என்று பிடிவாதமாய் நின்றார்கள் மாப்பிள்ளை வீட்டார். அன்று மாப்பிள்ளை மற்றும் அவனது அம்மா அப்பா எல்லாரும் இவர்கள் வலசைக்கு பெண்கேட்டு வந்திருந்தார்கள்.

குறுந்தாயி வழியில் சொந்தம் என்றாலும்கூட மாப்பிள்ளையை சாத்தய்யாவுக்கு சுத்தமாய்ப் பிடிக்கவில்லை. மாப்பிள்ளை பதினெட்டு பொல்லாத திருடன் என்பது குறுந்தாயிக்கும் தெரிந்ததுதான். எடயனுக்குப் பொறந்து எடச்சிப்பால குடிச்ச எல்லாப் பயலுகளும் திருடத்தான் செய்றானுக. அண்டவீட்டு அசலூட்டுப் பணங்காசயா திருடுறானுங்க. சொந்த வூட்டுல ஆத்தா அப்பன் தேடிவச்சிருக்குறதத்தான திருடிக்கிட்டு ஓடுறானுக. இது இன்னக்கி நேத்தக்கித்தான் நடக்குதா. எந்தக் காலத்துல எவன் சொல்லிக்குடுத்தானோ. அப்பயே புடிச்சி அத்துன எடயப் பயலுகளும் திருடிக்கிட்டுத்தான இருக்குறானுக. ஒரு கல்யாணத்தப் பண்ணிவிட்டு, பத்தாட்ட ஓட்டிவிட்டு எப்படியோ பொழச்சிக்கடான்னா. பொழச்சிட்டுப் போறானுக. திருந்தி ஆடுமேச்சி அதுகளப்பெருக்கி புள்ளைகளப் பெத்து 'காலாகாலத்துக்கும் வாழாமலா பொயிட்டானுக

கோணபுத்தி எடயன் சேலமுந்தானய புடிச்சித்தான் நேராவுவான்'னு தெரியாமயா சொல்லிவச்சாக" குறுந்தாயிதான் சாத்தையாவை சமாதானப் படுத்திக்கொண்டிருந்தாள். போதாக்குறைக்கு "நொண்டிப் பயல நான் கட்டிக்கிர்ற மாட்டன்" என்று அழுதாள் பஞ்சவர்ணம்.

"எத்தா, நான் சொல்லுறத கேளுத்தா... இந்தக் காலத்துல பொண்ணு குடுக்குறதுன்னா பவுன மூட்டகட்டிக் குடுக்கவேண்டியதா இருக்குது. சாமான் சட்டு சீரு செனத்தின்னு ஏழு குதுர வண்டில ஏத்திவிட வேண்டியதாருக்கு. அப்படியெல்லாம் செய்து ஒன்னய நல்ல எடத்துல கட்டிக்குடுக்க நொப்பன் என்ன சம்பாரிச்சி வச்சிருக்காக. நீயே ஓம்புத்திக்கு நெனச்சிப் பாராத்தா. பத்து பவன் நக போடுறங்குறாக, ஓம் பேருல ஒரு ஏக்கர் நெலம் எழுதி வைக்கிறங்குறாக. இதுமாதிரி நமக்கு கெடக்குமாத்தா?"

"..."

"பத்து பவன் நகயும், ஒரு ஏக்கர் நெலமும் எல்லாத்தையும் மாத்திப்புருமா? என்னய நொண்டிப்பய பொண்டாட்டின்னு தான கூப்புடுவாக."

"நொண்டி நொண்டின்னு ஓவ்வாயாலயே சொல்லாதத்தா. அவன் என்ன பொறவியிலேயே மொடமாவா பொறந்தான். எடயில வந்த நொடந்தானாத்தா. அவனுக்கு வந்தது நம்மளுக்கு வராதா. விதிச்சி நடக்குறத்த நம்ம பழிச்சி பேசலாமாத்தா..."

"பொறவி மொடமாருந்தாக்கொடத்தான் ஏத்துக்கிறலாமே. இவன் திருட்டுப்புத்தியால வந்த நொடந்தான இது. பாக்குந்தோறும் அவன் பண்ணுனது நெனப்பு வராதா?"

"அப்படி என்ன பண்ணிப்புட்டான் அவன், என்னமோ கொலக்குத்தம் பண்ணுன மாதிரியில்ல பேசுற."

"விவரம் பத்தாத வயசுல ஏதோ அப்பன் ஆத்தாளுக்குத் தெரியாம ஆடுகள புடிச்சி வித்துப்புட்டு, வூட்டுல இருந்த அஞ்சாறு பவன் நகய எடுத்து கழுத்துல மாட்டிக்கிட்டு வூட்ட வுட்டு ஓடியிருக்கான். அவன் கெட்ட நேரமோ என்னமோ திருட்டுப்பயலுக கையில போயி வசமா அம்புட்டுருக்கான். கழுத்துல தோளுபட்டயில கோடாரியால வெட்டிப் போட்டுட்டு பணத்தயும் நகயயும் திருடிக்கிட்டு பொயிட்டானுக. அவுக அப்பன் ஆத்தா செய்த புண்ணியம் உசுரோட பொழச்சி வந்து சேந்துருக்குறான். இல்லயின்னா மூணுல ஒண்ணுக்கு மண்ணள்ளி போட்டுட்டு எந்தநாளும் பெத்தவுக கலங்கியில்ல நின்னுருக்கணும்."

"நீ எத்துன தடவ இந்தக்கதய சொன்னாலும் குண்டி கழுவுற கையால சோறள்ளி திங்கிறவன நான் கட்டிக்கிற மாட்டன்."

"அவுக காதுல விழுந்துறப் போகுதுடி முண்ட. மெதுவா பேசத் தெரியிதா ஒனக்கு. நல்ல சுழி நடுவுல இருக்க கோப்பால சுழி குறுக்க வந்துச்சும்பாக, ஒனக்கு நல்லது கெட்டது புரிஞ்சா நீ இப்படி பேசுவியா? அவுக என்ன ஒண்ணுமில்லாதவுகளா? நம்மக்கிட்ட என்னத்துக்காக வந்து நிக்கிறாக. ஊரு ஒலகத்துல காணாத செறயா நீ."

"அஞ்சி துண்டு ஆடு வச்சிருக்குறவுக, நம்மக்கிட்ட வந்து நிக்கணுமுன்னு என்ன எழுதியிருக்கு. ஏதோ இல்லாதவுக வூட்டு பொண்ணக் கட்டுணமுண்டா குடும்பத்த எடுத்துக்கிரும் கஷ்டத்தப் பாக்காம பொறுப்பா ஆடுகன்ட பாக்கும். நம்ம புள்ளயே நாளைக்கு ஒரு களவாணித்தனத்த பண்ணினாலும் பொறுமையா இருந்து திருத்தி நல்ல வழிக்குக் கொண்டுவருமுண்டுதான ஒன்னய வந்து கேக்குறாக. நீ இந்தப் புள்ளய வேண்டாமுண்டு சொல்லிப்புட்டு எந்த போலீஸ்கார புருசனுக்கு வாக்கப்படப்போற?"

தனது கெஞ்சலாலும் மிரட்டலாலும் பஞ்சவர்ணத்தை ஓரளவு பணியவைக்க முடிந்தபோதும் சாத்தையாவை அவளால் சமாதானப்படுத்த முடியவில்லை.

"எம் பொண்ணு இருக்குற அந்துசுக்கு பொண்ணான பொண்ண கொண்டுபோயி பாழுங்கெணத்துல தள்ளச் சொல்றாளே இந்த அவுசாரி முண்ட. நான் எம்பொண்ண மொடவனுக்குக் கட்டிக்குடுக்க மாட்டன்" என்று கோவித்துக்கொண்டுபோய் ஆட்டுத் தொழுவுக்குள் உட்கார்ந்து கொண்டான் சாத்தையா.

சாத்தையா வீட்டில் நடக்கும் தகராறும் சண்டையும் பெண் கேட்க வந்தவர்களுக்கும் ஓரளவு புரிந்ததுதான். இருந்தபோதும் பொண்ணப் பெத்தவுக நல்ல எடத்துல கொடுக்கணுமுண்டு நாலுத்தயும் யோசிப்பாகத்தேன். இதுக்கெல்லாம் நாம வருத்தப்பட்டுக்கிறக் கூடாது. எப்படியும் முறுக்கி மோதி நல்ல முடிவச்சொன்னாகண்டா போதும் என்பதுபோல வந்தவர்கள் அமைதியாய் உட்கார்ந்திருந்தார்கள்.

குறுந்தாயிதான் தொழுவுக்கும் வலசைக்குமாய் ஓடி ஓடி மகளிடமும் சாத்தையாவிடமும் மாறி மாறி பேசிக்கொண்டிருந்தாள். இதைக் கவனித்த மாப்பிள்ளை பதினெட்டின் அம்மா எழுந்து தொழுவிற்குப் போனாள். இவளைப் பார்த்தவுடன் சாத்தையா முகத்தைத் திருப்பிக்கொண்டான்.

"ஏண்ண. என்ன கண்டதும் சண்டகாரவுகள கண்ட மாதிரிக்கி மூஞ்சிய திருப்பிக்கிற்றிய. நான் என்ன ஒங்க சொத்துல பங்குகேட்டா வந்துருக்குறன். ஒங்க பொண்ண கேட்டுதான வந்துருக்குறன். ஒங்களுக்கு புடிக்கலயிண்டா ஒங்க மகள எம்மகனுக்கு நீங்க கட்டிக்குடுக்க வேண்டாம். ஆனா, மொடவன்னு மட்டும் எம்மகன சாமானியத்துல எடபோட்டுறாதிக.

நல்லவன் கையில நாலுக்கு சமமாகும் அவன் ஒருவனோட பீச்சாங்கையி. ஒங்க பொண்ண கட்டிக்கிட்டுப்போயி அவன் சும்மா விட்டுற மாட்டான்."

"................"

"கைக்கம்பு லேசா வளஞ்சிருக்குண்டு வச்சிருக்கிருங்க. அத ஊண்டி மேச்சல்ல நிக்கமுடியாதா? ஆடு வளைக்க முடியாதா! இல்ல அதால அடிச்சாதான் வலிக்காம பொயிருமா? வளஞ்சிருந்தாலும் கைக்கம்பு கைக்கம்புதானண்ண. கையில நொடமா இருக்குறதால எம்புள்ள காரசாரமில்லாத பயலா இருப்பாண்டு நெனச்சிறாதிய. அவனுக்கும் ஆணு பொண்ணுன்னு புள்ளைக பொறாப்பாக. அஞ்சி துண்டு ஆடு இருக்கு. வித்து தொம்பயில பணமா போட்டாலும் பாசி புடிச்சிப்போவும். ஒங்க மகளுக்கு ஒக்காந்து திங்கிற சுழிதான் இருக்குன்னாக்கூட கவலயில்ல எங்களுக்கு. அவம்பங்கு ஆட்ட வித்துட்டு ஊரோட வீடுவாசலுண்டு இருந்துக்கிறலாம். எதுக்கு வித்தீகண்டு நாங்க ஒரு கேள்வியும் கேக்கப்போறதில்ல. நீயாச்சி ஓம்புருஷனாச்சி ஓம்புட்டு ஆடாச்சி. நீ பத்தித்தான் பளுக்குவியோ வித்துத்தான் வெலயாக்குவியோ? அப்புடிண்டு சொல்லி வயசானவுக நாங்க வெலகிக்கிருவம்" என்று நாக்கு தழுதழுக்கப் பதினெட்டின் அம்மா பேசியது சாத்தையாவின் மனதை இளக வைத்தது. ஒருவாறாக அவன் மனம்மாறி அவளிடம் பேசத் தொடங்கினான்.

"அஞ்சு பயலுகளுக்கப்பறம் அருமையா பொறந்தபொண்ணு" என அவன் இழுக்க...

"இன்னமும் ஒங்களுக்கு மனசு ஒப்பலயிண்டா ஒண்ணு செய்யிங்க. ஒங்க மகங்க நல்ல வாலிபப் பயலுகதான. இருந்தா எம்மகன்கூட கொண்டாந்து நிறுத்துங்க. ஒத்தைக்கு ஒத்த கம்பிழுக்கவிடுங்க. எம்மகன் ஒங்காள இழுத்தெறிஞ்சா பொண்ணு குடுங்க. எம்மகன் தோத்துத் துட்டண்டா, நாங்களே வந்த சொவடு தெரியாம பொயிடுறம்" என்றாள் சற்று ரோசம் வந்தவளாக.

"எம்மகங்க இப்ப இங்க இல்ல" என்றான் சாத்தையா.

"மகங்க இல்லையிண்டா என்ன? வேற யார வேணுமெண்டாலும் வரச்சொல்லுங்க. நானா நீங்களண்டு பாத்துருவம்." தன் மகன் பதினெட்டின் பலத்தின் மீது மிகுந்த நம்பிக்கை கொண்டவளாயிருந்தாள் அவன் அம்மா.

சாத்தையாவிற்குத் தெரிந்து காளி நன்றாக கம்பிழுப்பவன். ஆடு மேய்க்கும்போது, இரவு வலசைப்பக்கம் கூடியிருக்கும்போதும் ஆண்கள் பெரும்பாலும் கம்பிழுத்து விளையாடுவது வழக்கம். அப்போதெல்லாம் காளிதான் மற்றவர்களை இழுத்து நிறுத்துவான். ஆனால் அவன் இப்போது இங்கேயில்லை. ஆடு மேய்த்துக்கொண்டிருப்பான். ஆடு

வலசையிலிருந்து வெகு தூரத்தில் ஊர் தாண்டிப்போய் மேய்ந்து கொண்டிருக்கும். அவனை ஆள் போய்தான் அழைத்து வரவேண்டும். "சரி, நான் போயி காளிய கூட்டியாறன்" என்று எழுந்தான் சாத்தையா.

நீங்க போயி இங்க கூட்டியாந்தியண்டா ஆட்ட யாரு மேய்க்கிறது. பேசாம எம்மகன கூட்டிக்கிட்டு மேச்ச வெளிக்குப் போங்க. அங்கனயே போட்டிய வச்சிக்கிறலாம் என்று நல்ல யோசனையையும் சொன்னாள் பதினெட்டின் அம்மா.

பதினெட்டும், அவன் அப்பாவும் சாத்தையாவும் கிளம்ப, அவர்களோடு பதினெட்டின் அம்மாவும் கிளம்பினாள். மாப்பிள்ளை ஒத்த கையால கம்பிழுப்பதைப் பார்க்கவேண்டுமென நினைத்த குறுந்தாயி, கைக் குழந்தையை பஞ்சவர்ணத்திடம் கொடுத்துவிட்டு அவளும் கிளம்பினாள். கட்டிக்கிற போறவ நான். அவன் குண்டி கழுவுற கையால கம்பிழுக்குறத்த நான் பாக்கவேண்டாமா? நானுந்தான் வருவன் என்று குழந்தையை தோளில் போட்டுக்கொண்டு பஞ்சவர்ணமும் கூடவே வந்தாள்.

ஊர்தாண்டி ஒதுக்குப்புறமாய் இருந்த கருவைக்காட்டை ஒட்டி ஆடுகள் மேய்ந்துகொண்டிருந்தன. ஆங்காங்கே வாய்க்காலும் வரப்புகளுமாய் இருந்த பகுதி அது. இடையிடையே ஓரிரு இடங்களில் களம் போல சிறு சிறு திடல்களும் இருந்தன. அவற்றில் வைக்கோல் போர்களும் போடப் பட்டிருந்தன. கதிர் அறுவடையான வயல்களில் அரிகெடை தாள்களுக் கிடையே துளிர்த்து வந்திருந்த இளம் புல்லை ஆடுகள் மேய்ந்து கொண்டிருந்தன. வளைகளில் பதுங்கியிருந்தன நண்டுகள், கம்பில் துணி வைத்துக் கட்டி, வளைக்குள் விட்டு அவற்றைப் பிடித்து வைக்கோளையும் குச்சிகளையும் போட்டு கொளுத்திவிட்டு, அவற்றில் நண்டுகளைப் போட்டு சுட்டு தின்றுகொண்டிருந்தார்கள் காளியும் அவனுடன் ஆடு மேய்க்கும் கூட்டாளிகளும். சாத்தையாவும் அவனது குடும்பமும் புது ஆட்களும் வருவதைப் பார்த்துவிட்டு ஆச்சரியமாய் பார்த்தார்கள். "நண்டு சுட்ட நாத்தம் வலசக்கி அடிச்சிட்டாண்ண. விருந்தாடி வேத்தாடியயெல்லாம் படையா கூட்டிவாறீக" என்றான் காளி சிரித்தபடியே.

"நண்டு திண்டுட்டு தெம்பாத்தான் இருக்குற. வா ஒன்னயத் தேடித்தான் வந்தம்" என்ற சாத்தையா எல்லாவற்றையும் விவரமாய்ச் சொன்னான். கம்பிழுப்பது என்றவுடன் உற்சாகமாகிவிட்டான் காளி.

காளியும் பதினெட்டும் சமமான தரையில் எதிரெதிரே உட்கார்ந்தார்கள். கால்களை நீட்டி ஒருவர் பாதங்களோடு ஒருவர் பாதங்களைப் பொறுத்திக் கொண்டார்கள். ஆடு மேய்க்கும் கைக்கம்பைக் கொடுக்க, இரு கைகளையும் போட்டு இரண்டு இடத்தில் பிடித்துக்கொண்டான் காளி. காளியின் கைகளுக்கு இடையே மையத்தில் தன் ஒரு கையால் இறுகப் பற்றினான் பதினெட்டு. விரல் சுண்டி ஒன்று, இரண்டு, மூன்று சொல்ல, இருவரும்

தம்தம் பக்கம் இழுக்கத் தொடங்கினார்கள். பாதங்களால் நெட்டியபடி கம்பை இருவரும் பலம்கொண்ட மட்டும் இழுத்தனர். ஒரு வினாடி சுணங்கினாலும் போதும் இரு கைகளாலும் இழுக்கும் காளி, பதினெட்டை இழுத்தெறிந்துவிடுவான் போலிருந்தது. மூச்சை தம் கட்டி இழுத்தான் பதினெட்டு. சாமி, “எலேய் ஒனக்கு அந்தச் சாத்தையா பேற வச்சி கொறவில்லாம வளக்கணுமுன்னு தாண்டா நெனச்சன். நீ ஆடி பதினெட்டுல பொறந்துட்டதால அலக்கழிவு வந்துரக்கூடாதெண்டு பதினெட்டுன்னு வைக்கவேண்டியதாப் பொயிட்டு. இந்த சாத்தையண்ண மகள் கட்டணு முண்டா. நீ கம்ப ஓம்பக்கம் இழுத்துதான் ஆவணும். எம் மானம் மாரியாதய காப்பாத்துடாப்பு. குண்டி கழுவுற கையால கம்பிழுத்து பொண்ணுகட்டுனாண்டு பேரெடுக்கணுமுண்டா. ஒனக்கு இந்தப் பொண்ணு இல்லயிண்டு ஆனா இனி எப்பொண்ணும் ஒன்னய கட்டிக்கிர்ற மாட்டாளுக. பதினெட்டின் அம்மா மகனை வேண்டுமளவிற்கு உசுப்பேத்திக்கொண்டிருந்தாள். காளி எப்படியாப் பட்டவனையும்கூட கம்பிழுத்து எழுப்பிவிட்டுவிடுவான். இன்று இவனையும் எழுப்பிவிட்டு விட்டால் தேவலாம் என்று நினைத்தான் சாத்தையா. குறுந்தாயிக்கு எப்படியாவது பதினெட்டு காளியை இழுத்துவிட்டால் தேவலாமே என்று பதைபதைப்பாய் இருந்தது. பஞ்சவர்ணமோ இது தன்னைக் கட்டிக் கொள்வதற்காக நடக்கும் போட்டி என்பதுகூட மறந்துபோனவளாய் போட்டியை வேடிக்கை பார்த்துக்கொண்டிருந்தாள்.

பதினெட்டு, இதை வாழ்வா சாவா என்பதுபோல நினைத்திருக்க வேண்டும். அவனதுபிடி இறுகியிருந்தது. கை நரம்புகள் புடைத்திருக்க இரும்புபோல அழுத்தமாகியிருந்தது. இரண்டு கால்களும் அசைக்க முடியாத இரண்டு இரும்பு உலக்கைகள்போல தரையை அழுத்தியபடி நீண்டு இறுகிக்கிடக்க, காளியின் முட்டிக்கால் லேசாக மடங்கத் தொடங்கியது. உட்கார்ந்திருந்த தரைக்கும் சூத்தாம்பட்டைக்கும் இடையே நூலளவு இடைவெளி. மறுபடியும் தன்னை அழுத்திக்கொண்டு உட்காரப்பார்த்தான் காளி. ஆனால் அவன் கொடுத்த அந்தத் தொய்வை பயன்படுத்திக்கொண்ட பதினெட்டு, அவனை உட்கார விடவில்லை. அதற்குமேல் முடியாதென்பதுபோல பிடித்திருந்த மூச்சை காளிவிட, அவனை இழுத்து எழும்ப வைத்துவிட்டான் பதினெட்டு.

குறுந்தாயிக்கும் பதினெட்டின் அம்மாவிற்கும் முகம் முழுக்க பல்லாயிருந்தது. அடுத்த ஐந்தாறு நாட்களுக்குள் ஒரு நல்ல நாளாய்ப் பார்த்து, அவர்கள் தங்கியிருந்த ஊர்க் கோவிலிலேயே இருவருக்கும் கல்யாணத்தை செய்துவைத்தார்கள். கல்யாணத்திற்குப் பிறகு மகள் மருமகனுக்கு விருந்து வைத்தாள் குறுந்தாயி.

வலசையில் வேலைசெய்வது, மருமகனுக்குத் தெரியாமல் களத்து மேட்டில் கிடக்கும் வைக்கோல்போர் மறைவில் போய் உட்கார்ந்து

குழந்தைக்குப் பால் கொடுப்பது என குறுந்தாயியின் பாடு அப்போதும் திண்டாட்டமாகத்தான் இருந்தது. மகளையும் மருமகனையும் ஒரு வாரத்திற்கு வைத்திருந்து அவர்கள் வீட்டிற்கு அனுப்பிவைத்தாள்.

பஞ்சவர்ணம் போனபிறகு, குறுந்தாயிக்கு பிள்ளையையும் வைத்துக்கொண்டு ஆட்டுக்கெடை வேலை செய்வது பெரும் சிரமமாக இருந்தது. இரண்டாவது மகள் அன்னபூரணி, வேலைகளைச் செய்வாளே தவிர குழந்தை பொன்னாச்சரத்தை அவ்வளவாய் கவனித்துப் பார்க்க மாட்டாள். அதோடு அல்லாமல் அவ்வப்போது குழந்தை அழுதால் அடித்தும் பயமுறுத்துவாள்.

பொன்னாச்சரத்தை தூக்கிக்கொண்டு ஊர் ஊராய் பயணம் போவது மிகவும் சிரமமாக இருந்தது குறுந்தாயிக்கு. அவளுக்கு ஒரு வயது முடிந்த கையோடு பொன்னாச்சரத்தைக் கொண்டுபோய் ஊரில் தன் மூத்தமகன் ராமுவிடம் விட்டுவிட்டு வந்துவிட்டாள்.

ராமுவும் அவள் பெண்டாட்டி பாப்பம்மாவும்தான் பொன்னாச்சரத்தை ஏழு வயதுவரை வளர்த்தார்கள் என்றாலும்கூட, அவள்மீது கொஞ்சமாவது பாசத்தைக் காட்டியது ராமு மட்டும்தான். பாப்பம்மாளுக்கு பொன்னாச்சரத்தை சுத்தமாய்ப் பிடிக்காது. தினமும் குளிப்பாட்டிவிட மாட்டாள். துணி துவைத்துக் கட்டிவிட மாட்டாள். தலை சீவி பின்னிவிட மாட்டாள். இதையெல்லாம் எப்போதாவது ராமு செய்தால்தான் உண்டு. இல்லாதுபோனால் அப்படியேதான் ஈ மொய்த்து நாற்றம் பிடித்துக் கிடப்பாள் பொன்னாச்சரம். தலையில் பேனும் உடலெங்கும் சொறிசிரங்குமாய் தாயற்ற பிள்ளைபோலக் கிடப்பாள். போதாக்குறைக்கு ஏதாவது குறும்புத்தனங்களைச் செய்துவிட்டு அண்ணியிடம் அடியும் உதையும் வேறு வாங்கிக்கொள்வாள்.

கடந்த ஓராண்டு காலமாக இங்கு வந்த பிறகுதான் அவளுக்கு எந்தக் குறையும் ஏற்படாமல் நிம்மதியாய் இருக்க முடிகிறது.

கீழே விழுந்து கிடந்த தேத்தாப்பழங்களைக்கொண்டு மரத்தை அடையாளம் கண்டாள். மரத்தின் கீழே அங்கொன்றும் இங்கொன்றுமாக விழுந்து கிடந்தன பழங்கள். சிறிய பளிங்குபோன்ற அப்பழங்களை ஒவ்வொன்றாகப் பொறுக்கியெடுத்தாள் பொன்னாச்சரம். பொறுக்கிய பழங்களை ஓரிடத்தில் உட்கார்ந்துகொண்டு ஒவ்வொன்றாகப் பிதுக்கினாள். மூக்குசளிபோல இருந்த சதையுடனும் பிசுபிசுப்புடனும் கொட்டைகள் வெளியே வந்தன. கொழகொழப்பை மண்ணில் போட்டு தேய்த்து எடுத்து பாவாடைத்துணியால் துடைத்தாள். இப்போது நீர் பிசுபிசுப்பு எதுவுமற்று பளிச்சென்று இருந்தன கொட்டைகள். முயல் புழுக்கையைப் போன்ற வடிவத்துடன் பார்க்க அழகாய் இருந்தன அவை. போதுமான அளவு கொட்டைகளை அவள் சேகரித்திருந்தபோதும் மறுபடியும்

பழங்கள் ஏதாவது விழுகின்றனவா என்று தேடி மரத்தைச் சுற்றிச் சுற்றி வந்துகொண்டிருந்தாள். அவள் எதிர்பார்த்த அளவிற்கு மேற்கொண்டு பழங்கள் ஏதும் விழவில்லை. அலக்குக்கம்பு இருந்தால் கிளைகளுக் கிடையே விட்டு உலுக்கிப் பார்க்கலாமென்று தோன்றியது அவளுக்கு. அலக்குக்கம்பிற்கு எங்கே போவது? அப்படியே இருந்தாலும் இவ்வளவு உயர்ந்த மரத்தில் நம்மால் வாங்கைக் கொடுத்து உலுக்கிவிட முடியுமா என்றும் ஒருகணம் யோசித்துப்பார்த்தாள். "இதெல்லாம் நடக்கிற கதயில்ல. கெடச்சது வரைக்கிம் மிச்சம். சரி, நம்ம போயிருவம்" என்று மரத்தடியை விட்டு மெதுவாய் அகன்றாள். அப்படியுமேகூட அவ்வப்போது ஏதாவது பழம் விழுகிறதா என்று திரும்பித் திரும்பி பார்த்துக்கொண்டே நடந்தாள்.

கண்மாய்க்கரையோரம் வேடிக்கை பார்த்தபடியே நடந்து வந்து கொண்டிருந்தாள். தூரத்தில் அவர்களுடைய வலசை இருந்தது. இங்கிருந்து பார்க்க ஓரளவுதான் தெரிந்தது. ஊரைவிட்டு மிகவும் விலகி, தொட்டுக்கொள்ளாத தூரத்தில் இருந்ததுபோல தெரிந்தது அவளுக்கு.

அவர்கள் தங்கும் எல்லா இடத்திலுமே இப்படித்தான். எந்த ஊரில் போய் தங்கினாலும் ஊரைவிட்டு வெகு தூரம் ஒதுங்கி வயல்காடுகளில் வலசைபோடுவதுதான் கீதாரிகளுக்கு வழக்கமாயிருந்தது. யாரோடும் இணக்கமாய்ப் போய்விடக்கூடிய குணம் கொண்டவர்கள்தான் கீதாரிகள் என்றபோதும் தங்களுடைய உடைமைகளையும் ஆடுகளையும் பாதுகாத்துக்கொள்வதற்காகத்தான் அவர்கள் இப்படி சனங்களை விட்டு விலகியே தங்கிக்கொள்ள வேண்டியதாக இருந்தது.

பொன்னாச்சரம் கண்மாயைப் பார்த்தாள். இறங்க வாகான இடமில்லை என்றாலும்கூட, இங்கிருந்த நாட்களில் இந்தக் கண்மாயில்தான் குடிக்கவும் குளிக்கவும் மற்ற எல்லாவற்றிற்கும் தண்ணீர் தூக்கிக்கொண்டிருந்தார்கள். புல் பூண்டுகளையும் கொடிகளையும் அறுத்துப்போட்டு கால் புதையும்படி இருந்த சேற்றை அமுக்கி அதன்மீது அடிவைத்து நடந்திருந்தார்கள். ஒரு மாத காலம் அடிவைத்துப் புழங்கியதில் கூழ்போன்று இருந்த சேறு ஒதுங்கிப்போக கடினமான களிமண் அழுந்திக் கெட்டிபட்டுப் போயிருந்தது. அடி வைத்தால் காலில் சேறு ஒட்டாமல் இருந்தது. இந்த இறங்கு துறையைப் பார்த்ததும் பொன்னாச்சரத்திற்கு சற்று வருத்தமாக இருந்தது. வந்த புதிதில் ஐந்தாறு நாட்கள் வரை இறங்க முடியாமல், இறங்கினால் கால்கள் சேற்றில் புதையக்கூடிய இடமாயிருந்த இதை எவ்வளவு சிரமப்பட்டு ஒரு படித் துறைபோல ஆக்கியிருக்கிறோம். இப்போது இதை விட்டுவிட்டுப் போகப்போகிறோமே என்று நினைத்தபோது, அவளுக்கு உண்மையாகவே மனத்திற்குள் ஏதோ ஒன்று அழுத்துவதுபோலிருந்தது. தண்ணீர் தூக்கிச்செல்ல குடம், பானை எதுவும் எடுத்துவரவில்லை என்றபோதும் அத்துறையில் இறங்கவேண்டும் போலிருந்தது அவளுக்கு. தேத்தாங் கொட்டை போட்டிருந்த பாவாடை மடியை இறுக்கி நாடாவிற்குள் செறுகிக்

கொண்டாள். மெதுவாய் சரிந்திருந்த துறையில் இறங்கினாள். முட்டிக்கால் அளவு தண்ணீருக்குள் சென்றதும் அதற்குமேல் நகர்ந்துவிடாமல் கவனமாய் நின்றுகொண்டாள். அதற்குமேல் ஓர் அடி எடுத்துவைத்தாலும் பொதபொதவென்று புதையும் சேற்றுக்குள்தான் காலை வைத்தாக வேண்டுமென்பதை அவள் நன்றாகவே அறிந்திருந்தாள். அப்படியே குனிந்து இரண்டு கைகளையும் சேர்த்து அமிர்தத்தை அள்ளுவதைப் போன்று தண்ணீரை அள்ளினாள். பிஞ்சுக்கைகள்தான் என்றபோதும் விரலிடுக்கு களிலிருந்து தண்ணீர் கசிந்து ஒழுகாமல் அள்ளிய தண்ணீர் அப்படியே அவள் கைகளில் சிறு குளம்போல தேங்கியிருந்தது. அதை உதட்டருகே கொண்டுசென்று உறிஞ்சினாள். கம்மாயின் தாமரை வாசனையோடும் கோரை, புல், பாசி நெடியோடும் சேற்றுமணத்தோடும் அவள் தொண்டைக்குள் இறங்கியது அந்தத் தண்ணீர். மறுபடியும் மறுபடியும் தண்ணீரை அள்ளி அள்ளிக் குடித்தாள். கம்மாய் நீர் முழுவதையும் உறிஞ்சிக் குடித்துவிடும் தாகம் அவள் மனத்தில் இருந்தபோதும் ஐந்தாறு கையில் வயிறு நிறைந்துபோனது. தண்ணீரை அள்ளி முகத்தில் அறைந்து கழுவிக்கொண்டாள்.

உப்புக் கரிப்போடு உதட்டில் பட்டு கம்மாயில் விழுந்தது. நிமிர்ந்து நின்று மறுபடியும் கண்மாய்த் தண்ணீரைப் பார்த்தாள். இவ்வளவு நாட்களும் தண்ணீருக்குத் தட்டுப்பாடு இல்லாமல் இருந்தது. நாளை முதல் என்ன கெதியோ? எந்த ஊரில் எப்படிப்பட்ட தண்ணீர் கிடைக்குமோ யார் கண்டது. போகும் ஊரிலெல்லாம் இந்தக் கண்மாய்த் தண்ணீர்போல் சுத்தமான தண்ணீர் கிடைத்துவிட்டால் இந்தத் தேத்தாங்கொட்டைக்கு வேலையிருக்காது. அலுத்துக்கொண்டவளாய் கரைக்கு ஏறிவந்தாள். வலசையை நோக்கி நடக்கத் துவங்கினாள்.

2

இன்னைக்கு மட்டுந்தான் இந்த வெளியில அலயமுடியும். நாளைக்கு எங்க கெடக்குறமோ. வலசை இருந்த இடத்தைப் பார்த்தாள். கூண்டு இருந்த இடங்கள் வெறுமையாய்த் தெரிந்தன. மூன்று குடும்பத்து ஆண்களும் இரண்டு நாட்களுக்கு முன்பே கூண்டுகளை தலைச்சுமையாய்த் தூக்கிக்கொண்டுபோய் இரண்டு மூன்று ஊர்கள் தாண்டி நல்ல இடமாய்ப் பார்த்து வைத்துவிட்டு வந்துவிட்டார்கள். இனிமேல் ஆடுகளைப் பத்திக் கொண்டு போவது மட்டும்தான் அவர்களது வேலை. வலசையில் இருக்கும் தட்டுமுட்டு சாமான்கள் முதல் சோத்துப்பானை, குழம்புச்சட்டி, அரிசிக் குட்டான், துணிமணிகள் போன்ற அனைத்தையும் பெண்கள்தான் கொண்டு போய்ச் சேர்க்கவேண்டும்.

முன்பெல்லாம் கீதாரிகள் கூண்டு கட்டிக்கொண்டுகூட வசிப்பது கிடையாது. தென்னங்கீற்றால் கொங்காணி கட்டி வைத்துக்கொள்வார்கள்.

மழை என்றால் அதைப்போட்டு மூடிக்கொண்டு தூங்குவார்கள். ஆட்டுக்குட்டி கவிழ்ப்பதுபோல் பிள்ளைகளைப் போட்டு வெயில், மழை, பனிக்கு கவிழ்த்து வைப்பதும் இதைக்கொண்டுதான். வலசைக்கூடை, அரிசிப்பெட்டி போன்றவற்றிற்கும் தனித்தனியாக ஒரு கொங்காணி கட்டுவதை விடவும் எல்லாவற்றிற்கும் சேர்ந்தாற்போல சற்று பெரியதாய் ஒரு கூண்டு கட்டிக்கொள்ளலாம் என நினைத்து இப்போது கூண்டு ஒன்றை கட்டிவைத்துக்கொண்டு ஊர் ஊராய் பயணம் போகும்போதெல்லாம் தலைச்சுமையாய் அதை தூக்கிச் செல்கிறார்கள்.

இப்போதும் அந்த இடத்தில் மூன்று குடும்பங்கள் இருப்பதற்கு அடையாளமாக மூன்று வலசைக்கூடைகள் இருந்தன. மூன்று அடுப்புகள் புகைந்துகொண்டிருந்தன. இரண்டு வருடமாக சாத்தையாவின் குடும்பத்தோடு காளியின் குடும்பமும் பெரியசாமி குடும்பமும் ஒரே இடத்தில்தான் இருக்கிறார்கள். மூன்று பேரின் ஆடும் ஒரே கெடையாகத்தான் மேய்கிறது. மூன்று குடும்பத்துக்கான ஆடுகள் சேர்ந்தாற் போல பார்க்க கொஞ்சம் அதிகமாய் இருப்பதுபோல தெரிந்தாலும்கூட, அவசரம் ஆத்திரம் என்று வெளியூர் செல்லவோ வேறு வேலையாக செல்வதென்றாலோ மற்றவர்களிடம் விட்டுவிட்டு ஓட முடிகிறது. சந்தைக்கு குட்டிகளை ஓட்டிச்செல்லும்போது, விற்றுவிட்டுத் திரும்பிவர ஒருநாள் அல்லது இரண்டுநாள்கூட ஆகிவிடுகிறது. மேய்ச்சலில் ஆடுவளைக்க அப்போதெல்லாம் ஆளில்லாவிட்டால் பதட்டமாகிவிடும். கூட்டாடு மேய்ப்பதால் அதுபோன்ற பிரச்சினைகள் எதுவும் இல்லாதிருந்தது. முறைவைத்து பாராகாப்பது முதல் அவ்வப்போது வலசைப்பக்கம் வந்து செல்வது வரை எல்லாவற்றிற்கும் கூட்டாடு மேய்ப்பதுதான் வசதியாக இருந்தது. அதேபோல வசதியான இடமாய்ப் பார்த்து கூண்டு தூக்கிவிட்டு வலசை போடுவதிலும் மூன்று குடும்பத்துப் பெண்களும் ஒற்றுமையாகவே இருந்தார்கள்.

இன்றிரவு பயணம் போகப்போவதாய் குறுந்தாயி காலையிலேயே பொன்னாச்சரத்திடம் சொல்லியிருந்தாள். இந்த இடத்தில் எந்த பிரச்சினையும் இல்லாமல் ஒரு மாதத்திற்கு மேல் தங்கியிருந்துவிட்டோம். தண்ணீருக்கும் விறகுக்கும் தட்டுப்பாடில்லாமல் இருந்தது. போகுமிடத்தில் எப்படியிருக்குமோ, எந்தக் குட்டையில் எப்படிப்பட்ட குழம்பல் தண்ணீரை அள்ளிக்குடிக்க வேண்டியிருக்குமோ, "நாயி நக்கிக் குசுவுட்ட தண்ணி கெடைக்குதோ, இல்ல மனுச எறங்கி குண்டிகழுவுன தண்ணிதான் கெடைக்குதோ! எது கெடைச்சாலும் அள்ளி குடிச்சிட்டு ஆட்டாம் புழுக்கைய எண்ணிக்கிட்டு இருக்க வேண்டியதுதான்" என்று புலம்பிக் கொண்டிருந்தாள் குறுந்தாயி. பொன்னாச்சரத்திற்குமேகூட அவள் அம்மா கூறியதைப் போல குழம்பல் தண்ணீரைக் குடித்த அனுபவம் நிறையவே கிட்டியிருந்தது.

அப்போதுதான் அந்த ஊருக்கு புதிதாய் பயணம் வந்திருந்தார்கள். கூண்டு தூக்கிவிடவில்லை. கொண்டுவந்த சாமான்களை அப்படியப்படியே எடுத்து வைத்துவிட்டு, பொழுதுபோவதற்கு முன்னதாக சோறாக்கிவிட வேண்டுமென்று நினைத்தார்கள். எந்த ஊருக்குப் பயணம் போய்ச் சேர்ந்தாலும் அந்த ஊரில் போய் முதல்முதலில் செய்யும் வேலை, தண்ணீர் இருக்குமிடம் தேடி கண்டுபிடித்து தூக்கி வருவதுதான். அன்றைக்கும் அப்படித்தான் ஒரு மண்குடத்தை எடுத்துக்கொண்டு குறுந்தாயி தண்ணீரைத் தேடிப் போனாள். அவளோடு பொன்னாச்சரமும் போனாள். பொன்னாச்சரத்தின் இடுப்பிலும் சிறிய மண்தோண்டி இருந்தது. நீண்டதூரம் பயணம் வந்ததில் எல்லாருக்குமே தொண்டை வறண்டுபோயிருந்தது. பொன்னாச்சரத்திற்கு தண்ணீர் தூக்க வருவது பற்றிகூட பெரிதாய் ஆர்வமில்லை. முதலில் தண்ணீர் கண்ட இடத்தில் அள்ளிக்குடித்து தாகமடக்க வேண்டும் என்பதற்காகத்தான் வந்தாள். ஊரை ஒட்டினாற் போன்றதொரு இடத்தில் ஒருசிறிய குட்டை கிடந்தது. தண்ணீரைக் கண்ட நிம்மதியில் கண்கள் இருண்டுபோனது. கை நிறைய தண்ணீரை அள்ளி அள்ளிக் குடித்தாள். வயிறுமுட்ட குடித்தபின் குடத்தைக் கழுவி விட்டு தண்ணீரை மொண்டுகொண்டாள். குறுந்தாயி இவளுக்கு முன்னதாகவே தண்ணீர் குடத்தை இடுப்பில் தூக்கி வைத்துக்கொண்டு கரையேறியிருந்தாள். தண்ணீர் தோண்டியை இடுப்பில் தூக்கி வைத்துக் கொண்டு கரையேறும்போதுதான் அதைக் கவனித்தாள் பொன்னாச்சரம். யாரோ பிள்ளைத்துணியை அந்தக் குட்டையில் கசக்கிவிட்டுப் போயிருக்கிறார்கள். ஆடை ஆடையாய் துணியில் ஒட்டியிருந்த குழந்தையின் மலம் தண்ணீரில் மிதந்துகொண்டிருந்தது. பொன்னாச்சரத்திற்கு குடித்த தண்ணீரெல்லாம் வாயால் வருவது போலிருந்தது. குடல் குமட்டியது.

“அம்மா இங்க பாரு. யாரோ புள்ள பீத்துணியை கசக்கியிருக்காக. ஆட ஆடயா புள்ளப் பீ மெதக்குது” என்றாள் ஆசூசையுடன்.

“குட்ட தண்ணியெண்டா எல்லாம் கெடக்குந்தேன் அத ஏந்தா நீ பாக்குற சுத்தம் பாத்தா சோறு திங்க முடியாது” என்றவள் அறுவெறுப்போடு அந்தத் தண்ணீரையே பார்த்தபடி நின்ற மகளைப் பார்த்து, “எத்தா.. என்ன அப்புடி முளிச்சிக்கிட்டு நிக்கிற? அது கெடந்துட்டுப் போவுதுத்தா. நீ தோண்டியப் போட்டு ஒடச்சிறாம மெல்லமா கரயேறி வாத்தா” என்றவாறே முன்னால் போய்க்கொண்டிருந்தாள். அவளைத் தொடர்ந்து பொன்னாச்சரமும் கரையேறி நடந்தாள் என்றபோதும் அவளுக்கு உள்ளுக்குள் குமட்டிக்கொண்டே இருந்தது. புள்ளைப்பீ தொண்டைக்குள் சிக்கிக்கொண்டிருப்பதுபோல உறுத்தியது. அந்தத் தண்ணீரைக் கொண்டு ஆக்கிய சோத்தை சாப்பிடப் பிடிக்கவில்லை அவளுக்கு. எதைத் தின்றாலும் தொண்டைக்குக் கீழே இறங்குவதைப் போல தெரியவில்லை. வயிற்றைப்

புரட்டுவதும் வாந்தி வருவதுபோல சதா வாயில் எச்சில் சுரப்பதுமாக இருந்தது. எச்சில் சுரப்பது குறையுமென்று சொல்லி குறுந்தாயி ஒரு கை புழுங்கல் அரிசியை அள்ளி பொன்னாச்சரத்திடம் கொடுத்தாள். பொன்னாச்சரத்திற்கு புழுங்கல் அரிசி தேவாமிர்தம்போல இருந்தது. தொடர்ந்து அரிசிப் பெட்டிக்குள் கைவிட்டுக்கொண்டே இருந்தாள் பொன்னாச்சரம். அம்மாவுக்குத் தெரிந்து பாதி தெரியாமல் பாதியென்று அள்ளித்தின்றாள். புழுங்கல் அரிசியே அவளுக்கு முழுநேர உணவு என்பதுபோல ஆகியது. அதிகமாய் புழுங்கல் அரிசி தின்றதால் நாளடைவில் இரத்தம் செத்து உடலில் சோகை படர்ந்தது. வயிறு பழுத்து வீங்கியது. கன்னம் வெளுத்துப்போனது.

"இவ்வளவு நாளும் அலயாம திரியாம அண்ணம் பொண்டாட்டி கையில வாங்கித்தின்னுட்டு ஊரோட இருந்து வளர்ந்துட்டுது. ஆட்டுக்கெட அலச்சலும், சோறும் தண்ணியும் அதுக்கு ஒத்துக்கிறல போலருக்கு. அதோட, புலுங்கரிசி திங்கிற பழக்கம் வேற. புள்ள வீணாவுல பொயிட்டுது. எத்தா, சோவ புடிச்ச மாதிரியில்ல இருக்குது. இத இப்புடியே வச்சிருந்து போற நக்குல குழிதோண்டி மண்ணிள்ளி போட்டுட்டுப் போவிகளா?" என்று பக்கத்து கீதாரிப் பெண்கள் பலமுறை ஏசிய பிறகுதான் குறுந்தாயிக்கு பொன்னாச்சரத்தின் உடல் நிலை மோசமாக இருப்பது புத்தியில் உறைத்தது.

"அய்யோ.... தெய்வமே.. நெறஞ்சய்யா.,. எம்மகள நான் மண்ணிக்கு கொடுத்துருவேன் போலருக்குதே... எனக்கு நல்லவழி காட்டு" என்று புலம்பினாள்.

"பொலம்பி பிரயோசனமில்லத்தா. காக்காய அடிச்சி கறியாக்கிக் குடுத்துப்பாரு... மொதல்ல சோவ தெளியட்டும். இனிமே புழுங்கரிசி திங்கவிடாத" என்றார்கள்.

அன்றைக்கே காக்காயை அடித்து கறியாக்கி பொன்னாச்சரத்திற்கு போட்டு திங்கவைத்தாள். "புழுங்கரிசி திண்டியன்னா காலாகாலத்துல போய்ச்சேந்துருவத்தா... இனிமே புழுங்கரிசிய வெரலாலகூட தொடக்கூடாது" என்று பயமுறுத்தி கண்டித்தாள். ஆடு மேய்க்கும் வெளியில் தேனடையை எடுத்து கொஞ்சம் கொஞ்சமாய் பிய்த்துக் கொடுத்து சப்பச் சொன்னாள். ஆட்டு வத்தலை அடுப்பில் போட்டு சுட்டு, கடுதாசியில் மடித்து அரிசிப்பெட்டி மீது வைத்துவிட்டாள்.

"எத்தா ஒனக்கு புழுங்கரிசி திங்கிற நெனப்பு வாறப்பல்லாம் இந்த உப்புக்கண்டத்த எடுத்து கடிச்சிக்கத்தா" என்றாள். பொன்னாச்சரத்தின் உடல் ஒருவழியாகத் தெளிந்தது.

குட்டை தண்ணீரால், குழம்பிய தண்ணீரால் ஏற்பட்ட வினைதான் இவ்வளவும் என்பதை பொன்னாச்சரம் ஓரளவு உணர்ந்தே இருந்தாள்.

ஊரிலிருந்து வந்திருந்த தன் பெரிய அக்கா பஞ்சவர்ணத்திடமும் இதுபற்றி சொல்லிக்கொண்டிருந்தாள். இந்த ஆட்டுக்கெடயில இருக்குறத்துல எனக்குப் புடிக்காத ஒரே விசயம் தண்ணிதாங்க்கா. கொழம்பத் தண்ணிய குடிக்குந்தோறும் எனக்கு புள்ளபீ நாறுற மாதிரியே இருக்குக்கா" என்று சொல்லிவிட்டு கவலைப்பட்டாள்.

பஞ்சவர்ணம் எப்போதுமே தன் தங்கை பொன்னாச்சரம் மீது மிகுந்த பாசம் கொண்டிருப்பவள். அவள் மறுமுறை வந்தபோது, தன் தங்கையின் கவலையைப் போக்கும் விதமாக நல்லதொரு யோசனையைக் கொண்டு வந்தாள்.

எவ்வளவு குழம்பல் தண்ணீராய் இருந்தாலும் அதை பானையில் தூக்கிவந்து வைத்து அதற்குள் தேத்தாங்கொட்டையை உரசிவிட்டால் தண்ணீர் தெளிந்துபோய்விடும் என்று பஞ்சவர்ணத்திற்கு அவளுடைய நாத்தனார் வழியில் யாரோ சொல்ல, அதை மனத்தில் வைத்துக் கொண்டு நாகனார் கோயிலுக்குப் போனவள், கையோடு ஏழெட்டு தேத்தாங் கொட்டைகளை முந்தானையில் முடிந்து எடுத்துக்கொண்டு வந்திருந்தாள்.

அவள் கொண்டுவந்த கொட்டையை அப்போதே சோதித்துப் பார்த்தபோது குழம்பல் தண்ணீர் தெளிந்து அதில் முகம் தெரிந்தது. இதைப் பார்த்த ஆட்டுக்காரப் பெண்களுக்கு ஆச்சரியமான ஆச்சரியம். அதன்பிறகு தேத்தாங்கொட்டை எங்கே கிடைக்குமென்று தேடி, கிடைக்குமிடங்களில் பொறுக்கிச் சேகரித்து பத்திரப்படுத்தி வைத்துக்கொண்டார்கள். ஒரு தேத்தாங் கொட்டையைக் கொண்டு நான்கு குடம் தண்ணீரைத் தெளியவைக்க முடிந்தது.

இனியொருமுறை இந்த ஊருக்கு வருவோமோ வரமாட்டோமோ என்றெண்ணி கிடைத்தவரைக்கும் தேத்தாங்கொட்டைகளைப் பொறுக்கிக் கொண்டு வந்திருந்தாள் பொன்னாச்சரம். மடியைத் தடவிப் பார்த்துக் கொண்டன அவளது கைகள்.

வலசையை நெருங்கியபோதுதான் குறுந்தாயி வசைபாடியபடியே பரபரப்பாய் வேலை செய்துகொண்டிருப்பது தெரிந்தது. மற்ற இரண்டு வலசையிலும் லெட்சுமி அத்தையும் காளி பொண்டாட்டி அழகு சுந்தரியும் அடுப்பைப் புகையவிட்டு எதுவோ சமைத்துக்கொண்டிருந்தார்கள்.

"அம்மா நம்மளத்தான் வையிது' என்று நினைத்தவளாக மெதுவாய் தயங்கியபடியே நெருங்கிப் போனாள். இவள் வருவதைப் பார்த்துவிட்ட இவளின் அம்மா, "வாடி அவுசாரி முண்ட எங்கடி பொயிட்ட. ஊருசுத்தி பொறுக்கித்திண்டுட்டு வர இவ்வள நேரமாயிருச்சாடி ஒனக்கு."

"அம்மா..."

“என்னடி அம்மா... நொம்மாங்குற. இன்னிக்கிப் பயணம் போகணுமெண்டு காலயிலேயே சொன்னேனுல்லயாடி எங்கடி பொயிட்டு வார நாதியத்த முண்ட.”

“கம்மாக்கரயில இருக்கிற காட்டுக்குத்தாம்மா போயிருந்தேன்.”

“ஓம் புருஷன் அங்கிட்டு நின்னுக்கிட்டு வரச்சொன்னானாக்கும். கம்மாக்கர காட்டுக்குப் போயிருந்தேன்னு கதயளக்குற?”

“...”

“எவ்வளவு வேலயத்தாண்டி நான் மட்டிலுமே செய்யிறது. காலத்தோட சோறாக்கணும். மூட்ட முடிச்சயெல்லாம் கட்டணுமுண்டு சொன்னேனுல்லயாடி.”

“தேத்தாங்கொட்ட பொறுக்கியாறத்தாம்மா போனேன். இஞ்சபாரு” என்றபடியே மடியை அவிழ்த்தாள்.

தேத்தாங்கொட்டையென்று இவள் சொல்லியதைக் கேட்ட அழகுசுந்தரியும் லெட்சுமியும்

“எத்தா.. தேத்தாங்கொட்டயா பொறுக்கி வந்திருக்கிற... எனக்கு ரெண்டு குடுத்தா...” என்றபடியே கைவேலையை அப்படி அப்படியே போட்டுவிட்டு ஓடி வந்தார்கள்.

எங்கே தன் மகள் பொறுக்கி வந்ததை எல்லாம் பங்குபோட்டு அள்ளிக்கொண்டு போய்விடுவார்களோ என்று பயந்த குறுந்தாயி, “கழிச்சல்ல போற முண்டசெறுக்கி பொறுக்கியாந்தத கமுக்கமா கொண்டுவந்து குடுக்கத் தெரியாதாடி ஒனக்கு” என்று பல்லைக்கடித்தாள். பொன்னாச்சரத்தின் காதைத்திருகி இழுத்துக்கொண்டுபோய் வலசைக் கூடை மறைவில் குப்புறத்தள்ளினாள். அவள் மடியிலிருந்து கொட்டிய தேத்தாங் கொட்டைகள் மீது அடுப்போரமாய்க் கிடந்த கரித்துணியை காலால் தள்ளிப்போட்டு மறைத்தாள். பெயருக்கு ஐந்தாறு கொட்டைகளை மட்டும் கையில் பொறுக்கி எடுத்துக்கொண்டாள். பொன்னாச்சரத்தின் சடையைப் பிடித்து அடித்து, உதைத்து இழுத்துக்கொண்டு வருவதுபோல அந்தப் பெண்களின் முன் கொண்டுவந்து நிறுத்தினாள்.

“அழகு இந்தா பாருத்தா.. அத்தாச்சி இங்க பாருங்க இந்தத் தேத்தாங் கொட்டய பொறுக்கியாறத்தான் உச்சிப் பொழுதுலேருந்து சுத்தித்திரிஞ்சி புட்டு வந்துருக்குறா எம்மக. இவள அடிச்சான்ன? வெட்டிக் கூறுபோட்டு கொளக்காயில வீசுனான்ன? வர்ற ஆத்துரத்துக்கு என்ன செய்வமுண்டு தெரியல எனக்கு” முடியைப் பிடித்து இழுத்து சுழற்றி ஒரு சுற்றுச் சுற்றி, அவள் தான் நிறையவே பொறுக்கிவந்தேன் என்று உண்மையைச் சொல்லாமலிருக்க வேண்டும் என்பது போல தூரமாய்த் தள்ளிவிட்டாள்.

எழுந்து அழுதுகொண்டே போன பொன்னாச்சரம், போய் கடையோரமாய் உட்கார்ந்துகொண்டாள். அங்கு கரித்துணியால் மூடிக்கிடந்த கொட்டைகளை மண்ணில்லாமல் பொறுக்கியெடுத்து துணியில் முடிந்துவைத்தாள். இதையெல்லாம் அவள் செய்தபோதும் அவளது அழுகையை மட்டும் நிறுத்தவில்லை.

குறுந்தாயி, தன் கையிலிருந்த தேத்தாங்கொட்டைகளில் ஆளுக்கு இரண்டாய் லெட்சுமிக்கும் அழகுசுந்தரிக்கும் கொடுத்துவிட்டு ஆளுக்கு பத்தாட்டை ஓட்டிக் கொடுத்துவிட்டது போன்றதொரு தோரணையில் பேசிக்கொண்டு வந்தாள்.

அம்மா கிட்டே வரும்போது சத்தமாய் அழவேண்டும் என்ற எண்ணத்தோடு இருந்தவள், தன் குரலை சற்றே உயர்த்தி ஊளையிட்டாள். இருந்தபோதும் இன்றைக்கு சோறுபோடும்போது தனக்கு அம்மா ஒரு ஆப்பைச்சோறு கூடுதலாய்ப் போட்டுக் கொடுக்கும் என்று உறுதியாய் நம்பினாள் பொன்னாச்சரம். அந்த நினைவு அம்மா அடித்த அடியின் வலியைச் சற்றே குறைத்தது போலிருந்தது என்றாலும்கூட, அம்மாவின் கூடுதலான கவனிப்பைப் பெறவேண்டும் என்னும் நோக்கத்தோடு தானோ என்னவோ அவளது அழுகையும் குரலும் சற்று உயர்ந்துகொண்டே போனது.

3

“எத்தா..”

“என்னம்மா.” கோழியைப்பிடித்துக் கவிழ்த்துக்கொண்டிருந்த பொன்னாச்சரம் அம்மாவின் குரலுக்கு ஓடி வந்தாள்.

“ஆட்டுக்கெடைக்கு பொயிட்டு வாறியாத்தா?”

“எதுக்கும்மா?”

“அப்பாவுக்கு கஞ்சி கொண்ட குடுத்துட்டு வாவேன்.”

“இரும்மா சேவரெண்டும் இன்னும் கூண்டுக்குள்ள வந்து அடயல, அடஞ்சதும் கோழிக்கூண்ட கவுத்து வச்சிட்டு வாறன்” மறுபடியும் கோழிக் கூண்டை நோக்கி ஓடினாள்.

ஆட்டுக்கெடையில் கோழி வளர்க்கலாமென்று சொல்லி இந்த ஏற்பாட்டை செய்துவிட்டுப்போயிருந்தாள் குறுந்தாயியின் இரண்டாவது மகள் அன்னபூரணி. மூக்கனின் இரண்டாவது மகனை கட்டிக்கொண்ட அவள், இப்போது சிதம்பரம் பக்கத்தில் ஆட்டுக்கெடை வாழ்க்கை வாழ்ந்துகொண்டிருக்கிறாள். அடுத்தடுத்து ஆணுக்குப் பிறகு பெண் என்று இரண்டு குழந்தைகளுக்குத் தாயாகவும் ஆகிவிட்டாள். இரண்டாவது

குழந்தை வயிற்றில் இருக்கும்போது இங்கு வந்தவள். "எங்க வலசயில வச்சி கோழியெல்லாம்கூட வளக்குறம். நீயும் வளத்துப்பாரும்மா. மகளுக ரெண்டு பேர கட்டிக்குடுத்து மருமகன கொண்டாந்துட்ட. மயங்க ரெண்டு பேருக்கும் கல்யாணம் பண்ணி சம்மந்திமார்களையும் சம்பாதிச் சிட்ட. நல்ல நாளுல வலசைக்கு வந்தா ஆக்கிப்போடலாம். கோழி வளக்கிறது ஒண்டும் செரமமான வேலயில்ல. ஆடுகளப் பத்துற மாதிரி அதுகள வளச்சி மேய்க்கவா போறம். அது பாட்டுக்கு சீச்சிப் பொறுக்கிப்புட்டு ராவானா வந்து தானாவுல அடஞ்சிடுங்க. அது ஒரு வேலயே இல்ல" என்றவள், தன் வீட்டிற்குப் போய்விட்டு மறுமுறை வரும்போது கையோடு ஓர் அடைக்கோழியையும் இருபது முப்பது முட்டைகளையும் எடுத்து வந்தாள். தன் கையாலேயே அடைவைத்து பொறிக்க வைத்தாள். இருபத்தோரு குஞ்சுகள் பொறித்ததில் பருந்து தூக்கியது, விக்கிச் செத்ததுபோக பதினாலு குஞ்சுகள் வளர்ந்து நின்றன. அவற்றில் இரண்டு மட்டும்தான் சேவல். மற்ற அனைத்தும் பெட்டைகள். கிட்டத்தட்ட முட்டையிடும் அளவிற்கு வளர்ந்திருந்தன. கோழிகளை முழுக்க முழுக்க பொன்னாச்சரமே கவனித்து வந்தாள்.

பெட்டைக் கோழிகளெல்லாம் இருட்டுவதற்கு முன்னதாகவே கூண்டுக்குள் போய் பாதுகாப்பாய் அடைந்துகொள்ள, சேவல்கள் இரண்டும் மட்டும் தெனாவெட்டாய் கூண்டின் கூரைமீது ஏறி உட்கார்ந்து கொண்டு இறங்கிவர மறுத்தன. இரவு முழுவதும் கூரைமீது உட்கார்ந்து கொள்ளலாம் என்ற எண்ணம் அவைகளுக்கு இருக்கவேண்டுமென்று தோன்றியது பொன்னாச்சரத்திற்கு.

"ஒரு நாளைக்காவது ஒங்கள அப்படியே உட்டுப்பாக்கணும்" என்று கோழிகளிடமே சொல்லுவாள். ஆனால் ஒருபோதும் அவைகளை அவள் அப்படி விட்டுவிட மாட்டாள். இரவானால் கோழிகளுக்கு கண் தெரியாது. இருட்டில் காட்டுப்பூனையோ கீரிப்பிள்ளையோ வந்து பிடித்தால் இவைகளால் தப்பித்து ஓட முடியுமா என தமக்குள் கேட்டுக்கொள்பவள் அவைகளைப் பிடித்து மற்ற கோழிகளோடு கூண்டுக்குள் போட்டு கவிழ்த்து விட்டுத்தான் படுக்கப் போவாள்.

இன்றும் அப்படித்தான் சேவல்கள் இரண்டும் கூண்டின் கூரைமீது ஏறிக்கொண்டு இறகை விரித்து படபடத்தன.

"ஒங்க வீரத்தயெல்லாம் பகநேரத்துல போட்டுக்காட்டுங்க. இப்ப வேண்டாம்" என்றபடி அவைகளைப் பிடித்து கூண்டிற்குள் விட்டாள். கூண்டைச் சுற்றிலும் இடைவெளி இல்லாதபடி தரையொட்டிப் படிய வைத்துக் கவிழ்த்தாள். சிறிய இடைவெளியாவது இருக்கிறதா வென்று உற்று உற்றுப்பார்த்தாள். ஒன்றும் தெரியவில்லை, "கோழிப் பீ நாத்தத்துக்கு பாம்பு வருமாம். வந்து கோழிய கடிச்சி ரெத்தத்த உறிஞ்சிட்டு

தானா என்ன செய்யிறதாம்?” என்ற அச்சமும் அவள் மனதில் இருந்தது. கோழி கவிழ்ந்த கூண்டைச் சுற்றி மண்ணில் கோடு கிழித்து வைத்துவிட்டு வந்தாள்.

“அப்பா வலசக்கி வராதாம்மா?”

“வராதாமுல்லத்தா...”

“இன்னக்கி பெரியசாமி மாமாதான பாரா காக்கணும்.”

“அவுக எங்கயோ வெளியூரு போறாகளாம்.”

என்னம்மா தெனந்தோறும் நம்ம அப்பாவே ஆட்டுக்கெட பாரா காத்துக்கிட்டுருக்காக.”

“அதுக்கு என்னத்தா பண்ணமுடியும். நம்ம செய்கிற தொழிலு அப்புடி, நாடுவுட்டு நாடுவந்து அனாந்திரமா கெடக்குறவுகதான நாம. இன்னக்கி அவுகளுக்காக நம்ம கண்ணுமுளிச்சாத்தான் நாளைக்கி நமக்காக அவுக கண்ணு முளிச்சி காப்பாக.”

“அதுக்கில்லம்மா. நம்ம இந்த நக்குல வந்து தங்குனதுலேருந்து நம்ம அப்பா ஒரு நாளுகூட வலசக்கி வந்து ராத்தங்கல. தூங்கலயில்ல.”

“இஞ்ச வந்தும் பத்து பயிஞ்சி நாளாவப்போகுது. ஆட்டுக் கெடயே கெதின்னுதான் நொப்பனும் கெடக்குறாக, அத இல்லயின்னு யாரு சொன்னாக. பொண்ண மனயில ஒக்கார வச்சிப்புட்டு மாப்புள்ள எங்க மாப்புள்ள எங்கன்னு கேட்டாகளாம், மாப்புள்ள ஆட்டுக்கெடயில இருந்தானாம். ஆளு விட்டாகளாம் மாப்புள்ளய கூட்டியாற. மாப்புள்ள சொன்னானாம் சுத்தியிலும் வெள்ளாம நடுப்பற மேயிது ஆடு. இப்ப என்னால வர முடியாது. இந்தா எனக்கு பதிலா இந்தக் கம்ப கொண்டு போயி மணயில ஒக்கார வையின்னு சொல்லி கைக்கம்ப குடுத்து விட்டானாம். தாலி கட்டக்கூட நம்மதான் போயாகணுமான்னு யோசிக்கிற எடயஞ்சாதியில வந்து பொறந்துட்டு, நொப்பன் வலசக்கி வரல்ல, ராத்தங்கல, தூங்கலயிண்டு வெசனப்பட்டா நல்லாவாருக்கும்.

“.................”

“ஒரு நக்குல வூடுவாசல கட்டி வச்சிக்கிட்டு ராவானா சொகமா தூங்கி பகலானா தின்னு ஏப்பம் விடுற விதியிலயா நம்மவந்து பொறந்துருக்குறம்.” இதைக் குறுந்தாயி சொல்லும்போது அவளையறியாமலேயே அவளிடமிருந்து பெருமூச்சு வெளிப்பட்டது.

அப்பன் மீது ஒரு நாளேனும் கால்போட்டுக்கொண்டு தூங்கலாமே என்ற ஆசையில் பொன்னாச்சரம் கேட்டுவிட்டாளே தவிர, அவளுக்கு அதற்குமேல் ஒன்றும் பெரிதாய் ஏமாற்றம் ஏற்படவில்லை. ஆனால்,

குறுந்தாயிக்குத்தான் இது மிகுந்த சோர்வை ஏற்படுத்தியிருந்தது. மகளுக்காகச் சொன்ன சமாதானம் அனைத்தும் ஆற்றாமையால் வெளிப்பட்டவைதான் என்பதை அவளுமே நன்கு உணர்த்துதான் இருந்தாள்.

இந்த இடத்தில் வந்து தங்கியதிலிருந்து அவளும் இன்றைக்காவது நம் புருஷன் வலசைப்பக்கம் வருவான் வருவான் என்று தினந்தோறும் காத்திருந்து, எதிர்பார்த்து ஏமாந்துதான் போகிறாள்.

முறைவைத்து பாரா காக்கும் நாட்களை அல்லாமல் வலசைக்கு வரவேண்டிய நாளிலும் நான் காடுபாக்கப்போறன், காயாம்பு கீதாரி பாக்கப்போறன் என்று எங்காவது போய்விடுகிறான். ஆட்டுக்கெட வாழ்க்கையில் இதெல்லாம் செய்ய வேண்டிய வேலைதான் என்றாலும் வலசைப்பக்கமும் ஒரு எட்டு பார்த்துவிட்டுப் போகவேண்டியதுதானே என்று வருத்தமாயிருந்தாள் குறுந்தாயி.

இன்றைக்காவது கண்டிப்பாக வந்துவிடுவான் என்று நம்பிக்கையோடு இருந்தவளிடம் பெரியசாமி வந்து சொன்ன விஷயம் பெருத்த ஏமாற்றத்தையும் சோர்வையும் ஏற்படுத்திவிட்டது.

"எத்தா... கஞ்சி காய்ச்சிட்டியாத்தா..." என்றான் பெரியசாமி.

"ஏண்ணா கேக்கிறிய்ய... வடிச்சிக்கவுத்ருக்குறன்.

சுடுதண்ணி கிடுதண்ணி வேணுமாண்ண?"

"இல்லத்தா, அதெல்லாம் ஒண்ணும் வேணாம்."

"சொல்லுங்கண்ண. உப்புப்போட்டு கலக்கி எடுத்தாறன்."

"இல்லத்தா. நான் தண்ணிக்காகக் கேக்கல. ஓம்புருசனுக்கு ஆட்டுக் கெடைக்கு கொண்டுபோயி குடுத்துட்டுப் போகலாமேண்டுதான் கேட்டன்." அவன் சொல்லியதைக் கேட்டதும் முகம் செத்துப்போனது குறுந்தாயிக்கு.

"ஏண்ணா. இன்னக்கு அவுக வலசக்கி வாறேன்னுல்ல சொல்லி யிருந்தாக."

"ஆமாத்தா... சாத்தையா இன்னைக்கு வலசக்கி வர்ற மொறதான் ஆனா, அவன்தான் இன்னக்கிம் பாரா காக்க வேண்டியதாப் பொயிட்டுது."

"..."

"அவசரமா கொஞ்சம் பணம் தேவபடுதுப்பா, ஊருல எம் மச்சானுக்கு ஏதோ பிரச்சன போலருக்கு. மச்சான் மகன் ஆட்டுக்கெடக்கி வந்துட்டான். கையிலயும் ஒண்ணும் காசில்லத்தா. அதான், ராவோட ராவா. பத்துக் குட்டிகள் சந்தைக்கு ஓட்டிப்போகலாமுண்டு இருக்கன்."

"............"

"ஒத்தயில குட்டி ஓட்டிப்போக முடியாதுத்தா. அதான் காளியையும் கூடவே கூட்டிப்போறன். எம்மகங்கதான் சாத்தையாகூட பாரா காக்க நிப்பானுக."

"கஞ்சி தாறியாத்தா எடுத்துட்டுப்போக" என்று மறுபடியும் ஒருமுறை கேட்டுப்பார்த்தான் பெரியசாமி.

"இல்லண்ணா. சோறு மட்டும்தான் வடிச்சி விட்டுருக்கிறன். இன்னமும் ஆனம் எதுவும் வைக்கல. நான் பெறவு எம்மகக்கிட்டே கொடுத்து விடுறண்ண. நீங்க போங்க" என்று அவனை அனுப்பி விட்டாள். அவன் போய் நீண்ட நேரம் ஆகியும்கூட குறுந்தாயிக்கு தொண்டைக் குழிக்குள் ஏக்கம் கிடந்து துடித்துக்கொண்டே இருந்தது.

"அக்கம்பக்கத்து சனம் பாத்திறாம பக்கத்துல படுத்துத் தூங்குற புள்ளைக அறிஞ்சிறாம வலசகூட மறவுல படுத்து எழும்புறத்துக்குள்ள மயித்தால கட்டி மலயவே பெரட்டியாந்திறலாம் போலருக்கும். இதுல ஆம்புடையான் வேற வருசக்கணக்குல வலசபக்கம் வராதுபோனா என்ன பொழப்பு இந்தப் பொழப்பு. பித்து புடிச்சிப் பெயிரும் போலருக்கு. செத்த ஆட்டுக்கறியும் கொழுப்பயும் தின்னு தொலைக்கிறதாலவேற ஒடம்புல திமுறு ஏறிப் பொயிருது. ஒடம்பு தெறிக்கிற தெறிப்புல கிறுக்கு புடிச்சிரும் போலருக்கு பொம்புளைக்கி." பல்லிடுக்கில் வார்த்தைகளை நசுக்கியவாறு முணுமுணுத்தவள், உப்புக்கண்டங்களை அலசி கொதிக்கும் குழம்பில் போட்டாள். அடுப்பு திகுதிகுவென்று எரிந்துகொண்டிருந்தது. இரண்டு நாட்களுக்கு முன்பு வெட்டிவந்து போட்ட காரமுள்ளுதான் அதற்குள் காய்ந்து அடுப்பில் எரிந்துகொண்டிருந்தது. சொடசொடவென எரிய, தெறித்து விலகிய முள் எரிந்தபடியே அடுப்புக்கு வெளியே சிதறின. அதைப் பார்க்க குறுந்தாயிக்கு இன்னும் கோபம் அதிகமாவது போலிருந்தது. தீத்தள்ளி கம்பை எடுத்து கொஞ்சமும் நிதானமற்றவளாய் முள்ளை அடுப்புக்குள் வாகுவகை இல்லாமல் தள்ளினாள். தள்ளிய வேகத்தில் தீத்தள்ளி கம்பு அடுப்பில் கொதித்துக்கொண்டிருந்த குழம்புச் சட்டியின் அடித்தூரில் பட, பட்டென்று உடைந்து குழம்பு முழுவதும் அடுப்பிற்குள் கொட்டியது. புகையும் சாம்பலுமாய் பறக்க அடுப்பு அணைந்துபோனது.

குறுந்தாயிக்கு ஒரு கணம் கைகால்கள் நடுங்கி ஒடுங்கியது. "சே. என்ன இந்த மாதிரி பண்ணிப்புட்டம். கொழம்பெல்லாம் போச்சே... இப்ப வாங்குன புதுச்சட்டி போச்சே... இப்ப என்ன பண்றது. கொஞ்சம் நேரம் நெதானம் கெட்டுப்போனதுக்கு கெடச்ச தண்டனயா இது. கடவுளே நெறஞ்சய்யா" என்று மனம் வருந்தியவள், அடுப்புக்குள் ஊற்றிக்கிடந்த குழம்பை சாம்பலுடன் வெளியே தள்ளி அதில் கிடந்த உப்புக்கண்டங்களைப்

பொறுக்கி எடுத்தாள். ஒரு பாத்திரத்தில் போட்டு தண்ணீர் ஊற்றிக் கழுவி ஒவ்வொன்றாக அலசி எடுத்தாள். அடுப்பைச் சுத்தம் செய்துவிட்டு பக்கத்து வலசை அழகு சுந்தரியிடம் வந்தாள். "எத்தா அழகு, ஒங்க கன்னச்சட்டிய கொஞ்சம் தாறியாத்தா..."

"கஞ்சி வடிச்சி வச்சிருக்கிறன்." என்றாள் அழகு சுந்தரி. "எதுக்கு இப்ப கன்னச்சட்டி" என்றவாறே லட்சுமியும் அங்கு வர.

"கேட்டியளா அண்ணி கூத்த புதுசா வாங்குன சட்டி செந்தூருல தெறிப்புவுட்டு இருந்துருக்கும் போலருக்கு. மேல காவிமண்ண பூசி அந்தக் கொசப்பய ஏமாத்திட்டாண்ணி. கொழம்பு கொதிச்சிக்கிட்டுருக்கும் போதே செந்தூரு உட்டு கொழம்பெல்லாம் அடுப்புக்குள்ள ஊத்திப் போயிட்டுதுண்ணி... புளியும் மொளா சாந்தும் வீணாவுல பொயிட்டு துண்ணி."

"அடி ஆத்தி உப்புக்கண்டமா போட்டு கொதிக்க வச்சீக."

"ஆமாண்ணி"

"அம்புட்டு கொளம்பும் ஊத்திட்டுதாக்கும்?"

"தொட்டு நக்க சொட்டு தங்கலண்ணி."

"அடப் பாவத்தே.. இந்தா இருங்க கஞ்சிய ஊத்தி வச்சிக்கிட்டு கன்னச்சட்டிய தாறேன்" என்று ஓடினாள் அழகு சுந்தரி.

"........."

"கெடைக்கு வேற சோறு குடுத்துவிடனுமாக்கும்" என்றாள் லட்சுமி

"ஆமாண்ணி"

"இனிமே எப்ப போட்டு எரிச்சி கொதிக்க வைக்கப்போறீக? நான் வேணுமுன்னா கொஞ்சம் ஆனம் தரட்டுமா."

"முள்ளெல்லாம் காஞ்சி நல்லாத்தேன் இருக்கு. எல்லாம் நொடில கொதிக்க வச்சிறலாம். நீ சட்டிய மாத்திரம் தருவியாம்."

கன்னச்சட்டியை வாங்கி மறுபடியும் குழம்பு கரைத்து கொதிக்க வைப்பதற்குள் பொழுதுபோய் உட்கார்ந்துவிட்டது.

"எத்தா இந்தா. இந்தக் கஞ்சிக்கலயத்த கொண்டுபோயி நொப்பன்கிட்ட குடுத்துட்டு வா."

"சரிம்மா"

"நொப்பன இன்னும் ஒரு வருசத்துக்கு வலசப்பக்கம் வராதேண்டு சொல்லிக் குடுத்துட்டு வா."

தான் பேசுவது அழகுசுந்தரிக்கும் லட்சுமிக்கும் கேட்கும்படியாக சற்று உறக்கவே பேசினாள்.

இந்த இடத்தில் வந்து தங்கியபிறகு காளி இரண்டு மூன்றுமுறை வலசைக்கு வந்துவிட்டான். பெரியசாமிகூட இரண்டு இரவுகள் வலசையில் படுத்துத் தூங்கிவிட்டுப் போனான். இரவு நேரத்தில் எங்கும் அமைதியாய் இருக்கும்போது வலசைக்கூடை மறைவிலிருந்து துணி உதறும் சத்தத்தை குறுந்தாயி கவனிக்கத் தவறுவதில்லை. அழகுசுந்தரி வயதில் குறைந்தவள். அவளுக்கு எல்லாம் தேவைதான். ஆனால் லட்சுமி குறுந்தாயியை விடவும் ஓரிரண்டு வயது மூத்தவளாகத்தான் இருப்பாள். பெரியசாமியும்கூட சாத்தையாவைவிட வயதில் மூத்தவன்தான். என்னதான் மகன்களுக்கு கல்யாணம் செய்துவைத்து, மகள்களைக் கட்டிக்கொடுத்து பேரன் பேத்தி எடுத்திருந்தாலும் அப்படியென்ன குறுந்தாயிக்கு வயதாகி இருக்கப் போகிறது. மிஞ்சி மிஞ்சிப்போனால் நாற்பத்தைந்து நாற்பத்தாறுதான் இருக்கும். "நாற்பத்தாறு வயதெல்லாம் ரெத்தம் செத்துப்போகிற வயதா" என்று தோன்றியது குறுந்தாயிக்கு.

"ஏம்மா...பொழுது பொயிட்டுது. வரும்போது இருட்டாயிரும் நான் மட்டும் ஒத்தயில எப்படி வாறதும்மா. வழியில சொள்ளகர வேற இருக்குது" என்று சிணுங்கினாள் பொன்னாச்சரம். இதைக் கேட்ட லட்சுமி எழுந்து வந்தாள்.

"எத்தா பொன்னாச்சரம், வரும்போது எம்மகன் பால்ப்பாண்டிய தொணக்கி கூட்டிக்கிட்டு வாத்தா. அவனுக்கு ஆட்டுக்கெடயில படுத்து அதிகமா பழக்கமில்லை. அவன் என்னத்த பாரா காக்கப்போறான். வலசக்கி வந்தாலும் நிம்மதியா தூங்கவாவது செய்வான். வரும்போது ஒத்தயில வராம ரெண்டுபேருமா தொணயோடதானே வாங்க" என்றாள்.

லட்சுமிக்கு ரெண்டும் ஆண்பிள்ளைகள். மூத்தவன் முத்துப்பாண்டிக்கு பத்தொன்பதோ இருபதோ வயதாகிறது. இளையவன் பால்ப்பாண்டிக்கு பதிமூன்று அல்லது பதினான்கு வயதிருக்கும். முத்துப்பாண்டி எப்போதும் அப்பாவோடு ஆட்டுக்கெடையிலேயேதான் இருப்பான். வலசைப்பக்கம் வர எப்போதுமே அவன் விரும்புவது கிடையாது. ஆனால் பால்ப்பாண்டி பெரும்பாலும் அவன் அம்மாவுடன் வலசையிலேயேதான் இருப்பான். கொஞ்சம் கிறுக்கு பிடித்தவனைப் போல ஒன்றுகிடக்க ஒன்று பேசிக் கொண்டிருப்பான். அவனை நம்பி ஆட்டுக்கெடைப் பக்கம் அனுப்புவ தில்லை. எவரும் சுலபமாய் அவனை ஏமாற்றிவிடக்கூடும் என்பது எல்லோருக்குமே தெரிந்திருந்தது.

ஒருமுறை முத்துப்பாண்டியும் அவனுடைய அப்பாவும் கோயில் திருவிழாவுக்குப் போய்விட்டார்கள். போன காரியம் முடித்து திரும்பிவா இரண்டு மூன்று நாட்கள் ஆகும் என்பதால் அந்த நாட்களில் மட்டும்

லட்சுமியும் பால்பாண்டியும் ஆடு மேய்த்துக்கொண்டிருந்தார்கள். விளைச்சல் நிலம் அதிகம் இல்லாத பகுதி அது. லட்சுமி ஆட்டை மேய விட்டுவிட்டு மரநிழலில் உட்கார்ந்திருந்தாள். சுற்றிலும் ஆடுகள் சிதறி மேய்ந்துகொண்டிருந்தன. மேய்ந்தபடியே தூரதூரமாய்ப் போய்விடும் ஆடுகளை பால்பாண்டிதான் ஓடி ஓடி மடக்கிவிட்டுக்கொண்டிருந்தான்.

'ஆட்டுதலயிலதான் மகன் நிற்கிறானே. இஞ்ச என்ன வெளச்சலா வெள்ளாமயா? எந்தப் பயிருல ஆடு வாய வச்சிறப்போகுது" என்று நினைத்த லட்சுமி அப்படியே கண்ணயர்ந்துவிட்டாள்.

இதுபோன்ற நேரத்திற்காகக் காத்திருந்த ஆட்டுத் திருடர்கள் இரண்டு பேர் பால்ப்பாண்டிக்குத் தெரியாமல் ஆடு திருட வந்திருக்கிறார்கள். வந்தவர்களில் ஒருவன் மட்டும் வந்து பால்பாண்டியிடம் பேச்சு கொடுத்திருக்கிறான். இவர்கள் பேசிக்கொண்டிருக்கும் சமயத்தில் இன்னொரு பக்கம் நிற்பவன் ஆட்டை தூக்கிக்கொண்டு போய்விடுவது என்று திட்டம். ஆடு திருடுபவர்கள் பெரும்பாலும் இந்த யுக்தியைத்தான் கையாளுவார்கள். இதுபற்றி ஆட்டுக்காரர்கள் ஒவ்வொருவரும் நன்றாகவே தெரிந்து வைத்திருந்தார்கள்.

பால்பாண்டியிடமும் அவனுடைய அப்பா பெரியசாமி இதுபற்றியெல்லாம் சொல்லி, இப்படியெல்லாம் செய்வார்கள். யாராவது உன்னுடன் வந்து பேசினால் அப்போதுதான் நீ அதிக கவனமாய் இருக்க வேண்டும் என்று எச்சரித்திருந்தான். பால்ப்பாண்டிக்கு அப்பா சொன்னது நினைவுக்கு வந்தது. தன்னிடம் கண்டுகொள்ளாமல் நாலாபக்கமும் ஓடிப்போய் பார்த்தான். அவன் நினைத்ததுபோலவே நடந்தது. இவனுடன் வந்த இன்னொருவன் பிருவக்குட்டியொன்றை தூக்கிக்கொண்டு பதுங்குவதைப் பார்த்துவிட்டான்.

"அண்ணே குட்டிய களவாடிட்டுப் போறிகளா, எங்கம்மாக்கிட்ட சொல்றன் பாருங்க" என்றிருக்கிறான்.

கையும் களவுமாய் அகப்பட்டுக்கொண்ட இருவரும், "அய்யய்யோ தம்பி அப்படியெல்லாம் சொல்லிடாத. நாங்க நல்லவங்கப்பா... நாங்க ஆடெல்லாம் திருடமாட்டம். இந்த ஆட்டுமேல பாரேன். ஒரே அழுக்கா இருக்கு. இத இப்புடியே விட்டா வியாதி வந்து செத்துடும்பா அதான் அந்தக் குட்டயில போட்டு குளிப்பாட்டிக் கொண்டுவந்து விடலாமேன்னு தூக்குனம். நீ எங்கள களவானிப் பயலுகன்னு நெனச்சிட்டியேப்பா" என்றிருக்கிறார்கள். உடனே தாம்தான் தப்பு செய்துவிட்டோம் என்றரீதியில்

"அப்புடியாண்ணே தெரியாம சொல்லிப்புட்டண்ணே. நீங்க தூக்கிக்கிட்டு போங்கண்ணே" என்றிருக்கிறான். ஆடு திருட வந்தவர்கள் இருவரும் இவனது ஏமாளித்தனத்தைக் கண்டு சிரித்துவிட்டு கூடுதலாய் இன்னொரு குட்டியையும் சேர்த்துத் தூக்கிக்கொண்டு போயிருக்கிறார்கள்.

இரவு ஆடு அடைக்கும்வரை ஆடுகள் இரண்டையும் அவ்விருவரும் குளிப்பாட்டிக் கொண்டுவந்து விடாததால், பிறகுதான் ஏமாற்றப் பட்டிருக்கிறோம் என்பதை உணர்ந்தான். அழுதுகொண்டே தன் அம்மாவிடம் விஷயத்தைச் சொன்னான் பால்ப்பாண்டி. ஆத்திரம் தீர அவனை அடித்தவள், இவ்வளவு ஏமாளியாய் இருக்கிறானே என்று வருந்தினாள். இந்த நிகழ்ச்சிக்குப் பிறகு பால்பாண்டியைத் தனியாய் ஆட்டுக்கெடைக்கு அனுப்புவது கிடையாது.

இப்போது கூட்டாடு மேய்க்கும் நிலையில் பகலில் ஆடு வளைக்க வென்று அவ்வப்போது மேச்சல்கெடைக்கு வருவான். இரவு நேரங்களில் கண்விழித்து நின்று பாரா காத்த பழக்கமும் அவனுக்குக் கிடையாது. அதனால்தான் ஆட்டுக்கெடையிலிருந்து திரும்பி வரும்போது பால் பாண்டியையும் அழைத்துக்கொண்டு வந்துவிடு என அவள் சொல்லியனுப்பினாள்.

4

சிங்கம்பிடாரி மணல்காடான ஊர் என்பதால் இந்த மழைக்காலத்திற்கு இந்த ஊரிலேயே தங்கிக்கொள்ளலாம் என தீர்மானித்திருந்தான் சாத்தையா. நிலக்கடலை பரவலாய் பயிர் செய்யப்பட்டிருந்தது. ஒதுங்கிக்கிடக்கும் பொட்டல்களில் அதிக ஆடுகள் சேர்ந்து மேய முடியாது என்பதால் கூட்டாடு மேய்த்துக்கொண்டு கும்பலாய் இருந்த மூன்று குடும்பங்களும் தனித்தனியாய் பிரிந்து வெவ்வேறு ஊர்களுக்குப் போய்விடுவதென்று முடிவு செய்துகொண்டார்கள். பெரியசாமி ஓர் ஊருக்கும் காளி வேறோர் ஊருக்கும் போய்விட, சிங்கம்பிடாரிக்கு வந்துசேர்ந்திருந்தது சாத்தையாவின் ஆடு. மொத்தமாய் நூறு ஆடுகளைத் தாண்டி இருந்தது சாத்தையாவுக்கு.

மேமங்களத்திலிருந்து பயணம் கிளம்பி வந்தபோது அவனிடம் இருந்தவை வெறும் பத்து ஆடுகள் மட்டும்தான். மேமங்களத்தில் இருந்த போது, குறுந்தாயி வாழ்க்கைப்பட்டு வந்தபோது நிறையவேதான் ஆடுகள் இருந்தன. அடுத்தடுத்து பிள்ளைகுட்டிகள் பிறந்து குடும்பமும் ஆடுகளும் விருத்திக்கி வந்தன. இதைப் பொறுக்க மாட்டாத மூணாம் பங்காளி செய்வினை செய்துவிடவே ஆடுகள் அழிந்துபோனது. அதுவரை பிறந்த ஐந்து ஆண்பிள்ளைகளில் மூன்று பிள்ளைகள் செத்துப்போயினர். குடும்பம் நொடித்துப்போனது. இனிமேல் இங்கிருந்தால் பிழைக்க முடியாதென்று நினைத்த சாத்தையா, மிஞ்சியிருந்த பத்து ஆடுகளை ஓட்டிக்கொண்டு குடும்பத்தையும் அழைத்துக்கொண்டு பயணம் கிளம்பி விட்டான். ஊரைவிட்டு நெடுந்தூரம் வந்த பிறகுதான் அவனுக்கு நிம்மதி யேற்பட்டது.

ஆரம்பத்தில் ஒரங்காபட்டி, ஊக்களத்தான்பட்டி, அளச்சிப்பட்டி, கொட்டான் பட்டி, புள்ளயார்பட்டி போன்ற ஊர்களில்தான் இரண்டு

மாதம் மூன்று மாதம் என்று மாற்றி மாற்றி தங்கிக்கொண்டிருந்தான். இந்த ஊர்களுக்கு வந்தபிறகுதான் பஞ்சவர்ணமும் அவளுக்கு அடுத்து அன்னபூர்ணியும்கூட பிறந்தார்கள். பெண்பிள்ளைகள் பிறந்த பிறகு குடும்பம் ஓரளவு முன்னுக்கு வர ஆரம்பித்திருந்தது.

ஆவணி மாதத்திலேயே மழை ஆரம்பித்திருந்தது. மணல் காடெங்கும் புல்லும் பூண்டுமாய் நிறைய முளைத்திருந்தது. ஆடுகளுக்கு நல்ல மேய்ச்சல் என்றபோதும் யாருடைய வயல்களிலும் இந்த நாட்களில் கிடைகட்டி சம்பாதிக்க முடியாது. கள்ளி கடாப்புகளுக்குள் ஆட்டை அடைத்து மறுநாள் புழுக்கைகூட்டி உரமாய் விற்க வேண்டியதுதான். கெடைகட்டும் நாட்களில் குறுந்தாயிக்கு அதிகமாய் வேலையிருக்காது. இந்த மழைக்காலம் வந்து விட்டால் அவளுக்குத்தான் பெரும் அல்லலாய் இருக்கும். நூறாட்டுப் புழுக்கையை கூட்டிச் சேர்ப்பதென்பது பெரும்பாடு. பச்சைப்புழுக்கையை உடனே கூட்ட முடியாது. சற்று உலரட்டும் என்று போட்டு வைத்திருந்தாலோ சொல்லாமல்கொள்ளாமல் சடசடவென்று மழை வந்துவிடும். மழையில் ஊறிவிடும் புழுக்கையைக் கூட்டியள்ளவும் முடியாது. கூட்டியள்ளாமல் விட்டுவிடவும் முடியாது. பொழுதுபோனால் மறுபடியும் ஆடுகளை அடைக்கச் சுத்தம் செய்தே ஆகவேண்டும். ஓரிடம் இல்லா விட்டால் இன்னொரு இடத்தில் அடைத்துக்கொள்ளலாம் என்று இருந்து விடவும் முடியாது. தினமும் ஒன்றென கள்ளிக்கடாப்பைத் தேடிக்கொண்டு போகமுடியாது. சுற்றிலும் கள்ளிச்செடிகள் வைத்து வேலி வைத்திருக்கும் கொல்லைகள் ஆங்காங்கே ஒன்றிரண்டுதான் இருக்கும். நன்கு வளர்ந்த கள்ளிப்பத்தைகள் மறைவில் ஆடுகள் மழைக்கு ஒண்டிக்கொண்டு நிற்கும். வாசல்போல் இருக்கும் வழியை மட்டும் காரமுள் சுரள்களைக்கொண்டு அடைத்துவிடுவார்கள். ஆடுகள் வெளியே போகவும் முடியாது. மழைக்கும் பாதுகாப்பாய் இருக்கும்.

கள்ளிக்கடாப்பை அடுத்திருந்த பொட்டலில் வலசை போட்டிருந்தான் சாத்தையா. துணைக்கு ஆட்களில்லாத இதுபோன்ற மழைநாட்களில் பெரும்பாலும் தொழுவும் வலசையும் பக்கம்பக்கமாய் இருக்கும்படி பார்த்துக்கொள்வார்கள்.

ஆவணியில் ஆரம்பித்த மழை தொடர்ந்து ஒருநாள் விட்டு ஒருநாள் என்று பெய்துகொண்டே இருந்தது. புரட்டாசி முழுவதும்கூட மழையும் தண்ணீருமாகவே இருந்தது. ஆவணி தொடங்கியதிலிருந்து ஆடுகளும் குட்டி ஈனத் தொடங்கியிருந்தன. புரட்டாசி ஐப்பசியில் அதிகமாய் ஈனும் குட்டிகளை ரகவாரியாகப் பிரித்துக் கவிழ்க்க இரண்டு மூன்று சிறிய கூண்டுகளைக் கட்டியிருந்தான் சாத்தையா. ஈன்று பதினைந்து நாட்களுக்குக் குறைவான இளம் குட்டிகளைத் தனி கூண்டுக்குள் கவிழ்ப்பான். பதினைந்து நாட்களுக்கு அதிகமான பல்லுபிடித்த குட்டிகளைத் தனியாய்க் கவிழ்த்து அவற்றிற்கு இளம்

வேப்பந்தளிர்களைக் கூண்டுக்குள் கட்டிவைப்பார்கள். பால்குடித்த நேரம்போக அவை மெதுவாய் தளிர்களை மென்று பார்க்கும். ஒரு மாதத்திற்கு மேற்பட்ட குட்டிகளைத் தனியானதொரு கூண்டுக்குள் அடைத்து அவைகளுக்கு கொஞ்சம் அதிகமாகவே தழைகளைக் கட்டிவிடுவான். எப்போதும் குடியிருக்க கூண்டில்லாது போனாலும் கூட குட்டி கவிழ்க்க கூண்டில்லாமல் இருக்கமாட்டான். இரண்டு மாதம் முடிந்தால் குட்டி தாயோடு மேய்ச்சலுக்குப் போய்விடும். அதற்குப்பிறகு அவைகளைத் தனியாய் பராமரிக்கத் தேவையில்லை. மழைக் காலத்தில் ஈனும் குட்டிகளுக்குத்தான் இவ்வளவு பாதுகாப்பும் பராமரிப்பும். கோடைகாலத்தில் சித்திரை வைகாசியில் இரண்டாவது முறையாக மீண்டும் சில ஆடுகள் குட்டிபோடும். இவைகளைப் பல்லு பிடிக்கும்வரை மட்டும் கவிழ்த்து வைத்திருந்துவிட்டு, பத்தாவது நாளோ பனிரெண்டாவது நாளோகூட தாயோடு விட்டுவிடுவார்கள். எல்லா ஆடுகளுமே ஐப்பசியில் குட்டி போட்டுவிடும். இரட்டித்துப் போடும் ஆடுகள் மட்டுமே மறுபடியும் சித்திரை வைகாசியில் போடும். எனவே, ஆடு பளுக்கும் காலமும் இந்த மழைக்காலம்தான் என்பதால் மழைக்காலத்தில் கூடுதல் பாதுகாப்பு கொடுத்து பார்த்துக்கொள்வார்கள்.

குட்டியடைக்கும் கூண்டுகளும் கள்ளிக்கடாப்பிற்குள்ளேயே பகல் முழுதும் அவை அங்கேயேதான் கிடக்கும். பொழுதடையும் வேளையில் ஆடுகள் வந்ததும் திறந்துவிட்டால் அவை தம் தாய்களிடம் போய் வயிறுமுட்ட குடித்துவிட்டு துள்ளி விளையாடிக் கொண்டிருக்கும். இருட்டுவதற்குள்ளாக மறுபடியும் அவைகளைப் பிடித்துக் கவிழ்த்துவிட வேண்டும். மழை பெய்தால் குட்டிகள் தாங்காது.

இன்று ஆடடையும் நேரத்திலேயே மழை பெய்யத் தொடங்கியிருந்தது. குட்டிக்காக ஆடுகள் கத்தியபடி கள்ளிக் கடாப்புக்குள் நுழைந்து கூண்டுகளைச் சுற்றிச்சுற்றி வந்தன. கூண்டுக்குள் கிடந்த குட்டிகளும் தாயாடுகள் வந்துவிட்ட சத்தம்கேட்டு கத்தின.

“மள நிண்டபெறகு குட்டி தொறந்துவிடலாமா?” என்றாள் குறுந்தாயி.

“மள எப்ப நிக்கிறது. பாவம், எளங்குட்டியெல்லாம் பசியோட கெடக்குமில்ல.”

“இப்பவே தொறந்துடப் போறியளாக்கும்.”

“வேறென்ன செய்யிறது. மள இப்ப நின்னிருமுன்னு யாரு சொன்னாக.”

"அதுக்கு வேற ஒரு ஆளுவந்து சொல்லணுமாக்கும். மேலூரு சோசியருக்கிட்டத்தான் போயி கேட்டுட்டு வாவேன்."

"நக்கல் பரியாயமெல்லாம் பண்ணிக்கிட்டுருக்கிற நேரமா இது. குட்டிய தொறந்துடு."

"கொட கொடன்னு கொட்டுது மானம். இப்ப தொறந்துவிட்டா குட்டியெல்லாம் சுத்தமற நனஞ்சில்ல பொயிரும்."

"அதெல்லாம் தாயாடு பாத்துக்கிரும் நீ தொறந்து விடு" என்றவன் அவள் திறக்கமாட்டாள் என்பதை உணர்ந்து தானே கூண்டைத் திறந்துவிடப் போனான்.

"இஞ்க பாருங்க.. இப்ப சும்மா இருக்கப்போறியளா என்ன சொல்றிய்ய."

மழையினூடாக நின்று அவளை முறைத்தான். குட்டி வளர்ந்த ஆடுகளும் இன்னும் ஈனாத சினை ஆடுகளும் கிடாய் ஆடுகளும் கள்ளிச்செடியோரம் மழைக்கு ஓடி நின்றுகொண்டன. குட்டியாடுகள் மட்டும் மழையையும் பொருட்படுத்தாமல் குட்டிகளுக்காகக் கூண்டைச் சுற்றி வந்துகொண்டிருந்தன.

குறுந்தாயி தலைக்குப் போட்டிருந்த சேலை முந்தானையை முறுக்கிப் பிழிந்துவிட்டு மறுபடியும் அதையே தலையில் போட்டாள். போட்ட மாத்திரத்திலேயே தொப்பலானது அது. இவ்வள மளயில அவுத்துவிட்ட நாளக்கி குட்டி எல்லாம் மூக்கால தண்ணிய வடிச்சிக்கிட்டு தலைய நட்டுக்கிரும். ஒண்ணுரெண்டு போனா உறிச்சித் தின்னுட்டு தெம்பா ஆட்டோட சுத்திவரலாம். ஒண்ணா ஒண்ணா அத்துனயும் செத்திச்சிண்டா என்ன பண்றது. உறிச்சி உப்புக்கண்டம் போட்டாகூட காய வெயில் காட்டாது போலருக்குது மானம். ஆக்க பொறுத்த ஒங்களுக்கு ஆற பொறுக்கலயா கேக்குறன்."

"பேஞ்ச மானம் கொஞ்ச நேரமாவுது ஓஞ்சி வுடாமயாப் பெயிரும்."

"குட்டியெல்லாம் பசியோட கத்துதுக பாருடி."

"கத்தட்டுமே... இப்ப என்ன எனக்கு மட்டும் தெரியாமயா கெடக்கு. பசிச்சி கத்துதுக குட்டி. பால்மடி தொறந்து விறுவிறுத்துக் கத்துதுக ஆடுக. அதுக்காக என்ன செய்யணுமுங்கிறீக."

"....."

"பசிக்கி செத்தாலும் சாவட்டும். மளயில அதுக வெறச்சிச் சாகவேண்டாம்."

"புல்லு மொளக்காத கல்லடி மலடி ஒம்மனசு."

"ஆமாம்.. அப்படித்தான். புல்லு மொளக்காத கல்லடி மலதான் எம்மனசு. நாற பறக்காத நாப்தெட்டு மயில் ஏரி ஒங்க மனசு."

இவர்களின் சண்டையைப் பார்க்க பொறுக்காமலோ என்னவோ வானம் கொஞ்சம் கொஞ்சமாக பெய்வதைக் குறைக்க ஆரம்பித்திருந்தது. தூரல் சுத்தமாய் நின்றுபோனது. கள்ளிக்கடாப்புக்குள் தேங்கியிருந்த தண்ணீரை மெதுவாய் மணல் உறிஞ்சிக்கொண்டிருந்தது.

மழை நின்றுவிட்ட நிம்மதியில் ஓடிப்போய் கூண்டைத் திறந்துவிட்டார்கள் இருவரும். குட்டிகள் தாயாட்டைத் தேடி முட்டத்தொடங்கின. மெதுவாய்க் கணைத்தபடியே ஆடுகள் குட்டிகளுக்கு பாலைக் கொடுத்தன.

கூண்டில் ஏற்றி வைத்திருந்த லாந்தரை எடுத்துக்கொண்டு தொழுவுக்கு வந்தாள் பொன்னாச்சரம்.

"எத்தா, கூண்ட அடச்சிட்டு வந்தியா?"

"தட்டிய போட்டு சாத்திவச்சிட்டுத்தாம்மா வந்தன்."

"சரி சரி... நொப்பன போயி நனஞ்ச துண்டு துணிகள முறுக்கிப்போட்டுட்டு காஞ்சத எடுத்துக் கட்டிக்கிற சொல்லு."

"குட்டி கவுக்க வேண்டாமாக்கும்" என்றான் சாத்தையா.

"ஏம்மா. அப்பாவ போகச்சொல்ற" என்றாள் பொன்னாச்சரம்

"அதெல்லாம் நாங்க கவுத்துக்கிருவம்."

"ஒனக்கு இன்னமட்டும் இஞ்ச நடந்ததெல்லாம் தெரியாதுல்ல.

நொப்பன் மட்டும் நனஞ்சி பெயிட்டாகளாம். குட்டிக நனயாம கூண்டுக்குள்ள கெடந்துட்டுதாம்."

"யாம்மா இப்படிச் சொல்லுற. அப்பாவுக்கு மட்டும் குட்டிகமேல அக்ற இல்லயாக்கும்."

"நீ கண்டியாக்கும். இன்னமட்டும் என்னக்கிட்ட மோருனத்த பாத்திருந்தாயானா இப்புடி பேசமாட்ட."

"சரி விடும்மா."

"இதே மள நின்னுபோச்சி. பீபேலுற நேரம் பொறுத்திருந் திருப்பாகளா? இது பொறுக்க மடியாம ஒரு வருசத்து பலனையும் மழயில மாவா கரயவுடுவன்னு காலுக்குக் கீழ கருநாகத்தப் போட்டு மிதிச்சிக்கிட்டுல்ல நின்னாக."

"ஒண்ண புடிச்சாள்ன்னா வுடமாட்டா. அதயேப் பேசுவா ஆறு வருசத்துக்கு. நீ போயி பாருத்தா குட்டிக ஊட்டிட்டுதா என்னன்னு."

"நீ வேணுன்னா போயம்ப்பா. அம்மாவும் நானும் குட்டி கவுத்துட்டு வர்றம்.

"வேண்டாம் வேண்டாம். ஆளுக்கு நாலா புடிச்சிக் கவுத்துட்டுப் பொயிருவம். லாந்தர இஞ்ச கொண்டா" என்றான்.

குட்டிகள் கையில் அகப்படாமல் துள்ளித்துள்ளி ஓடின. கோபத்தில் குட்டிகளைத் தட்டிவிடுவானோ என்ற பயத்தில்தான் குறுந்தாயி அவனைப் போகச் சொன்னாள். சாத்தையாவுக்கு தாங்காத பசி, கோபம் வந்துவிட்டால் ஆடுகள் என்றுகூட பார்க்காமல் அடித்துவிடுவான். முருங்கைமரம் மாதிரியானவை செம்மறியாடுகள். அடிதாங்க முடியாது அவைகளால். எல்லா குட்டிகளையும் பிடித்துக் கவிழ்க்கும்வரை மறுபடியும் மழை எதுவும் வரவில்லை. மூவரும் கள்ளிக்கடாப்பை விட்டு வெளியே வந்தார்கள். வாசல் அடைக்கவென்று பெரிய பெரிய சுருளாய் பந்துபோல் தள்ளி அடித்து உருட்டி வைத்திருந்த காரமுள் சுருள்களைக் கைக்கம்பால் தள்ளி வாசலை அடைந்தான். இவர்களையல்லாமல் மற்றவர்களால் இந்த முள்ளை அவ்வளவு எளிதாய் அகற்றிவிட்டு உள்ளே போக முடியாது. சுற்றிலும் கள்ளிவேலி என்பதாலும் அதைத்தாண்டி உள்ளே போகமுடியாது. ஆடு திருடுபவர்கள் மீதான பயத்தால்தான் தினமும் இவ்வளவு பாதுகாப்பு வேலைகளையும் செய்துகொண்டிருந்தான் சாத்தையா.

குறுந்தாயி வானத்தை அன்னாந்து பார்த்தாள். எங்கும் ஒரே இருளோகமாக இருந்தது. ஒரு விண்மீனைக்கூட வானத்தில் பார்க்க முடியவில்லை.

இன்னக்கி நல்ல மழ இருக்கு. நல்லவேள குட்டிகள பத்தரமா கவுத்தாச்சி. ஆடுகளும் கள்ளியடி மறவுல ஒண்டிக்கிட்டு நின்னுக்கிருங்க." என்று நிம்மதியோடு கூண்டுக்குப் போனாள்.

சுடு சோறும் பூண்டு போட்டு கடைந்த கீரையும்தான் இன்றைக்கு இரவு சாப்பாடு. தினமும் அந்திசாயும் நேரத்தில் சோறாக்கி குழம்பு வைப்பது மட்டுமே வழக்கம். இரவு உணவு மட்டும்தான் சுடுசோறு. காலைக்கும் மத்தியானத்திற்கும் பழையதுதான். பெரும்பாலும் பகல்நேர சாப்பாட்டை யாரும் எதிர்பார்ப்பதில்லை. இருந்து வாய்த்தால் தின்பார்கள். இல்லையென்றால் சாப்பிடாமலே இருந்துவிடுவார்கள்.

அப்பாவோடு மேச்சல்வெளிக்குப் போயிருந்த பொன்னாச்சரம்தான் பல கீரையும் கிடக்கிறதென்று சொல்லி மடிநிறைய பறித்துக்கொண்டு

வந்திருந்தாள். "தினமும்தான் உப்புக்கண்ட கொழம்பாவே வச்சித்திங்கிறமே... இன்னக்கி ஒரு நாளாச்சும் கீரயும் சோறுமா திண்டுட்டு கெடப்பமே" என்று பூண்டு போட்டு கடைந்து வைத்திருந்தாள். பல கீரையும் சேர்ந்திருந்தது என்பதனால் கடைந்த கீரை வெண்ணெய் போல இருந்தது. வாசனையும் நன்றாக இருந்தது. அப்பனுக்கும் மகளுக்கும் ஆளுக்கொரு தட்டில்போட்டு நகர்த்திவைத்தாள். இருவரும் எடுத்துப் பிசைந்து வாயில் உருட்டிப் போட்டுக்கொண்டார்கள்.

"மள பேயிறது ஒண்ணுதேன் கொற. பூண்டுபோட்டு கடஞ்ச கீரக்கிம் வரவரிசிசோத்துக்கும் நல்லாத்தேன் இருக்கு" என்றான் சாத்தையா.

"இன்னக்காவுது இது. நாளக்கி எப்படின்னு அந்த ஆண்டவனுக்குத்தேன் தெரியும்."

"யாம்மா?"

"எல்லாந்தான் நனஞ்சிபோயி கெடக்கே. நான் என்னத்தே போய் நாளைக்கி பொங்குவன்." என்ற அம்மாவைப் பார்த்து பொன்னாச்சரம் சிரித்தாள்.

"எவடி இவ சிரிக்கிறவே! இப்ப என்ன சொல்லிபுட்டன்னு சிரிக்கிற."

"மள பேஞ்சி அடுப்புக்குள்ள தண்ணி கெடக்கும். செலநேரம் தண்ணி அடுப்புக்குழிக்கு ஓடியாரும். ஓடியார தண்ணிய ஒரு கையால எத்திவிட்டுக்கிட்டே நீ ஈரமுள்ளப்போட்டு எரிச்சி சோறாக்கி குடுத்துருக்க. இப்ப என்ன அதுமேரியெல்லாமா மோசமா போயி கெடக்குது நம்ம வலச. காரமுள்ள வெட்டி படப்ப படப்பயா கோழி கூண்டுமேல அடஞ்சி வச்சிருக்கிற. நாளக்கி சோறாக்க முடியாதுன்னு யாம்மா பொய் சொல்ற?"

"எது எப்புடிருந்தாலும் பொங்கிப் போடுறன்ல்ல அதான். நீ நொப்பன்கூட சேந்துக்கிட்டு இப்புடியெல்லாந்தான் பேசுவ. இரு இரு ரெண்டு நாளைக்கி ஒன்னய சோறாக்க வுட்டுட்டு நான் மேச்சகடைக்குப் பொயர்றன். அரிசிய அடுப்புல போட்டு ஊறவச்சி அள்ளி வைப்பியில்ல அப்பறஞ்சொல்லுறன் நான்."

"என்னம்மா நீ....."

"எத்தா... நீ என்னாத்துக்கு பயப்படுற. நீ மட்டும் நனஞ்ச குச்சிகள் வச்சிக்கிட்டு சோறாக்க மாட்டியாக்கும்.

ஓம்மாளுக்கு எரியிற முள்ளு ஒனக்கு மட்டும் எரியாம பொயிருமாக்கும். நீ ஆத்து தண்ணிமேல அடுப்பு பத்தவச்சாலும்

கீதாரிவீட்டு பானயில பொங்குந்தா. இவ கடவுள்போட்ட கட்டள. இது என்னமோ மெரட்டுறாள்ன்னு கண்டு நீயில்ல பயந்து போகாத. ஒத்தா எட்டடி பாஞ்சா மக பதினாறடி பாயமாட்டியா. நீ கவலபடாம சாப்புடுத்தா" என்று மகளுக்காகப் பரிந்துபேசிக்கொண்டிருந்தான் சாத்தையா.

வெளியில் மறுபடியும் மழை பெய்யத் தொடங்கியது. கூண்டின் கூரையில் சொட்ட சொடவென மழைபெய்யும் சத்தம் கேட்டது. உள்ளே தூவானம் அடிக்காமல் வாசல் தட்டியை இழுத்து மூடினாள் குறுந்தாயி. கூண்டுக்குள் நிமிர்ந்து நிற்கமுடியாது. பதுங்கலாய் கால் ஊன்றி மேலே கூண்டை தூக்கிவிட்டிருந்தார்கள். உயரமான கால் வைத்துத் தூக்கிவிடுவதில் நிறைய சிரமம் இருக்கிறது. இது மழைக்காலம் என்பதால் காற்று மழைக்கு இதுபோல் பதுங்கலாய் இருந்தால்தான் பாதுகாப்பு. தேங்காயை இருசம மூடிகளாய் உடைத்தால் எவ்வாறு இருக்குமோ அவ்வாறு இருந்தது கூண்டு. அதை மேலே தூக்கி வைப்பதற்கு வாகான கவைக்கம்புகளை வெட்டிவந்து ஆறேழு கால்களை ஊன்றி அதன்மீது தூக்கிவைத்துக் கட்டியிருந்தான். கால்களை ஒட்டி சுற்றிலும் பனைமட்டையால் செறவு பிடித்திருந்தான். வாசல் தட்டியையும் சாத்தியவுடன் மழைக்கு அடக்கமாய் இருந்தது கூண்டு. வெளியே புயல்காற்றே அடித்தாலும் இந்தக் கூண்டுக்கு எதுவும் சேதமேற்படாது.

எந்தப் பக்கத்திலிருந்து காற்றடித்தாலும் காற்றை அதன்போக்கில் போகவிடுவதுபோன்ற அமைப்பில் இருந்தது கூண்டு. கீதாரிகள் எந்தச் சூழலிலும் வாழ்ந்துவிடும் இயல்புடையவர்கள். இயற்கையோடும் இயற்கையின் சீற்றங்களோடும் இயைந்துபோய் நிலைத்திருக்கக்கூடிய வல்லமையை இயல்பாய் பெற்றவர்கள். அவர்களின் வாழ்க்கை முறையையும் பயன்பாட்டுப் பொருள்களையும்கூட அதற்கேற்ற வண்ணம் வடிவமைத்துக்கொண்டிருந்தனர்.

கூண்டுக்குள் ஒரு பக்கமாய் சிறிய பரண் ஒன்றைக்கட்டியிருந்தாள். அதன்மீது தகரப்பெட்டியும் துணிமணிகளும் இன்னும் முக்கியமான பொருள்களும் அடுக்கிவைக்கப்பட்டிருந்தன. பரண் அமைப்பதற்காக நட்டிருந்த கவைக்கால்களில் துணிப்பைகளும் வெங்காயக்கூடையும் மாட்டி வைக்கப்பட்டிருந்தன. பரணுக்கு ஓரமாய் தொங்கின இரண்டு உறிகள். ஒன்றில் சோத்துப்பானையையும் இன்னொன்றில் குழம்புச் சட்டியையும், தூக்கிவைத்துவிடுவாள். உப்புக் கண்ட டின், அரிசிப்பெட்டி போன்றவை பரணுக்குக்கீழே வைக்கப்பட்டிருந்தன. ஒதுங்கி இருந்த இடத்தை ஆட்டுச்சானம் போட்டு வழவழப்பாய் மெழுகி இருந்தாள். எந்த ஊருக்கு பயணம் போனாலும் போய்ச்சேர்ந்த மறுநாளே கூண்டு

மெழுகி சுத்தமாக்கி விடுவாள். ஒரு மாதமோ பத்துநாளோ இருக்கப் போகிறோம், இதற்காக இந்த இடத்தை சுத்தம் செய்து மெழுகிக் கொண்டிருக்க வேண்டுமா என்று ஒருபோதும் மலைப்பது கிடையாது. கூண்டுக்கு வெளியே கல்லு கூட்டிவைத்து மெழுகி, அதையும் போகும்வரை பாதுகாப்பாய் கூடைபோட்டு கவிழ்த்து வைப்பாள்.

இருந்த இடத்தில் மூன்றுபேரும் படுத்துக்கொள்ள துணியை விரித்துப் போட்டாள் குறுந்தாயி. சாத்தையாவுக்கும் குறுந்தாயிக்கும் இடையில் வருவதுபோல பொன்னாச்சரம் படுத்தாள். அரிக்கனை அடக்கி கெவைக்கம்பில் மாட்டிவிட்டு வந்து குறுந்தாயியும் படுத்தாள்.

"எத்தா... இனிமே நீ நொம்மாளுக்கு அந்தப்புறம் படுத்துக்கத்தா" என்றான் சாத்தையா.

"ஏம்பா"

"இருக்க இருக்க சின்னபுள்ளயா நீ. பெரிய புள்ளதான? இப்பயே நீ நொம்மா தோளுக்கு வளந்துட்ட. அதான் சொல்லுறன்."

"ஏம்பா ஒன்ன கூட படுத்தான்ன?" என்றாள் மறுபடியும்.

"அதான் சொல்றாகல்ல... சொன்னா என்னன்னு கேட்டுக்கிர்றது. அது விட்டுட்டு ஏடாஞ்சிக்கிட்டே பேசுற" என்று அதட்டினாள் குறுந்தாயி.

பொன்னாச்சரம் அதற்குமேல் எதுவும் வாய் திறக்கவில்லை. மெதுவாய் எழுந்து குறுந்தாயிக்கு அந்தப்புறமாய் படுத்தாள். குறுந்தாயிக்கு மகளை அதட்டிவிட்டது என்னவோ குறுகுறுப்பாய் இருந்தது.

"அது எதுக்குன்னாத்தா.. பொம்புளப் பிள்ளைக எப்பவுமே அம்மாகூடத்தான் படுத்து பழகணும். தூங்கும்போது துணிமணி வெலகும். தூக்கத்தல நல்ல எடம் கெட்ட எடம் தெரியாம கைகாலு படும். அதுக்காகத்தான் சொன்னாக" என்றவள், அவள் தலையைக் கோதிவிட்டாள். முதுகில் ஆதரவாய்த் தட்டி தூங்கு என்றாள்.

வெளியில் நல்ல மழை பெய்துகொண்டிருந்தது. ஆட்டுக்கெடை யிலிருந்து ஆடுகள் கத்தினால்கூட கேக்காத அளவிற்கு மழையின் சத்தம் அதிகமாய் இருந்தது. இவ்வளவு மழையில் என்ன நடந்துவிடப் போகிறதென்ற துணிவில் கண் மூடினார்கள். பகல் முழுதும் அலைந்து திரிந்த அசதியில் மூவரும் நன்றாகத் தூங்கியும் போனார்கள். வழக்கம்போல அதிகாலை நேரத்திலே விழித்துக்கொண்டாள் குறுந்தாயி. லாந்தரை தூக்கிவிட்டு கையில் எடுத்துக்கொண்டு வெளியே வந்தாள். மழை சுத்தமாய் நின்றுபோயிருந்தது. காற்று

ஊதியது. வானத்தைப் பார்த்தாள். அவ்வளவாய் இருளில்லை. இனி அதிகமாய் மழை பெய்யாதென்று தோன்றியது.

கூண்டுக்குள் அடைபட்டிருந்த கோழிகள் சிறகுகளால் படபடப்பது தெரிந்தது. சேவல் கூவுவதற்குப் பதில் முறுவிக்கொண்டு இருப்பது தெரிந்தது. அதை வெளியே திறந்துவிட்டால்தான் சுதந்திரமாய் சிறகுகளைப் படபடத்துக்கொண்டு பெருங்குரலெடுத்து கூவும் என்பது குறுந்தாயிக்குத் தெரியும். அவள் கோழிக்கூண்டு இருந்த இடத்திற்கு லாந்தருடன் சென்றாள். கூண்டைத் தூக்கி ஒரு கிறிய கவைக்கம்பை முட்டுக்கொடுத்து வைத்தாள். ஒவ்வொரு கோழியாய் விரும்பும்போது வெளியே வரட்டுமென்று அவ்வாறு வைத்துவிடுவாள்.

குறுந்தாயி எழுந்த அரவம் கேட்டு சாத்தையாவும் எழுந்து வந்தான்.

“ராமுச்சூடும் நல்ல மள. ஆடுக எப்புடி கெடக்குதுகளோத் தெரியல போயி பாக்குறியளா? கீர சோறு திண்ணது. வயத்த வலிக்குது வேலியோரம் பொயிட்டு வர்றன்.”

“லாந்தர கொண்டா. நாம் போயி பாக்கன்.” என்று லாந்தரை வாங்கிக்கொண்டு கைக்கம்பையும் எடுத்துக்கொண்டு போனான். குறுந்தாயி புடவையை உதறிக்கட்டியவாறே அடுத்த கொல்லையைத் தாண்டியிருந்த கள்ளிவேலியை நோக்கி நடந்தாள்.

“அடியளே குறுந்தாயி இங்க வாவேன்” என்று சாத்தையா சத்தம் போடுவது கேட்டு திடுக்கிட்டாள் குறுந்தாயி.

“இந்த நேரத்துல இப்புடி சத்தம் போடுறாகளே, எதுவும் பூச்சி பொட்ட வச்சி மிதிச்சிருப்பாகளோ... ஏதாவது தீண்டியிருக்குமோ” என்று நினைத்தவள் பதறியடித்துக்கொண்டு ஓடிவந்தாள்.

“என்ன நடந்திச்சி. எதுக்கு கரஞ்சிக?”

“இங்க வந்துபாரேண்டி. நான் மோசம் பொயிட்டன் போலருக்குடி” என்றான் தலையில் அடித்துக்கொண்டவாறே.

கிட்டே வந்து பார்த்தவளுக்கு பக்கென்று நெஞ்சை அடைத்துக் கொண்டதுபோல இருந்தது.

“அடப் பாவிகளே நீங்க நல்லா இருப்பீகளா?” என்று அவளும் வயிற்றில் அடித்துக்கொண்டாள். அம்மாவும் அப்பாவும் அழும் சத்தம்கேட்டு எழுந்து வந்தாள் பொன்னாச்சரம். கள்ளி கடாப்புக்கு வாசலாய் இருந்த பகுதியில் சுருள் சுருளாய் கள்ளிச்செடி உயரத்திற்கு

மறைத்து வைத்திருந்த காரமுள் சுருள்கள் சப்பையாய் அமுங்கிக்கிடந்தன. பக்கத்தில் சிறு கம்புகளும் ஒன்றிரண்டு கிடந்தன.

"இவ்வள மழையிலயும் எவன் ஊட்டுல எழவெடுக்க எம்பூட்டு ஆட்ட திருடிட்டு போயிருக்காய்ங்களே... அவய்ங்க நல்லா இருப்பாய்ங்களா நாதியத்து போவோ" என்று திட்டினாள் குறுந்தாயி.

கள்ளிவேலிக்குள் நுழைய முடியாதென்பதால் வாசலில் போட்டிருந்த காரமுள்ளின் மீது நீண்ட பலகையைக் கொண்டுவந்து போட்டு உள்ளே இறங்கி ஆடுகளைத் திருடிச் சென்றிருக்கிறார்கள் என்பது பொன்னாச்சரத்திற்கு பிறகுதான் புரிந்தது. கைக்கம்பால் காரமுள்ளை உள்ளே தள்ளிவிட்டு போனான் சாத்தையா. அரிக்கனை எடுத்துக்கொண்டு அவனுடன் குறுந்தாயியும் பொன்னாச்சரமும் சென்றார்கள். லாந்தர் வெளிச்சத்தில் ஆடுகளை எண்ண ஆரம்பித்தான். குறுந்தாயிக்கும் மனது கிடந்து துடித்தது. ஒரு ஆடு ரெண்டாடுன்னாலும் பரவாயில்லை. நெறயா ஆட்ட களவாடிக்கிட்டு போயிருந்தானுங்கன்னா என்ன செய்யிறது. "கடவுளே நெறஞ்சய்யா. கஷ்டப்பட்டு ஒழக்கிறமே. கஞ்சி தண்ணி குடிக்காம ஆட்டோட அலயிறமே.. களவாணிப் பயலுகளுக்கு வாக்கரிசி போடவா கஷ்டப்படுறம். நீயிருந்து அவனுகள கேக்கமாட்டியா" குறுந்தாயி பலவாறும் அழுது புலம்பி களைத்துக்கொண்டிருந்தாள்.

பொன்னாச்சரம் சாத்தையாவுடன் காணாமல்போன ஆடுகளை அடையாளம் காணுவதில் கவனமாயிருந்தாள். எண்ணி முடித்த சாத்தையா, அய்யோ! பதிமூணு ஆடுகள காணுமுண்டி-" என்று தலையில் அடித்துக்கொண்டு அழுதான்.

"அய்யோ... அய்யோ... எம்புட்டு ஆடு பதிமூணு ஆடுக பொயிட்டுதோ" என்று வயிற்றிலும் வாயிலும் அடித்துக்கொண்டவள் தொழுவுக்குள் விழுந்து புரண்டாள்.

பதிமூன்று ஆடுகள் குறைகிறது என்றபோது இனி எந்தெந்த ஆடு என நம்மால் சீக்கிரம் கண்டுபிடிக்க முடியாது. ஒவ்வொன்றாய் மேயும்போது பார்த்தால்தான் காணாமல்போன ஆடுகள் எவையெனத் தெரியும் என நினைத்தவள் குட்டிகளைத் திறந்துவிட்டாள். குட்டிகளைக் கண்டதும் தாய் ஆடுகள் கத்திக்கொண்டு ஓடின. குட்டிகள் தாயோடு சேர்ந்தபின் தாயாட்டைக் காணாது தவித்துக்கொண்டு நின்றன மூன்று இளம் குட்டிகள்.

"அம்மா பாத்தியா... இதுகளோட தாயாடும் களவுபொயிட்டுது." அதைப் பார்த்த குறுந்தாயி இன்னும் வேகமாய் மார்பில் அறைந்துகொண்டாள்.

"இனி இந்தக் குட்டிகள நான் எப்புடி காப்பாத்துவன்."
"....."

"ஆட்ட பிரிச்சி குட்டிகள தவிக்க விட்டுட்டாய்ங்களே... அவங்க தாயோட புள்ள, புள்ளயோட தாய் ஒட்டாம பொயிட மாட்டாய்ங்களா.. நாதியத்து நிக்க மாட்டாய்ங்களா கடவுளே" நீண்டநேரம் வரை புலம்பிக்கொண்டிருந்தாள் குறுந்தாயி.

5

பிராமலையில் இருந்தது காயாம்பு கீதாரியின் வலசை. இன்றைக்கு எந்நேரமானாலும் காயாம்பு கீதாரியைப் பார்த்து பேசிவிட்டுத்தான் போவதென்ற முடிவோடு வந்திருந்தான் சாத்தையா- அவன் நினைத்தபடியே அவர் ஆடைக் கலைத்துக்கொண்டு மேய்ச்சலுக்குப் போயிருந்தார். மேச்சல் கெடையில் போய் கீதாரியைப் பார்த்தான்.

"வாப்பு.. நல்லாருக்கிறியா? ஆடுகல்லாம் நல்லா நிக்கிதுகளா. பொண்டாட்டி புள்ளைக நல்லாருக்குதா?" அடுக்கடுக்காய் அவர் கேட்ட கேள்விகளுக்குப் பதில் சொன்ன சாத்தையா அதற்குமேல் பேசாமல் நின்றான்.

"என்னப்பு இவ்வள தூரம் வந்துருக்க. ஏதாவது பிரச்சினையா."

"பிரச்சினை ஒண்ணுமில்ல மாமா. ஆடுமேச்சி வாழவுடமாட்டாய்ங்க போலருக்கு மாமா."

"என்னப்பு சொல்ற?"

"ஆமாம் மாமா. விடாத மழையில ராவோட ராவோ எம்புட்டு ஆட்ட பதிமூணு ஆட்ட களவாடிக்கிட்டு பொயிட்டாய்ங்க மாமா."

"ஒரே மொத்தமா பதிமூணு ஆட்டயா களவாண்டாய்ங்க."

"ஆமா மாமா."

"அடக்கடவுளே! ஆட்ட எங்க அடையப்போட்டுருந்த."

"கள்ளிக்கடாப்புல போட்டு காராமுள்ளு வச்சி அடங்கிருந்த மாமா."

"........."

"காராமுள்ளு மேல பலகயப்போட்டு நடந்து உள்ள எறங்கி, பதிமூணு ஆட்டயும் தூக்கிக்கிட்டு போயிருக்காய்ங்க மாமா."

"ஆடு அடையாளம் தெரியுமுல்லப்பு ஒனக்கு."

"பெத்தவுகளுக்குப் புள்ளய அடையாளம் தெரியாதா? எனக்கு எம்புட்டு ஆடு எல்லாமே நல்லா அடையாளம் தெரியும் மாமா."

"எதுக்காவ மாமா கேக்குறீக."

"ஆடு எங்கன்னு கண்டுபுடுச்சிருவம்ப்பு."

"அதெல்லாம் வேண்டாம் மாமா. காம்பவுட்டு எறங்குன பாலு மறுபடி மடிசேருமா? நம்ம கையவுட்டுப் போனது போனதுதான்."

"ஒனக்கென்ன ஆடுக வேணுமுன்னா சொல்லு. புடிச்சிருவம்."

"வேண்டாம் மாமா. போனது போவட்டும். இருக்குற ஆடுகளயாவுது காப்பாத்திக்கிறணும்."

".........."

"எங்கூட வந்து காடுபாத்து வுடுங்க மாமா."

"எப்பு. என்ன சொல்லறப்பு நீ. இப்ப போயி காடு பாக்க முடியுமா?"

".........."

"மள நேரத்துல எப்புடிப்பு பயணம் போறது."

"ஒரு நாளுக்கூட மானம் ஒத்தாச காட்ட மாட்டங்குது. தெனமும் போட்டுச் சாத்துது. இதுல எப்புடி பயணம் போறது...."

".........."

"ஆடுக ஈண்டுருக்கா."

"நாப்பது நாப்பத்தஞ்சி குட்டிக ஈண்டுருக்கு. நாளுக்கு மூணு நாலுன்னு ஈண்டுகிட்டுருக்கு."

"ஆடுக ஈணுற நேரத்துல பயணம் போகலாமா? குட்டிகள் எப்புடி கொண்டுபோயி சேப்ப? தாயாட்ட எப்புடி ஓட்டுவ? என்னப்பு எதுவும் புரியாம பேசுற?"

"அந்த ஊருலயே இருந்தா எம்புட்டு ஆட்டயெல்லாம் தெனமும் பத்தா ஓட்டிக்கிட்டு பெயிருவாயிங்களோன்னு பயமாருக்கு மாமா."

"பயந்தா முடியாதப்பு. நம்ம இன்னங்கொஞ்சம் கவனமாயிருந்து ஆடுகள பாதுகாத்துக்கிறனுமே தவர பயந்துகிட்டு ஓடக்கூடாது."

"நமக்கு ஏம்மாமா வீராப்பெல்லாம்?"

“நான் பயந்துக்கிட்டு ஓடக்கூடாதுன்னு சொன்னது நம்ம வீராப்ப காட்ட இல்லப்பு. நம்ம பொருளுக்கு சேதம் வந்துரக்கூடாதுல்ல. அதுக்காவந்தாம்ப்பு சொல்றன்.”

“..........”

“தை மாசந்தேன் இனிமே நம்ம பயணம் போகலாம். அப்பதான் ஒத்தாப்புல எல்லாக் குட்டிகளையும் தாயில உடலாம். ஆடுக நூறுண்டா குட்டிக நூறுண்டு பத்திக்கிட்டுப்போக நல்லாருக்கும்.”

“.........”

“இப்பயெல்லாம் தாயாட்ட தனியா, செனயாட்ட தனியான்னு பாத்துப் பாத்து ஓட்டமுடியாது. குட்டிகள் ஒவ்வொன்னா தூக்கிப் போக முடியுமா?”

“அந்த ஊருல இருக்கவே எனக்கு புடிக்கல மாமா.”

“புடிக்கிதோ புடிக்கலயோ இருந்துதான் ஆகணும். மார்கழி வரைக்குமாவுது இருந்தாகணும்.”

“ஊர் பெரியவங்க யாருகிட்டயாவுது சொல்லலாமா மாமா?”

“ஊர்க்காரன்தான் ஆட்டத் தூக்குனான்னு நீ என்னத்தக் கண்ட. அசலூருக்காரன் வந்துருக்கக்கூடாதா?”

“அயலூருக்காரன் வந்து மறு ஊருல வேலையகாட்டுவாய்ங்களா மாமா”

“அயலூரானா இருந்தான்ன உள்ளூருக்காரனா இருந்தான்னப்பு நம்ம பொறம்போக்குதான? நம்ம கடுக்கன புடுங்குனா எவன் காது வலிக்குமுங்கற?”

“ஊருக்கு ஊரு நம்ம ஆளுக எல்லாருமே வந்து ஆடுக களவு போகுதுண்டு பொலம்புக்கிட்டுதான் இருக்கிறாக, இந்த நாட்டுல எல்லா ஊருலையும் களவாணிப் பயலுகளாத்தான் இருக்காய்ங்க. நம்ம இனிமே இங்க இருக்கவேண்டாம். இந்த மளக்காலத்துக்கு மட்டும் எப்புடியாவது தாக்குப்புடிச்சிக் கெடந்துட்டு பெரும்பயணமா வேறநாட்டுப்பக்கம் பெயிருவம்ப்பு” என்று சமாதானப்படுத்தி அவனை அனுப்பிவைத்தார் காயாம்பு கீதாரி. அவன் ஆட்டுக்கெடைக்கு திரும்புவதற்குள் பொன்னாச்சரமும் குறுந்தாயியும் ஆடுகளை மேய்த்து தொழுவுக்குக் கொண்டுவந்து சேர்ந்திருந்தார்கள். தாயற்ற குட்டிகள் மூன்றையும் பொன்னாச்சரம் வேறு ஆடுகளில் ஊட்டவைக்க பெரும்பாடுபட்டுக்கொண்டிருந்தாள். குட்டிகள் பசியால் எந்த ஆட்டிலும் ஊட்ட ஆவலாய் இருந்தபோதும் ஆடுகள் மடியைக்

காட்டாமல் உதைத்துவிட்டு ஓடின. அதிக மடியுள்ள இளம் குட்டிகளின் தாயாடுகள் ஒவ்வொன்றாகப் பிடித்துவந்து அவற்றின் கால்களைக் கட்டி அசையாமல் நிற்க வைத்து பிறகு இந்தக் குட்டிகளை ஊட்டவைத்துக்கொண்டிருந்தாள்.

அன்றிலிருந்து கொங்காணியை எடுத்துக்கொண்டு வந்து ஆட்டுக்கெடையிலேயே படுத்துக்கொண்டான் சாத்தையா. மறுநாள் தானும் பொன்னச்சாரமும் ஆடு பார்த்துக்கொள்கிறோம் என்று சொல்லி குறுந்தாயியை நயினார்பாளையம் காட்டுக்கு அனுப்பிவைத்தான். மழை நாளுக்கு மூக்கனின் ஆடுகள் அங்குதான் கிடக்கும். அங்குபோய் சின்னமகன் சேதுவை அழைத்து வரச்சொல்லி அனுப்பினான்.

இந்த மழை நாளுக்கு மட்டும் இருந்து ஆடுகளைப் பாதுகாத்துக் கொடுத்துவிட்டுப் போகும்படி சொல்லி அழைத்து வரச்சொன்னான்.

மகனைக் கூப்பிடப் போகும் சாக்கில் மகள் அன்னபூரணியையும் பார்த்துவிட்டு வந்துவிடலாமென்று விடியற்காலையிலேயே வண்டியேறி விட்டாள் குறுந்தாயி. மூக்கனின் மகனுக்கு அன்னபூரணியைக் கொடுத்த கையோடு மூக்கனின் மகள் முத்தமாள், "நான் கட்டிக்கொண்டால் சேதுவைத்தான் கட்டிக்கொள்வேன்" என்று பிடிவாதமாய் இருந்துவிட்டாள். கூலிக்கு ஆடுமேய்க்க வந்தவனுக்கு பெண்ணைக் கட்டிக் கொடுப்பதா என்று ஆரம்பத்தில் தயங்கினாலும் அவனுடைய தங்கச்சியைத்தானே நம்முடைய பிள்ளைக்குக் கட்டியிருக்கிறோம் என்று சொல்லி அவள் விருப்பப்படியே கல்யாணத்தைச் செய்துவைத்து விட்டார்கள். கூலியாடு மேய்க்கப்போன சேது வீட்டோடு மாப்பிள்ளையாய் ஆடுமேய்த்துக்கொண்டு அங்கேயே இருந்தான். அவனுக்கென்றும் உரிமையுள்ள ஆடுகளைக் கொஞ்ச நாட்களுக்குப் பார்க்கட்டுமே என்றுதான் சாத்தையா அவனை கூப்பிட்டு அனுப்பியிருந்தான்.

"நொப்பன் வீட்டு ஆட்ட மேய்க்க நீ அங்க போகக்கூடாது" என்று ஆரம்பத்தில் தடுத்துக்கொண்டிருந்த சேதுவின் பெண்டாட்டி முத்தம்மாள் நீ போனாக்க நானுந்தேன் ஓங்கூட வருவேன்" என்று சொல்லி சேதுவோடு அவளும் கிளம்பிவிட்டாள்.

மகன் மருமகளோடு வந்து சேர்ந்த குறுந்தாயியைப் பார்த்து சந்தோசப்பட்டான் சாத்தையா. "ரெண்டு பொண்ண கட்டிக்குடுத்தம். ரெண்டு புள்ளைக்கி கல்யாணம் பண்ணுனம். ஆனா இதுவரைக்கும் யாரயும் நம்மகூட ஆட்டுக்கெடயில கொண்டாந்துவச்சி அதுக சிரிச்சிப்பேசி கழிக்கிறத கண்ணால கண்டதில்ல. இப்பவாச்சிம் எம்மகனையும் மருமகப்புள்ளையும் கூட்டியாந்தியே குறுந்தாயி" என்று சொல்லி நிம்மதியடைந்தான்.

முத்தம்மா வந்தது குறுந்தாயிக்கும்கூட ஒத்தாசையாகத்தான் இருந்தது. வலசையில் சோறுபொங்குவது குழம்பு கொதிக்கவைப்பது போன்ற வேலைகளை அவளே செய்துவந்தாள். பொன்னாச்சரத்திற்கும் கூட தன் அண்ணி வந்தது வசதியாய் இருந்தது. எப்போதும் முத்தம்மாளிடம் எதையாவது பேசிக்கொண்டே இருந்தாள். மகனையும் மருமகளையும் படுக்கவைக்க தனிக்கூண்டு கட்ட நினைத்தான். சாத்தையா. அதுவேண்டாமென்று சொல்லி தடுத்துவிட்டாள் குறுந்தாயி.

"இருக்கிற கூண்டுகளயே என்ன செய்யிறதுன்னு தெரியல."

"ஏன்"

"நீங்க தான சொன்னீக. மார்கழியில பயணம் போறமுண்டு. இந்த நாட்டவுட்டு வேறநாடு போவதெண்டு சொன்னீக. அவ்வள தூரம் இதயெல்லாம் தூக்கிச்சொமக்க முடியுமா? ரெண்டு மாத்த சீராட்டுக்காவ புதுசா கூண்டுகட்டி அத அப்புடியே போட்டுட்டுத்தான் போக முடியுமா?

"……….."

"பேசாம இருங்க. இப்ப புதுசா எந்தக் கூண்டும் வேண்டாம்."

"அப்புறம் அதுகள எங்க படுக்க வைக்றதாம்."

"இருக்குற கூண்டுல படுக்கச் சொல்றது."

"அப்ப நீ, சின்ன மக நான் எல்லாம்."

"நீங்கதான் ஆட்டுக்கெடயில கொங்காணிய போட்டுக் கவுத்துக்கிட்டு கெடக்கப்போறீக."

"நீங்க ரெண்டுபேரும்."

"நானும் இதுவும் அந்த ஓட்டு வீட்டு மாட்டுத்தொழுவுல படத்துக்கிர்றம்."

"மாட்டுத் தொழுவுலயா?"

"ஆமாம். இன்னம் ரெண்டே மாசந்தான?"

"அதுவும் சரிதான். நீ எப்புடியோ போ" என்றவன் கூண்டு கட்டும் சிந்தனையை விட்டுவிட்டு மேய்ச்சல் தரிசு பார்த்து ஆட்டை பத்திக்கொண்டு போனான்.

"அப்பன், மயன் ரெண்டுபேரு இருந்து ஆடு பாக்குறிய எண்டு தெரிஞ்சாலே போதும். எந்தக் களவாணிப்பயலும் கள்ளிக்கடாப்பு பக்கம் இனிமே எட்டிப்பாக்க மாட்டாய்ங்க" என்றாள் குறுந்தாயி.

"ஆமாண்டி... அது தெரிஞ்சிதான அவன நான் போயி கையோட கொண்டான்னு சொன்னது."

"அதுசெரி. ஆடு வளைக்கவும் அப்பன் மயன் ரெண்டுபேரும் இருக்குறிய. வலசயில சோறுபொங்கவும் மக, மருமக ரெண்டுபேரும் இருக்குதுக."

"அதுக்கு..."

"நான் நாலு நாளைக்கு ஊருக்குப்போயி தங்கியிருந்துட்டு வாறனே."

"ஊருல என்ன இருக்கு. நீ இப்ப போரத்துக்கு."

"ஏன் எம்மயன் இல்லயா மருமக இல்லயா? மக மருமக இல்லயா, பேரப்புள்ளைக இல்லையா? அதுகள நான் பாக்கயிண்டு ஆசப்படமாட்டானாக்கும்."

"சேரி, சேரி நீ எப்ப வேணுன்னாலும் பொயிட்டு வா. எனக்குத்தான் தெரியுமே எல்லாம்."

"ஒங்களுக்கு என்ன தெரியும்."

"நீ எதுக்காக கால தூக்கிக்கிட்டு நிக்கிறாயிண்டு?"

"எதுக்காக நிக்கிறேனாக்கும்."

"சின்ன மகள போயி பாத்துட்டு வந்துட்ட. அடுத்தது பெரிய மகளுக்கு மூட்ட தூக்கணுமுன்னு ஆசப்படுற?"

"அட அவுசாரி பெத்த மகனே. இந்த ஆட்டுக்கெடயில என்ன வச்சிருக்கிற? எம்புட்டு மகளுகளுக்கு நான் மூட்டகட்டிக் கொண்டு போயி குடுக்கப்போறனாக்கும்."

"..........."

"ஆட்டாம்புளுக்கய விட்டா ஒவ்வூட்டுல வேற ஏதாச்சிம் பண்டாம்பாடி இருக்குதா. மூட்ட எறக்கப்போறனாமுல்ல மூட்ட எறக்க."

"தெரியாம சொல்லிப்புட்டன் விட்டுறு குறுந்தாயி."

"என்ன தெரியாம சொல்லுறது. தெரியாம சோறுன்னு பீய எடுத்துத் திம்பியளா? அப்புடி தின்னு, நான் ஒத்துக்கிர்றன் நீ தெரியாமந்தான் சொன்னாயெண்டு."

வாய்தவறி பேசிவிட்டால் குறுந்தாயியிடம் வாங்கிக் கட்டிக்கொள்ள முடியாது என்பது சாத்தையாவுக்கு நன்றாகவே தெரியும்தான்.

இருந்தும் ஏனோ வாய்க்கொழுப்பெடுத்து பேசிவிட்டான். இனி இவள் எப்போது வாயை மூடுவாளோ என்றிருந்தது சாத்தையாவுக்கு.

இதுபோல தொடர்ந்து பேசிக்கொண்டிருந்தால் அவனுக்கு கோபம் வந்துவிடும். கோபம் வந்துவிட்டால் பிறகு என்ன செய்கிறோம் ஏது செய்கிறோம் என்றுகூட யோசித்துப் பார்க்காமல் படுகெடயாய் அடித்துப்போட்டுவிடுவான் என்பது குறுந்தாயிக்கும் தெரியும். இதுவரைக்கும்தான் நமக்கு மரியாதை. இத்தோடு நிறுத்திக்கொள்ள வேண்டும். என்பதுபோல விளக்கெண்ணெய் பாட்டிலையும் சுண்ணாம்பு டப்பாவையும் எடுத்துக்கொண்டு தொழுவை நோக்கிப்போனாள்.

இளங்குட்டி ஆடு ஒன்று குட்டிக்கு பால் கொடுக்க முடியாமல் அவதிப்பட்டுக்கொண்டு நின்றது. நேற்று முதல் அது படும்பாட்டைப் பார்த்து, இன்று காலையிலேயே அதற்கு ஏதாவது வைத்தியம் செய்துவிட வேண்டுமென்று நினைத்திருந்தாள்.

அவள் எதற்காக கள்ளிக்கடாப்புக்குப் போகிறாள் என்பதை அறிந்து சாத்தையாவும் பின்னாலே சென்றான். தொழுவுக்குள் சேதுவும் பொன்னாச்சரமும் குட்டி திறந்து விட்டுக்கொண்டு நின்றார்கள்.

"அண்ணே.. இது மூணும் தாயித்தா குட்டிகண்ணே. இதுகள என்னமா வளத்துட்டன் பாத்தியா. பல்லுபுடிச்சிரிச்சி. இனிமே வேப்பங்கொல கடிக்க ஆரம்பிச்சிருங்கண்ணே" என்றாள் பொன்னாச்சரம்.

"ஆமாத்தா தங்கச்சி.. நீயில்லயிண்டா குட்டிகள் காப்பாத்தியிருக்க முடியாதாமுல்ல. அப்பாகூட நேத்தக்கி மேச்சகடயில ஓண்ணப் பத்திதாந்த்தா ஓசத்தியா பேசிக்கிட்ருந்திச்சி."

"நான் அப்பாகிட்ட சொல்லிருக்கண்ணே. இந்தக் குட்டி மூணயும் எனக்கு கொடுத்துறணுமுண்டு சொல்லி."

"அப்புடியாத்தா... நல்ல குட்டிகளாதான் இருக்கு. செரி செரி இன்னம் கொஞ்சம் பெரிசாவுறவரைக்கும் பத்தரமா பாத்துக்காத்தா. மேச்சலுக்குப் பொயிட்டுதுன்னா பெறவு கவலயில்ல."

"ஆமாண்ணே. நாம் பத்தரமாத்தான் பாத்துக்கிடுறன். இதுல ஒரு குட்டி கிடாக்குட்டிண்ண."

"அப்புடியாத்தா. இருந்தா போவுது. கிடாய அப்பாகிட்ட குடுத்துட்டு அதுக்கு பதிலா ஒரு பிருவ குட்டிய எடுத்துக்க."

"இல்லண்ணே நான் கொடுக்கமாட்டன்."

“தங்கச்சி. ஏந்த்தா அத கொடுக்க மாட்டங்குற. பிருவ குட்டின்னா ஆடு பொருகுமுல்லத்தா.”

“அதுக்கில்லண்ண. இது ஒத்த கொளம்பு கிடாண்ணே. நல்ல அதிஷ்டகார குட்டிண்ணே.”

“அப்புடியா தங்கச்சி. நான் இதுவரைக்கும் பாக்கலயேத்தா” என்றவன் கிட்டே வந்து குட்டியைத் தூக்கிப் பார்த்துவிட்டு,

“ஆமாத்தா. ஒத்தக் கொளம்பு கிடாதான். நல்ல அதிர்ஷ்டந்தான். குட்டியும் அதிர்ஷ்டம் நீயும் அதிர்ஷ்டசாலிதான்.” இவ்வாறு அவர்கள் பேசிக்கொண்டிருப்பதற்கு காதுகொடுத்தபடியே கள்ளிக்கடாப்புக்குள் நுழைந்தாள் குறுந்தாயி.

“எத்தா பொன்னாச்சரம்...”

“என்னம்மா...”

“அந்த மைக்கற ஆடு எங்க நிக்கிதுண்டு பாரு.”

“எந்த மைக்கர... கொப்பாடாம்மா?”

“கொப்பாடு இல்லத்தா. மொட்ட மைக்கறதேன். எளங்குட்டியாடு. குட்டியோட நிக்கிம் பாரு.”

பொன்னாச்சரம் ஆடுகளுக்கிடையே தேடினாள். தாயாடுகள் எல்லாம் பாலைக்குடித்துவிட்டு துள்ளிவிளையாடும் குட்டிகளை நக்கியபடி அவைகளோடு அங்குமிங்குமாய் அலைந்துகொண்டு நிற்க, மைக்கறை ஆடு மட்டும் படுத்துக்கிடந்தது. அதனுடைய குட்டி படுத்திருந்த ஆட்டின் மடிக்குள் வாயை நுழைத்து பாலைக் குடிக்க பிரயாசைப் பட்டுக்கொண்டிருந்து.

“எம்மா மைக்கர மொட்டயாடு படுத்துட்டுதும்மா.”

“அதுக்கு ஒத்திரியம் தாங்கமுடியாமத்தான் படுத்துட்டு. அது அப்புடியே கெடக்கட்டும். இந்தா நான் வாறேன்” என்று தான் கையோடு கொண்டு வந்திருந்த விளக்கெண்ணையை உள்ளங்கையில் ஊற்றி, அதில் கொஞ்சம் சுண்ணாம்பை எடுத்துப்போட்டு மதிச்சாள்.

“செத்த நாழி இஞ்ச வாத்தா. இந்த ஆட்ட அசையாம புடிச்சிக்க” என்றாள்.

“என்னம்மா செய்யிது இந்த ஆட்டுக்கு?”

“பால் வாசத்துக்கு சுண்டெலி ஒரு பால்காம்ப கடிச்சிருக்கு. காம்பு கண்ணடச்சி வீங்கிப் போயிருச்சி.”

“சுண்டெலி கடிக்குமாம்மா.”

"அதயேன் கேக்கிற. இந்த நாளூ வந்துட்டா இதுகக்கிட்ட வேற பெருந்தொல்ல. ஆடு படுத்துருக்குக்குள்ள அது காம்ப கடிச்சிருங்க. இந்தச் சுண்டெலி கடியால காம்பு வீங்கி ஓட்டயெல்லாம் அடப்பட்டுப்போகும். பாலு வராது. கையவச்சா வலியில ஆடு துடியா துடிக்கும்."

"அப்பறம் சரியா பொயிருமாம்மா?"

"எங்க சரியா போறது. நம்ம நேரமும் நல்ல நேரமா இருக்கணும்."

"நலுருகண்டு ஆட்டுக்கு குளிரு காய்ச்ச மாதிரி வந்துரும். செத்துப்போனாலும் போவும். செலசமயம் பொழக்கிறதும் உண்டு."

"என்னம்மா இவ்வள அலட்சியமா சொல்லுற?"

"வேற எப்புடித்தா சொல்றது. நம்ம கெடயிலேயே எத்துனயோ ஆடுக சுண்டெலி கடிச்சி செத்துத்தான் போயிருக்குதுக."

"அம்மா இப்ப என்ன செய்யப்போற?"

"இந்தா இதத்தான் தடவிவுடப்போறன். ஒரு காம்புலதான் எலி கடிச்சிருக்கு. ஒத்தக் காம்புல குட்டி குடிச்சிருக்கும். சரியாக்கிப்புரலாமுண்டு நெனக்கிறன் பாப்பமே."

ஆட்டின் வீங்கிய காம்பில் கையில் குழைத்து வைத்திருந்த மருந்தைத் தடவினாள். ஆடு துடித்து எழும்பப்பார்த்தது. அமுக்கிப் படுக்கவைத்தாள்.

"ஏய் தம்பி நல்ல நீட்டா சன்னமா இருக்குற காரமுள்ளு பார்த்து ஒண்ணு ஒடிச்சிக்கொண்டாவே" என்றாள்.

"நேத்து மேச்சகெடயில நண்டுவள மண்ண கொழச்சித் தடவிவுட்டனே. இன்னும் வீக்கம் கொறயலயாக்கும்?" என்று கேட்டபடியே வந்தான் சாத்தையா.

"அதான் கொஞ்சம் ஒரு மாதிரியா இருக்குது. முள்ள கொண்டா குத்திவிட்டுப் பார்ப்போம்" என்றவள், சேது கொண்டுவந்து கொடுத்த முள்ளை வாங்கிக்கொண்டாள்.

"கடவுளே நெறஞ்சய்யா" என்று முணுமுணுத்தவாறே ஆட்டின் காம்பில் ஓட்டை இருந்த இடத்தில் முள்ளை வைத்து மெதுவாய் துவாரத்தின் வழியே முள்ளை உள்ளே செலுத்தினாள். ஆடு வலியால் துடித்தது. முழு முள்ளும் உள்ளே சென்றபின் முள்ளை மெதுவாய் சுழற்றிவிட்டாள். பொன்னாச்சரத்திற்கு அம்மா செய்வதையும் ஆடு படும் வேதனையும் பார்த்து சகித்துக்கொள்ள முடியவில்லை.

"இந்தப் பாழாப்போன எலிக எங்கேயிருந்து வருதுக?"

"சுண்டெலி எல்லா எடத்துலயும்தான் இருக்கும்."

"இஞ்ச இருக்காம்மா?"

"இல்லாமயா ஆட்டுக்காம்ப கடிச்சிருக்கு."

"எங்கம்மா இருக்கு?"

"வேலியோரத்துல பாரு இருக்கும். ஓட்டாஞ்சில்லு சின்னச்சின்ன கல்லு எல்லாத்தையும் பொறுக்கி முட்டலா போட்டு மூடிக்கிட்டு உள்ளுக்குள்ள சின்னதா வலதோண்டிக்கிட்டு இருக்கும் பாரு."

"எம்மா அதுதான் சுண்டெலியாம்மா. எம்புட்டு வெரலுபெருசுகூட இருக்காது. அதுவா ஆட்டுக்காம்ப கடிக்கிது."

"ஆமாத்தா எறும்பு யானபெரிசியா இருக்குது. அது நம்மளக் கடிக்கிறதில்ல அது மாதிரிதான்."

முள்ளை மெதுவாய் வெளியே இழுத்துவிட்டு காம்பை அழுத்திப் பிதுக்கினாள். ரத்தமும் சீழுமாய் வருவதுபோல் பால் வந்தது.

"துவாரம் தொறந்துக்கிச்சி. இன்னக்கி இந்த ஆட்ட மேச்சகெடக்கி ஓட்ட வேண்டாம். தொழுவுலேயே கெடக்கட்டும். இன்னம் ரெண்டுவேல மருந்து போட்டுவிடுவம். பொழுது சாயிறத்துக்குள்ள காம்புல பாலு வரவச்சிறணும்" என்றவள் எழுந்துகொண்டாள். ஆடு எழுந்து தடுமாறி பின் நின்றது.

பொன்னாச்சரம் அப்பாவின் ஆடுமேய்க்கும் கைக்கம்பை எடுத்துக்கொண்டு வேலியோரமெங்கும் பார்த்துக்கொண்டே வந்தாள். சுண்டெலி வலைகளின் மேலே பாதுகாப்பிற்காக அவை பொறுக்கிப் போட்டிருக்கும் ஓடு, கல் இவைகளைத் தள்ளிவிட்டு உள்ளே தெரிந்த சிறிய வளைக்குள் கம்பால் குத்தினாள். எலிகள் தப்பிவிடக்கூடாது என்று இன்னும் மண்ணை அள்ளிப்போட்டு வளையை இழுத்து அழுத்தி மூடினாள். "உள்ளயேத்தான் ஒங்களுக்கு சமாதி."

"அம்மா, ஆட்டுக்கு ஒண்ணும் ஆகாதுல்ல," என்றாள் பொன்னாச்சரம்.

"ஆடு பொழச்சிக்கிருமுல்லம்மா" என்றான் சேது.

"அந்த நெறஞ்சய்யாவத்தான் கேக்கணும்" என்றாள் குறுந்தாயி.

"நொம்மா மைக்கர ஆடு வேணுமுன்னு ஆசப்பட்டு கேட்டாடா. நாந்தேன் அத மேலூரு சந்தயிலேயிருந்து ஓட்டியாந்து கொடுத்தேன்."

“அதான இந்த வழி ஆடுக நம்மக்கிட்ட இல்லயேன்னு பாத்தன்” என்றான் சேது.

“மேலுரு சந்தக்கி ஒரு திருப்பு குட்டியோட்டிக்கிட்டு போனன். அங்க இந்த மைக்கரயும் வந்திருந்திச்சி. அதப்பாத்ததுலேருந்து எப்புடியாவுது போகக்குள்ள கையோட இத புடிச்சிக்கிட்டு பொயிரணுமிண்டு நின்னன்.”

“..........”

“நொம்மா ரொம்ப நாளாவே இந்த குட்டி வேணுமுண்டு கேட்டுக்கிட்டிருந்தாளா. பாத்தன் எம்புட்டு குட்டிக ஒண்ணும் வெலபடிஞ்சி விக்கல. பணமிருந்தாத்தான் அந்தக் குட்டிய நம்ம புடிக்கலாம். நம்ம கைக்கி பணம் வர்றத்துங்காட்டியும் வேற யாராவது அந்தக் குட்டிய புடிச்சிட்டா என்ன பண்றதுண்ணு நெனச்சிக் கிட்டுருந்தனா...”

“..........”

“அப்பத்தேன். புளியங்குடி பொண்டுரு இல்ல, அவரு வந்தாரு. ஏற்கனவே அவரு ஓட்டிவந்த குட்டியயெல்லாம் வித்துட்டு வெறுங்கையோட நின்னாரு. எடவாறு நெறயா பணம் வச்சிருந்தாரு.”

“..........”

“மாமு எம்புட்டு குட்டிக எதுவும் இன்னமும் விக்கல. நீங்கதான் வித்துக்குடுக்கனுமுன்ன.”

“குட்டி விக்கத்தெரியாத எடயப்பயலாடா நீனுன்னு ஏசிப்புட்டு எடவாற மறச்சபடி வேட்டியமடிச்சி ஒசத்திக்கட்டினாரு.”

“மாமு, எனக்கு அந்த மைக்கர குட்டி வேணுமுண்டன். அவரு கைக்காச குடுத்துட்டு குட்டிய புடிச்சாந்து எம்புட்டு கையில குடுத்துட்டாரு.”

“பெறகு, எம்புட்டு குட்டிகள் வித்து காச எடுத்துக்கிட்டு மிச்சத்தக் குடுத்தாரு.”

“..........”

“தரகு கூலியா என்ன கேட்டாரு தெரியுமாடா!”

“என்ன கேட்டாரு?”

“மாட்டுக்கறி பிரியாணியும் பட்டசாராயமும் வாங்கிக்குடுத்திட்டு தாண்டாலே போகணுமுன்னுட்டாரு.”

“அதெல்லாம் குடிப்பறாப்பா.”

“எப்பவாவுது இதுமேரி சந்தைக்குப் போகக்குள்ள யாராவுது செலவு பண்ணுனா குடிப்பாரு போலருக்கு. அவரோட எடவாற மாத்திரம் தொட மாட்டாருடா. கெட்டிக்கார மனுசன்”

“யாம்பா அவரு பேரே பொண்டுரு தானாப்பா?”

“இல்லயிடா. அவருபேரு என்னமோ ராமசாமியோ என்னமோடா. பொம்புள மாதிரி பேசுவாருடா. அதுனாலதான் அவர எல்லாரும் பொண்டுரும்பாக.”

“ஆசப்பட்டு வாங்குன மைக்கர ஆடு பொழச்சிறணும். இன்னும் நெறயா குட்டிபோட்டு மைக்கர ஆடுக நம்ம கெடயிலயும் பெருகணும்” என மனத்திற்குள் வேண்டிக்கொண்டாள் பொன்னாச்சரம்.

மைக்கரை ஆட்டின் குட்டியும்கூட தாயைப் போலவே நீலம் பூத்த கருமை நிறத்தில் பார்க்க அழகாய் இருந்தது. ஒரு காம்பில் குடித்த பால் போதாமலோ என்னவோ அதுவும் சற்று சோர்ந்தது போலவே நின்றுகொண்டிருந்தது.

6

கொம்போடு கொம்புமோதி கிடாய்கள் இரண்டு சண்டையிட்டுக் கொள்ளும் சத்தம்கேட்டுத் திடுக்கிட்டு எழுந்தான் சாத்தையா. அவற்றின் சண்டையால் மிரண்டுபோய் நின்றன ஓரிரண்டு இரண்டாம் பிருவக்குட்டிகள். “இவங்களுக்கு வேற வேலயில்ல நிம்மதியா நம்மள படுக்க விடுறாய்ங்களா. இவய்ங்க போட்டுக்கிற சண்டயில நம்மள போட்டு மிதிச்சித் தொவச்சி சப்பய நவத்திடுவாய்ங்க போலருக்கு” என்று அலுத்துக்கொண்டவாறே படுத்திருந்த இடத்தைவிட்டு எழுந்து, கிடாய்கள் மோதிக்கொள்ள போதுமான இடத்தை விட்டு ஒதுங்கி நின்றன ஆடுகள் சில. அவற்றோடு எழுந்துகொண்ட அவைகளின் குட்டிகளும் ஓரமாய் ஒதுங்கிக்கொண்டன. தாயாடுகளின் வயிற்றோடு உரசியபடி பாதுகாப்பாய் நின்றவை தூக்கம் தாளாதது போல நின்றுகொண்டே கண்மூடித் தூங்கத் தொடங்கின.

கிடைக்குள் பெரும்பாலும் குட்டிகள் அனைத்தும் தாயோடுதான் படுத்திருந்தன எல்லாக் குட்டிகளுமே பல் முளைவைத்து தழைகடித்து தாயோடு மேய்ச்சலுக்குப் போகப் பழகியிருந்தன. இருந்தாலும்கூட இன்னும் ஓரிரு மாதங்களுக்கு அவை தாயிடம் பால்குடிப்பதை விடாது. நாமும் எழுந்தால் நேரம் காலம் தெரியாத குட்டிகள் பால்குடிக்கும் ஆசையில் மடியில் முட்டிமோதி தொல்லை செய்யுமே என்று எண்ணமிட்ட ஆடுகள் சில கிடாய்களின் சண்டையைப் பொருட்படுத்தாமல்

அப்படியே படுத்துக்கிடந்தன. பல் முளைத்துவிட்ட குட்டிகள் பால் வராதபோது பால்காம்பைக் கடித்துப் புண்ணாக்கிவிடுகின்றன. வளர்ந்துவிட்ட குட்டிகள் தலையால் முட்டுவதையே தாங்கிக்கொள்ள முடியாது. இதில் கடித்துவேறு அவை காம்புகளைப் பதம்பார்த்தால் எந்த ஆட்டுக்குத்தான் எழுந்து நிற்க நினைப்பு வரும்.

சாத்தையா கைக்கம்பை எடுத்து வீசி ஆடுகளின் சண்டையை விலக்கிவிட்டான். “கொட்டுற பணியில கொம்பு தீட்டிக்கிட்டு நிக்கிறிகளா சண்டைக்கி. விடியட்டும் கால ஒடிச்சி கட்டுப்போட்டு விடுறனா இல்லையா பாருங்க ரெண்டுபேரும்.” அதட்டியவாறே கிடைக்குள் வந்து தான் வீசிய கைக்கம்பைத் தேடி எடுத்துக் கொண்டான். கிடாய்கள் ஒதுங்கி நின்றாலும் ஒன்றையொன்று முறைத்தபடி நின்றன. அவை இந்த நேரத்தில் மோதிக்கொள்வதற்கான காரணத்தை அறிந்த சாத்தையா, கெடயில மூணு பேருதான் இருக்குறிய்ய, பிருவக்குட்டி பத்து பயிஞ்சிக்கு மேல நிக்கிதுக. ஆளுக்கு ரெண்டா சேத்துக்கிட்டு வெலகிப்போனான்ன எதுக்காக சண்டக்கி நிக்கிறிய? இன்னம் ஒரு மாசம் போச்சின்னா தாயாடுக அத்தனையும் குட்டிகள மறந்துட்டு அடுத்த குட்டிக்காக ஒங்கக்கிட்டத்தான் வந்து நிக்கப்போகுதுக. எதுக்காக இப்ப சண்டைக்கி நிக்கிறீக.”

சாத்தையா கற்பித்த ஞாயம் புரியாவிட்டாலும்கூட, கொம்புகிடாய்கள் இரண்டும் ஆளுக்கொரு இரண்டாம் பிருவக்குட்டியோடு உறவாடத் தொடங்கியிருந்தன.

ஆடுகள் அனைத்தும் குட்டி போட்டு பாலூட்டிக்கொண்டிருக்கும் இந்த நாட்களில் கிடாய்கள் தங்களுக்கு இணையாய் இரண்டாம் பிருவக்குட்டிகளைத்தான் சேர்த்துக்கொள்ளப் பார்க்கும். பெரும்பாலும் அவை கடந்த வருடம் போட்ட குட்டிகளாய் இருக்கும். வளர்ந்து பருவத்தில் நிற்கும் குட்டிகள் என்பதால் அவை கிடாய்களைப் பார்த்து அச்சம்கொண்டும் மிரண்டும் ஓடி கிடைக்குள் சலசலப்பை ஏற்படுத்திக்கொண்டிருந்தன.

சாத்தையா தான் படுத்திருந்த இடத்தில் வந்து உட்கார்ந்தான். பனி, மழையைப் போல இறங்கிக்கொண்டிருந்தது. தலையில் கட்டியிருந்த துணி முக்காலும் நனைந்துபோயிருந்தது. மேலுக்குப் போர்த்தியிருந்த கம்பளித்துணி உடம்பை கதகதப்பாய் வைத்திருந்தது. பக்கத்தில் சற்று தள்ளி படுத்திருந்த மகன் சேதுவைப் பார்த்தான். கொசுக்கடிக்கும் குளிருக்கும் பாதுகாப்பாய் இருக்குமென்று அவன் உடம்பு முழுவதையும் சணல் சாக்குக்குள் நுழைத்துக்கொண்டு தலை மட்டும் வெளியே தெரியும்படி படுத்திருந்தான். இரண்டு முழு

குச்சிகளை ஊன்றி அதில் கொங்காணியைக் கவிழ்த்து குடைபோல் வைத்திருந்தான். மழையென்றால் இந்தச் சம்மங்கூட்டை இடைவெளி இல்லாமல் அப்படியே போட்டுக் கவிழ்த்துக்கொள்வான். இப்போது வெறும் பனிதானே என்று இவ்வாறு கிடக்கிறான். பெரும்பாலும் சாக்குக்குள் உடலை நுழைத்துக்கொண்டாலே போதுமென்று நினைப்பவன் அவன். சாத்தையாதான் கடுமையான பணியாக இருக்கிறதென்று சொல்லி சம்மங்கூட்டை தலைக்குக் கூரையாக்கி யிருந்தான்.

மருமகள், இருந்திருந்தால் இவன் கூண்டில் படுத்திருக்க வேண்டியவன். அவள் இல்லாததால் இவன் தொழுவுக்குள் வந்து கொட்டும் பனியில் நனைந்தபடி கிடக்கிறான்.

ஆடு களவு போகிறதேயென்று குறுந்தாயியை அனுப்பி மகன் சேதுவை மட்டும்தான் அழைத்து வரச்சொன்னான் சாத்தையா. ஆனால் அவனோடு மருமகள் முத்தம்மாளும் வந்தாள். சாத்தையாவுக்கு அப்போது அது மகிழ்ச்சியாகத்தான் இருந்தது. ஆனால், அவள் வந்து முழுதாய் முப்பது நாள்கூட இங்கு இருக்கவில்லை. அவர்களுக்கென்று தனியாய் படுத்துக்கொள்ள கூண்டு கொடுத்து குறைவராமல் பார்த்துக்கொண்டபோதும் முத்தம்மாள் மாமியார் குறுந்தாயிடம் உப்பு பெறாத காரியத்திற்காகக் கோவித்துக்கொண்டு போய்விட்டாள். அவள் போயும் இன்றோடு முப்பத்தைந்து நாட்கள் ஆகிவிட்டது. அங்கேயிருந்தும் எந்தத் தகவலும் இல்லை. இங்கேயிருந்தும் யாரும் போய் பார்த்து பேசிவிட்டு வரவில்லை.

சேது மட்டும் வந்திருந்தால் இந்தப் பிரச்சினை வந்திருக்காது. இவன் நினைக்கும்போது போய் அவனாகப் பார்த்துவிட்டு வரலாம். இப்போது போடா என்று சொன்னால் போகமாட்டேன் என்கிறான். "கோவித்துக்கொண்டு போனவள் அவளாகவே திரும்பி வரட்டும். நான் எதுக்காகப் போகணும். நான் போனா ஆடுகள யாரு பாக்குறது?" என்று கேள்வி கேட்கிறான்.

'பொண்டாட்டிய விட்டு நம்ம புள்ளய பிரிச்சி வச்சிருக்கமே, பாவம் எம்மகன்' என்று அவன்மீது பரிதாபப்பட்டான். கைக்கம்பைக் பக்கத்தில் போட்டபடி தன்னிடத்தில் படுத்தான் சாத்தையா. தொழுவுக்குள் குட்டிபோடும் சலசலப்பு சற்று அடங்கியிருந்தது போலிருந்தது. கிடாய்க்கு பிருவக்குட்டி பிடிகொடுத்துவிட்டது என்று எண்ணமிட்டவனாய் தனக்குள் சிரித்தபடி தலைசாய்த்தான். கண்களை மூடி தூங்க யத்தனித்தான். தூக்கம் வரவில்லை. பிருவக்குட்டி மெல்ல கமறும் சத்தம் கேட்டது. சாத்தையாவுக்கு என்னவோ போலிருந்தது. ஏனோ திடீரென்று குறுந்தாயியின் நினைவு வந்தது. மகனும்

மருமகளும் கூண்டில் படுத்திருந்தவரை ஊர்க்காரர் ஒருவர் வீட்டு மாட்டுத்தொழுவில் மகளோடு படுத்திருந்தவள். இப்போது மருமகள் கோவித்துக்கொண்டு போய்விடவே கூண்டில் படுத்திருக்கிறாள். பனிக்கும் குளிருக்கும் பனை ஓலைக் கூண்டு கதகதப்பாய் இருக்கும். அதுவும் குறுந்தாயியோடு அணைத்துப் படுத்தால்... ஆட்டுப் புழுக்கை நெடியும் அழுக்கு நாத்தமும் கலந்து வீசும். குறுந்தாயியின் முந்தானை வாசனை சாத்தையாவின் நாசியில் உரசுவதைப் போலிருந்தது. அந்தக் கடும் பனியிலும் தன் உடல் லேசாய் சிலிப்பதாய் உணர்ந்தான். அதற்கு மேல் அவனுக்கு கிடைகொடுக்கவில்லை. மெதுவாய் எழுந்துகொண்டான். கைக்கம்பால் வாசலில் அடைந்திருந்த காரமுள்ளைத் தள்ளிவிட்டு வெளியே வந்தான்.

காரமுள்ளைத் தள்ளிவிடும் அரவம்கேட்டு திடுக்கிட்டு எழுந்தான் சேது. கைக்கம்பை எடுத்துக்கொண்டு தன் அப்பா தொழுவை விட்டு வெளியே போவதைப் பார்த்தான். எதுக்காக அப்பா போகவேண்டும் என யோசித்தவன், களவாணிப்பயலுக யாராவது வந்துருப்பானுகளோ... அப்பா அதுக்காகத்தான் நோகாம எழுந்து போகுதோ என எண்ணமிட்டவனாய் மெதுவாய் எழுந்து காரமுள்ளை கொஞ்சம்போல ஒதுக்கிவிட்டு வெளியே வந்தான். அவ்வழியே ஆடுகள் வெளியேறி விடக்கூடாது என்று முள்ளை தள்ளி அடைத்துவிட்டு சாத்தையாவுடன் பின் தொடர்ந்து போனான்.

கூண்டு வாசலில் போய் நின்ற சாத்தையா கூண்டின் தட்டியைத் திறந்து கைக்கம்பால் தட்டி குறுந்தாயியை எழுப்பினான். பக்கத்தில் கிடக்கும் பொன்னாச்சரம் அறியாதவாறு எழுந்து வந்தாள் குறுந்தாயி. அந்தத் தூக்கத்திலும் எப்படி நடக்கிறது இந்த அதிசயமென்று அவளால் வியக்காமல் இருக்க முடியவில்லை.

“ஆ... ஊன்னு அலறாம துடிக்காம, யாருன்னு கேக்காம இப்புடி தொட்டதும் சாரபாம்பு கணக்கா சரசரன்னு எழும்பி வாறியே. எவனாவுது களவாணிப் பய வந்து தட்டுனாலும் இப்புடித்தான் எழும்பி வருவாயா? முன்னமேயே நான் என்ன ஒனக்கு சொல்லியா குடுத்துருந்தன். தொட்டதும் எழும்பி வந்துடணுமுண்டு சொல்லி” என்று குசுகுசுப்பாய்க் கேட்டான் சாத்தய்யா.

“ஓம்புட்டு கைக்கம்பு தட்டலும் காலடி சத்தமும் எனக்குத் தெரியாது...”

“தூக்கக் கலக்கத்துல நீ என்னத்த கண்ட எவனாவுது எழுப்புனாலும் நீ இப்புடித்தான் போவியோ என்னவோ.”

“நித்திர மேல நித்திரன்னாலும், நீட்டிப்படுத்த ஒறக்கமுன்னாலும் ஓம்புட்டு பதுங்கடி சத்தத்தையும் பாசக்கம்பு தட்டலயும் நான்

அலாதியா கண்டு புடிச்சிருவனாக்கும். என்னய யாருண்டு நெனச்சியாக்கும்."

"செரி.. செரி... வா" என்றவாறு அவளை அணைத்தபடியே கோழிக்கூண்டுப் பின்பக்கம் அழைத்துக்கொண்டு போனான்.

"இங்க வேண்டாம் ஒரே கோழிச்சாணியா கெடக்கு."

"வேற எங்கிட்டு போறது?"

"ந்தோ கருவ மரத்தடிக்கிட்ட மாட்டுவண்டி நெறுத்திக் கெடக்கு பாரு."

"வண்டிக்கு கீழயா?"

"இல்ல மேல."

"சிலாம்பு கிலாம்பு ஏறிடப்போகுது."

"அதெல்லாம் ஏறாது. வைக்கப்போட்டு மதிச்சிருக்காக."

"அதையெல்லாம் பாத்துவச்சிட்டுத்தான் எப்ப எப்பன்னு இருந்தியாக்கும்."

"பாத்துதேன் வச்சிருந்தன். எப்ப எப்பன்னு காத்துக்கிட்டு இருக்கல."

"பொய்தான சொல்ற."

"நீயாதான வந்த."

"ஆமா....."

"நானா வரச்சொன்னேன்."

"இல்ல"

"பெறகு என்ன எதுக்கு குத்தஞ்சொல்லுறியாக்கும்?"

"சும்மாதான் சொல்லிப்பாத்தன்."

"அதுசெரி.. நீ எப்புடி இந்த நேரத்துல...."

"ஒண்ணுமில்ல குறுவாயி.. கெடா ரெண்டும் பிருவக்குட்டிகள ஏறுதுக."

அதப்பாத்ததும் உனக்கு ஆச வந்துட்டுதாக்கும். நான் என்ன பிருவக்குட்டியா?"

"யாருசொன்னா? நீ கெழட்டாடுதேன்."

"கெழட்ட தேடிக்கிட்டு நீ எதுக்கு வரணும்."

"நானும் கெழக்கெடா தான."

அவர்கள் இருவரும் வண்டியடி போகும்வரை பதுங்கிநின்று பார்த்த சேது, திரும்பிவந்து முன்பு போலவே தொழுவுக்குள் படுத்துக்கொண்டான்.

'அப்பா இதுக்குத்தேன் எழுந்து போகுதுண்டு தெரிஞ்சிருந்தா நம்ம பின்னால போயிருக்க மாட்டமே' என்று தனக்குள் ஏற்பட்ட குற்றவுணர்வில் தன்னைத்தானே சமாதானப்படுத்திக்கொண்டிருந்தான்.

'இந்த வயசுலயும் இந்த கெழங்களுக்கு எல்லாம் கேக்குது. நம்ம பொண்டாட்டிய கோவிச்சிக்கிட்டு போக விட்டுட்டு இப்புடி தனியா இருக்கமே' என்று நினைத்து வருந்தினான்.

அதற்குமேல் அவனுக்குத் தூக்கம் வரவில்லை. படுத்திருக்கக்கூட பிடிக்கவில்லை. இரவு நேரமாய் இருப்பதால் எங்கேயும் போகவும் முடியாது. பனி வேறு. எழுந்து உட்கார்ந்தான். தூக்கம் இனிமேல் வரவே வராது என்பது நன்றாகத் தெரிந்தது. தூக்கம் மறந்து போனதுபோல இருந்தது. உடம்பு விறுவிறுக்கத் தொடங்கியிருந்தது-எதையாவது செய்தால் தேவலாம் போலிருந்தது. என்ன செய்வது என்ன செய்வது என்று கையும் காலும் பரபரத்தது. ஆடுகளைக் கலைத்துவிட்டு தொழுகூட்டலாமா என்றுகூட நினைத்தான். இந்த நேரத்தில் ஆடுகளை எங்கே கலைத்து விடுவது. குட்டிகளுக்கு வேப்பங்குலையோ பூவரசங்குலையோ வெட்டி வரலாமா என்று யோசித்தான். இந்த இரவு நேரத்தில் அதுவும் மரத்தில் கிளை தழை ஏதாவது கண்ணுக்குத் தெரியுமா? அப்படியே வெட்டினாலும் பனியில் நனைந்த குலையை எந்தக் குட்டியாவது கடிக்குமா. வேறென்ன செய்யலாம். காரமுள்ளை தள்ளிவிட்டு உள்ளே வந்தான் சாத்தையா. அவன் வருவதைப் பார்த்தவுடன் எதுவுமே தெரியாதவன்போல பதவிசாய் படுத்துக்கொண்டான் சேது. உள்ளே வந்த சாத்தையா மறுபடியும் காரமுள் பத்தையைக் கைக்கம்பால் தள்ளி பாதையில்லாமல் அடைத்தான். அரவம் படாமல் மெதுவாய் தான் முன்பு படுத்திருந்த இடத்திற்கு வந்து கைக்கம்பைப் போட்டுவிட்டு உட்கார்ந்தான். சேது படுத்திருப்பதைப் பார்த்தான். அவன் ஆழ்ந்து தூங்குவதுபோலக் கிடந்தான். "பாவம் பவ முழுசும் ஆட்டோட அலஞ்ச அசதியில அவம் பாட்டுக்குத் தூங்குறான்" என முணுமுணுத்துக்கொண்டவனாய் தன் இடத்தில் தலைசாய்த்துப் படுத்தான். வானமெங்கும் பனி மூடிக் கிடந்ததால் நட்சத்திரங்களைக்கூட பார்க்கமுடியவில்லை. இப்போது நேரம் என்ன இருக்குமென்று சாத்தையாவால் அனுமானிக்க முடியவில்லை. விடியும்போது விடியட்டும். அதுவரை கண்மூடுவோம் என்று நினைத்தவன் படுத்துத் தூங்கிப்போனான்.

சேதுவுக்குத்தான் நிலைகொள்ளாமல் போயிருந்தது. அப்பாவுக்காகத் தூங்குவதுபோல் கிடந்தாலும் நீண்டநேரம் அவனால் அப்படி கிடக்க முடியவில்லை. எழுந்து உட்கார்ந்தான். தொழுவுக்குள் கிடாய்கள், பிருவக்குட்டிகளின் நடமாட்டமும் அடங்கிப்போயிருந்தது. பொழுதுவிடிய இன்னும் நீண்டநேரம் ஆகும் போலிருந்தது. இது சாமமா இல்லை விடியற்காலமா என்று தெரிந்துகொள்ள நினைத்தான். தூரத்தில் ஊர்ப்பக்கமிருந்த மரத்திலிருந்து ஆந்தை அலறும் சத்தம் கேட்டது. எவ்வளவு இரவுப்பொழுதாய் இருந்தாலும் தங்கள் வீட்டுவாசலில் ஆந்தை அலறும் சத்தம் கேட்டால் ஊர்ச்சனங்கள் எழுந்து வந்து விரட்டிவிட்டுப் போவார்கள். எத்தனையோ முறை சேது கவனித்திருக்கிறான். ஆனால், இன்று ஏனோ யாரும் வீட்டைவிட்டு வெளியே வந்து விரட்டவில்லை. ஆந்தை தொடர்ந்து அலறிக்கொண்டே இருந்தது. நாமாவது போய் விரட்டி விட்டுவிட்டு வரலாம் என்று எழுந்துகொண்டான் சேது. மெதுவாய் முள்பந்தை தள்ளி விட்டு கள்ளிக்கடாப்பை விட்டு வெளியே வந்தான்.

சத்தம் கேட்கும் திசைநோக்கி நடந்தான். இருட்டுதான் என்றபோதும் பழகிய பாதை தயக்கமில்லாமல் நடக்க முடிந்தது. அவ்வப்போது கைக்கம்பைத் தரையில் தட்டியவாறு நடந்தான். தெருமுனையில் வந்து ஏறி தெருவில் நடந்தான். புங்க மரமொன்றில் உட்கார்ந்து அலறிக்கொண்டிருந்தது ஆந்தை. கைக்கம்பை வீசி விரட்ட நினைத்தவன் இருட்டுக்குள் எங்காவது போய் விழுந்துவிட்டால் எப்படித் தேடி யெடுப்பது என்று கீழே குனிந்து தடவினான். கையில் தட்டுப்பட்ட கற்களை எடுத்து வீசி ஆந்தையை விரட்டினான். அது அலறியபடியே மேற்குநோக்கிப் பறந்து போனது. தெருவில் யார் வீட்டிலிருந்தும் எந்த ஒரு சிறிய சத்தமும் கேட்கவில்லை. எல்லோருமே கதவடைத்துவிட்டு படுத்திருந்தார்கள்.

நேரம் என்ன இருக்கும். பொழுதுவிடிய இன்னும் எவ்வளவு நேரம் ஆகும் என்று யோசித்தபடியே தொழுவுக்குத் திரும்பினான். ஆடுகள் மெதுவாய் அசைபோட்டபடி கண் மூடிக் கிடந்தன. ஆடு கெடக்குறதப்பாத்தா இப்ப விடியிற மாதிரி தெரியல. எதுக்கும் ஆட்டாம் புளுக்கய பாப்பமே என்று எண்ணமிட்டவனாய் தொழுவுக்குள் வந்து இரண்டு மூன்று ஆடுகளை உசுப்பி எழுப்பிவிட்டுத் தரையைத் தடவிப்பார்த்தான். அதிகமாய் புழுக்கை கையில் தட்டுபடவில்லை. அங்கொன்றும் இங்கொன்றுமென சிதறிக்கிடந்தன. இது மேச்சகெட்ட புழுக்கதான். இன்னும் தொழுவுக்குள்ள ஆடுக புழுக்கயே போட ஆரம்பிக்கல. அப்பன்னாக்க இப்ப பண்ணெண்டு மணி ஒரு மணிதான் ஆகும் போலருக்கு.

அடக்கடவுளே! இனிமே எப்ப பொழுது விடியிறது. இந்த ராவை எப்புடி கழிக்கிறது என்று விக்கித்துப்போய் உட்கார்ந்துவிட்டான்.

நாளைக்கு நம்மயிருந்து இந்த ஆடுகள மேய்க்கனுமா? நம்ம விட்டுட்டுப் போனாக்க அப்பா தனியா என்ன செய்யும்? ஆடுக களவுபோகுதுன்னு காவலுக்குத்தான் நம்மள கூட்டியாந்தாக. நாம போயிட்டாக்க யாரு காப்பாக. நம்ம பொண்டாட்டிய போயி கூட்டி வந்துரலாமா? கூப்பிட்டா வருவாளா நம்ம பாண்டாட்டி. அங்கேயேத்தான் இருக்கணுமுண்டு சொல்லிட்டா என்ன செய்யிறது. இந்த மார்கழி போயி தையில பயணம்போக ஆரம்பிச்சிடுவாக, நீண்ட பயணமா இந்த நாடுவிட்டு வேற நாட்டுக்குப் போகணுமுண்டு காயாம்பு கீதாரி சொல்லிருக்காகளாம். ஊரு ஊரா தங்கித் தங்கி காடுபாத்து போய்ச்சேர எப்படியும் ஒரு மாசமாச்சிம் ஆகும். பங்குனி பொறந்துதான் நம்ம பொண்டாட்டிகூட போகமுடியும். அதுவரைக்கும் என்ன செய்யிறது. நடுவால போயி வந்துரலாமா? கூட்டிவந்துரலாமா? பலவாறாக யோசித்தபடியே கிடந்தான். ஆனால் தூக்கம் மட்டும் வரவில்லை. நன்றாகப் பொழுது விடியும் முன்பாகவே தொழுவுக்கு வெளியே வந்து நின்றுகொண்டு கூப்பிட்டாள் குறுந்தாயி. முதல்நாள் முழுவதும் ஆட்டோடு அலைந்த அலைச்சலால் ஏற்பட்ட சோர்வு நீங்கலே. இரவு முழுவதும் தூங்காததால் கண்களில் எரிச்சலும் ஏற்பட்டிருந்தது சேதுவுக்கு. கண்களைக் கசக்கியபடி எழுந்துவந்தான். "கைக்கம்ப எடுத்துட்டு வந்து முள்ளத்தள்ளு" என்றாள் குறுந்தாயி.

முள்ளைத் தள்ளிவிட்டான். உள்ளே வந்த குறுந்தாயியைப் பார்த்தான். முழுமையாய் இருள் விலகாத அந்த அதிகாலை நேரத்தில் அவன் அம்மாவின் முகத்தைப் பார்த்தான். முகத்தில் அழகு கூடியிருந்தது போலத் தெரிந்தது. முத்தம்மாளின் முகம் நினைவில் வந்து நின்றது. ஏதோ ஒரு இனம்புரியாத துன்பம் அவனை ஆட்கொள்ள, நடக்கத் திராணியற்றவன்போல துவண்டுபோய் உட்காந்தான்.

"ஏண்டா சேது, ஒடம்புக்கு கிடம்புக்கு எதுவும் முடியலயாடா? எதுக்காக இப்புடி சோக்கமா இருக்குற?" என்றாள். எதுவும் சொல்லத் தெரியாதவன் ஏதாவது சொல்லியாக வேண்டுமே என்று, "ஆட்டுல அலஞ்சது போலருக்கு சூடு புடிச்சிக்கிச்சிம்மா. ராத்திரி முச்சூடும் மூத்தரம் பெய்ய முடியல" என்றான் பரிதாபமாக.

"இதான, கூண்டுல வெளக்கெண்ணெய் வச்சிருக்குறன். திம்புட்டுத்தாறன். உச்சாந்தலையில வச்சி அரக்கிக் குளிச்சியன்னா எல்லாஞ் செரியாப் பொயிரும்" என்றவள் சாத்தய்யா தூங்குவதைப்

பார்த்து, “நொப்பன் இன்னும் எழுந்திரிக்கலயாப்பா? ஏன் இப்புடி கெடக்குறாகளாம்” என்றாள்.

“என்னமோ தெரியல இன்னும் எழுந்திரிக்கலம்மா.”

“உசிப்பிவிடு.. உசிப்பி வுடு.. இம்புட்டு நேரம் தூங்குறத்துக்கு இது என்ன சாமியாரு மாடச் சத்திரமா.”

“.....”

“ஆடுக குட்டிக கத்துறது காதுல விழல. எப்புடி தூங்குறாக இப்புடிப் படுத்து.”

“எதுக்கும்மா கத்துற. இன்னமும்தான் பளிச்சின்னு பொழுது விடியலயே. இப்பயே எழும்பி என்ன பண்ணப்போறாக அப்பா.”

“நானும் நொப்பனும் ஊருக்குப்போயி வருவதெண்டு நெனச்சமுடா.”

“எதுக்கும்மா இப்ப வூருக்கு?”

“ஒம்புட்டு பொறந்தவ மறுபடியும் மாசஞ்செண்டு இருக்காளாமுடா.”

“.....”

“வாயும் வயறுமா இருக்கிற புள்ளியப் போயி பாத்துட்டு கொஞ்சம் பழம் முட்டாயி பலாரம் ஏதாச்சிம் கையில கெடக்கிறத வாங்கிக்குடுத்துட்டு வரணுமுடா.”

“ரெண்டுபேரும் பொயிட்டீங்கன்னா ஆடுகள யாரும்மா பாக்கிறது?”

“போற நாங்க அங்கயேவா தங்கிக்கிறப்போறம். போன வேகத்துலேயே பொறப்புட்டு வந்துருவமுடா. நீயும் தங்கச்சியும் ஒரு நாளாக்கி மட்டும் பாத்துக்கிற மாட்டியளா?”

“பாத்துப்பம் பாத்துப்பம். ஆனாக்க ராத்தங்காம வந்துரணும். ராவுல எம்புட்டு நேரமானாலும் இஞ்ச தொழுவுல வந்துதான் அப்பாவ தலசாய்க்கச் சொல்லணும் ஆமா.”

“ஊருக்குப்போனா முன்னயும் இருக்கும் பின்னையும் இருக்கும். சொல்லிவச்ச மாதிரி வந்து நின்னுற முடியுமாடா? யாண்டா ஒன்னால ஒரு நாளக்கி ஆடு பாக்க முடியாதாடா?”

“நீங்க நெனச்சா போவீக வருவீக. ஆசப்பட்டத செஞ்சிப் பாப்பீக நாங்கமட்டும் கெடக்கணுமாக்கும் கெட்டிப்பட்ட புண்ணாக்குக் கட்டியாட்டம்.”

"என்னப்பா இப்புடி பேசுற. ஒன்னய யாரு புண்ணாக்காட்டம் கெடக்கச் சொல்றாக? ஆசப்பட்டியான, நீதான் போயி ஓம் பொறந்தவள பாத்துட்டு ஏது இருக்குறவ எப்புடி இருக்குறவன்னு விசாரிச்சிட்டு வாயம்ப்பா நானா மறைக்கிறன்."

"பொறந்தவள பாக்க முடியலன்னுதான் நான் ஓறங்கிபோயி நிக்கிறனாக்கும்" என்றான் முணுமுணுப்பாய்.

இவர்கள் பேசிக்கொள்வதைக் கேட்டு எழுந்துவந்தான் சாத்தையா.

"என்னடா நொம்மாக்கிட்ட காலங்காத்தலியே வழக்கு தொடுத்துக்கிட்டு நிக்கிற."

"எனக்குத் தெரியாது. ராவோட திரும்பி வர்றதாயிருந்தா நீங்க எங்கயோப் போங்க. இல்லயானா போவாதிய" என்றவன் தொழுவை விட்டு வேகமாய்ப் போய்விட்டான்.

"இவன் என்ன இப்புடிப் பேசிட்டுப் போறான். நீங்க பாட்டுக்கும் கேட்டுக்கிட்டு நிக்கிறிய நெறஞ்சையா கணக்கா" என்றாள் குறுந்தாயி.

"ஆடு பாக்க ஒருத்தருக்கு ரெண்டுபேரா ஆளு இருக்கணுமுண்டு சொல்லித்தான அவன இங்க வரச்சொன்னம். இப்ப அவனமட்டும் பாத்துக்கண்டு சொல்லிப்புட்டு நம்ம போவணுமுண்டு சொன்னா அவனுக்குக் கோபம் வராதாக்கும்."

"அதுக்காக இப்புடியா? பெத்தவுக, பொறந்தவுக மேலகூட பாசம் இல்லாம பேசுவான்."

"இப்ப என்ன அவன் தப்பா பேசிப்புட்டாங்குற."

"நம்ம போறது புடிக்காமத்தானே எரிஞ்சி வுழுவுறான்."

"ஆடுகள மறுபடியும் களவாணிப்பயலுக தூக்கிக்கிட்டு போயிட்டா என்ன பண்றதுங்குற கவலயில அவம் பேசுறாண்டி."

"அதெல்லாம் ஒண்ணுமில்ல. அவனுக்கு வேற கொற?"

"என்ன கொற?"

"பொண்டாட்டிய சேராத கோறதான்."

"இருக்காதாடி பின்ன? ஒரு வயசி வெடலப்பயலுக்கு பொண்டாட்டிய சேர முடியலேன்னு கொற இருக்காதா?"

"அதுக்கு நம்ம என்ன செய்ய முடியும்?"

"ஓம்புட்டு பொண்ணுக மட்டும் மருமயங்கூட சேந்துருக்கணும். மயன் எப்புடி கெடந்தாலும் ஒனக்குக் கவலயில்ல."

"என்ன என்னய போயி குத்தம் சொல்றிய?"

"மருமகள சண்டைபோட்டு வெரட்டி விட்டாயில்ல. அவப்போயிம் நாப்பத நாளாகப்போகுது. இதுவரைக்கும் போயி கூட்டிவரனுமின்னு நெனச்சியா."

"அவ செல்லம் முத்துன நொப்பன் வூட்டுக்குள்ள போயிருக்குறா நாம் போயி கூப்புட்டா வந்துருவாளாக்கும்."

"நீ போயி கூட்டியாற வேண்டாம். மகனயாவுது போயி பாத்துட்டு வாடான்னு சொல்லி அனுப்பிவிட்டியா?"

"ஆடு பாத்துக்க ஆளில்லன்னுதான் அவன கூட்டியாந்தம். வேற காடு பார்த்து அமையிறதுக்குள்ள அவன எப்படி போகச் சொல்றது. அவன அனுப்பிவிட்டா ஆடுகள யாரு பாக்குறதாம்."

"அதத்தாண்டி இப்ப அவனும் கேக்குறான். நம்ப பொயிட்டமுன்னாக்க ஆடுகள யாரு பாக்குறது."

"எம்புட்டு மகளுகள பாக்கப்போகணுமுண்டு சொல்லிட்டா போதும் நொப்பன் மகன் ரெண்டுபேருக்கும் பொறுக்காதே."

"....."

"ஊரு ஒலகத்துல பொண்ணுகள கட்டிக்குடுத்துட்டு எவ்வளவு சீரயும் செனத்தியயும் வழிவழியாகொண்ட குவிக்கிறாக. எம்புட்டு வயத்துல பொறந்ததுகளுக்கு நான் என் சீரபார செஞ்சிப்புட்டன். வீசுன கையும் வெறுங்கையுமா அனுப்பி வப்பீக. பணங்கெழங்கும் கருவாடும் வாங்கிக்குடுக்கக்கூட வழியத்து போயி நிப்பன். வெக்கங்கெட்ட நாயே வெறுங்கையோட வாயேன்னு சம்மந்தியும் சம்மந்தனும் காரித்துப்புவாக. இதுதான் நடக்குது." குறுந்தாயி புலம்பத் தொடங்கினால் இனி சாமானியத்தில் அவளை சமாதானப்படுத்த முடியாது என்பதை அறிந்த சாத்தையா,

"செரி செரி வா நேரத்தோட பொயிட்டு காலத்தோட திரும்பி வந்துருவம்."

"இப்பயேவா கௌம்பச் சொல்றீக?"

"இப்பயேந்தான் வேறன்ன செய்யிறது. ஒன்னக்கிட்டயும் பொல்லாப்பு கூடாது. அவனுக்கிட்டயும் வருத்தம் கூடாதுன்னாக்க இப்பவே கௌம்ப வேண்டியதுதான்."

பொன்னாச்சரத்திடம் செய்ய வேண்டிய வேலைகளைச் சொல்லிவிட்டு இருவரும் அடுத்த அரைமணி நேரத்தில்

கிளம்பிவிட்டார்கள். காலைக்கடன் கழிக்க என்று காட்டுப்பக்கம் போன சேது, அவர்கள் கிளம்பும்வரை கூண்டுக்கு வந்து சேரவில்லை.

7

இரவு பெய்திருந்த பனி காய்ந்துபோகுமளவிற்கு காலை வெயில் சுள்ளென்று எரித்தது. தொழுவிற்குள் கிடந்த ஆடுகள் எல்லாம் இதற்குமேல் இங்கு அடைபட்டுக்கிடக்க முடியாது என்பதுபோல எழுந்து கள்ளிக்கடாப்பின் வழி வாசலையே பார்த்துக்கொண்டு நின்றன.

"அண்ணே. அதுக்குள்ள ஆட்ட கலச்சி விட்டுறாதண்ணே ஆளுக்குக் கொஞ்சம் கஞ்சி குடிச்சிட்டு அப்பறமா ஆட்ட ஓட்டலாம்" என்றாள் பொன்னாச்சரம்.

"அப்புடியாத்தா சொல்ற. சரித்தா நீ போயி கஞ்சிய ஊத்திக்கொண்டா. அதுவரைக்கும் நான் ஈத்தாடு ரெண்டுத்துக்கு கொளம்பு சீவி விட்டுக்கிட்டுருக்கிறன்" என்றவன், பேனா அளவிலான சிறிய கத்தியொன்றை எடுத்துக்கொண்டு தொழுவுக்குள் போனான். ஆடுகளை ஒவ்வொன்றாய்ப் பார்த்துக்கொண்டு வந்தான். அவன் தேடிய ஆடுகள் மூளைக்கு ஒன்றாய் தன் குட்டிகளுடன் நின்று கொண்டிருந்தன.

நேற்று மேச்சல்கெடையில் ஆடுகள் இரண்டும் நடக்கத் தடுமாறுவதைக் கவனித்துவிட்டு கிட்டே வந்து பார்த்தான். அவற்றின் குளம்புகளின் நுனி தேய்ந்து மெலிந்து தட்டையாகிப் போயிருந்தன. தட்டையான குளம்பின் விளிம்புகளில் கிழிந்து பிசிறடித்துப் போயிருந்தது. நடக்கும்போது புல்பூண்டுகள் அதில் சிக்கிக்கொள்வதும் ஆடுகள் நடக்க தடுமாறுவதுமாய் இருந்தன.

இன்றைக்கும் அந்தப் பிசிறடித்த குளம்புகளைச் சீவி சரிசெய்யவிடா விட்டால் அவை மேச்சல்கெடையில் மற்ற ஆடுகளோடு ஓடி ஓடி மேய மிகவும் சிரமப்படும்.

சேது, ஆட்டைப் பிடித்துக்கொண்டு போய் புழுக்கையில்லாத இடமாகப்பார்த்து உட்கார்ந்துகொண்டான். ஆட்டைக் கீழே தள்ளி தன் கால்களுக்கிடையில் கிடத்தினான். ஆடு திமிறி எழவும் வழியற்று அசையாமல் கிடந்தது.

ஆட்டின் நான்கு கால்களிலுமே தேய்வு ஏற்பட்டிருந்தது. ஈத்தாடு என்பதால்தான் இந்த அளவு குளம்பு தேய்ந்து போயிருக்கிறது. குறைந்தது ஆறு குட்டிகளையாவது ஈன்றிருக்கும். வாயைப் பிடித்துப் பல்லைப்பார்த்தான். பற்கள் பாதியளவு தேய்ந்து போயிருந்தன. இன்னும் ஒரு குட்டி ஈனும் வரைக்கும்கூட இதையெல்லாம் வச்சிக்கிற

முடியாது போலருக்கே என்று நினைத்தான். நல்ல கராமறையாடு. ஒவ்வொரு காலாகப் பிடித்துக் கைக்குள் வைத்துக்கொண்டு பிசிறடித்திருந்த குளம்புகளை வெட்டியெடுத்தான். ‘அடுத்த மாசம் பயணம் போகணுமுண்டாக. நாடுவிட்டு நாடு போகும் பெரும் பயணமா போகணுமுண்டாக. இந்த ஆடு பயணத்துக்கு ஒத்துவராது. கொளம்பெல்லாம் சுத்தமா தேஞ்சி பொயிட்டுது. இத்தோட சந்தைக்கு ஓட்டிறச் சொல்ல வேண்டியதுதான்.’ என நினைத்தவன், “இது மாதிரி இன்னும் எத்தனய பொறுக்கி கழிச்சுக்கட்ட வேண்டியிருக்கோத் தெரியலயே” என்று முணுமுணுத்துக்கொண்டான்.

பொன்னாச்சரம் கஞ்சி ஊத்திக்கொண்டு வரும்வரை குளம்பு சிதைந்திருந்த ஆடுகளை ஒவ்வொன்றாய்ப் பிடித்து சீவி சரிபண்ணி விட்டுக்கொண்டிருந்தான்.

“அண்ணே.. இந்தாண்ணே கஞ்சி. வந்து குடிச்சிட்டு வா. காலா காலத்துல ஆட்ட ஓட்டிக்கிட்டுப்போவம்.”

“எத்தா.. தங்கச்சி.. எப்பத்தா தொளுகூட்டுறது?”

“அண்ணே. வெயிலு நல்லாத்தேண்ண அடிக்கிது. கொஞ்ச நேரத்துல புளுக்க ஒணந்திடுமுண்ணே. நீ ஆட்ட பத்திக்கிட்டு போயி அந்த ஊமச்சி பொட்டலுபக்கம் மேச்சிக்கிட்டுருண்ணே. நான் செத்த நாழிக்குள்ள தொளுகூட்டி புளுக்கய அள்ளிக்கொட்டிப்புட்டு வந்தர்றண்ணே” என்றாள்.

“செரித்தா. ஆடுகள நானே பத்திக்கிட்டுப் போறன். நீ தொளு கூட்டி அள்ளிக் கொட்டிப்புட்டே வந்துடு” என்றவன்,

“அது செரித்தா. அப்பாவும் அம்மாவும் எப்ப வாரமுண்டு சொல்லிட்டு போறாக.”

“ஏண்ணே... ஊருக்குப்பொயிட்ட ராத்திரிக்கே வலசக்கி வந்துடணமுன்னு சண்ட போட்டாயாமுல்லண்ண?

“ஆமாத்தா.. இன்னக்கே வந்துடணுமுன்னுதான் சொன்னன்.”

“அது எப்புடிண்ண. ஒரேநாளுல திரும்பி வந்துற முடியும்? நம்ம ஊரு என்ன ஆட்டுக்கெடைச்சி பின்னாலயா இருக்கு?”

“இல்லத்தா. நீயும் நானும் மட்டும் எப்புடி ஆடு பாக்குறது? நீ தொளு கூட்டணும், சோறாக்கணும். ஆடும் குட்டிகளுமா நூத்தம்படி உருப்படி நிக்கிதுக. இதுகள திருடன் களவாணி பிடிச்சிறாம பாரா காக்கணுமுல்ல. நம்மளால மட்டும் முடியுமாத்தா. யாராவது ஒருத்த இருந்துக்கிட்டு ஒருத்த மட்டுமாச்சிம் போகலாமுல்லத்தா?”

“ஆமாண்ணே. ஊருக்கு அம்மா மட்டுந்தேன் போகுது. அப்பா இப்ப வந்தர்றண்டு சொல்லிட்டுத்தான் போயிருக்கு.”

“அப்புடியாத்தா தங்கச்சி. அம்மாகூட அப்பாவும் போகலயா?”

“இல்லண்ணே”

“அப்பறம் எங்க போயிருக்கு நம்ம அப்பா?”

“யாவாரிக்கிட்ட குட்டி குடுத்த காசி வாங்கலயாண்ணே அத வாங்கி அம்மாவுக்கு செலவுக்கு குடுத்தனுப்பிட்டு ஒடனே திரும்பி வந்தர்றன்னு சொல்லிட்டு போயிருக்காகண்ணே.”

“அப்புடியாத்தா. நல்லதாப்போச்சி. நாவேற பயந்துக்கிட்டே இருந்தத்தா.”

“அதெல்லாம் அப்பா வந்துரும். நீ பயப்புடாதண்ணே.”

“எத்தா தங்கச்சி.. நா ஊமச்சி பொட்டல்ல ஆட்ட மறச்சி விட்டுக்கிட்டு நிக்கிறன். நீ சீக்கிரமா வந்து சேந்துடுத்தா.”

“சரிண்ணே.”

சேதுக்கு ஆடு மேய்ப்பதில் கொஞ்சம்கூட ஆர்வமில்லாமல் இருந்தது. அவன் நினைவு முழுவதும் நயினார் பாளையத்தில் இருக்கும் தன் பெண்டாட்டி முத்தம்மாளைச் சுற்றியே வந்து கொண்டிருந்தது. எப்போதும் ஆடுகளை நல்ல மேச்சல் வெளி பார்த்து ஓட்டி மேயவிடுபவன் இன்று ஊமச்சிப் பொட்டலிலேயே மடக்கி விட்டுக்கொண்டிருந்தான். எப்படியாவது இன்று இங்கிருந்து போய்விட வேண்டுமென்று நினைத்தான். எப்படிப் போவது? சொல்லாமல் கொள்ளாமல் ஓடிப்போவதற்கு அம்மா அப்பா இல்லாத இந்த நேரம் சரியானதுதான் என்றாலும் நாம் ஓடிவிட்டால் தங்கச்சி மட்டும் ஆட்டுக்கெடையை எப்படி பார்த்துக்கொள்ளும். அப்பா சாயிங் காலத்திற்குள் வந்துவிடும் என்றாலும் அதுவரை தங்கச்சி ஒருத்தியால் ஆடு வளைக்க முடியுமா? என்றும் யோசித்துப் பார்த்தான். இப்படியெல்லாம் யோசிச்சிக்கிட்டிருந்தா நம்மகத ஆகாது. யாரோ எப்புடியோ போகட்டும். நம்ம போயிற வேண்டியதுதான் என்று எண்ணியவன், எப்படிப் போவது? அங்கு போய் முத்தம்மாளிடம் எப்படிப் பேசுவது? நம்மீது கோபமாக இருப்பாளா? அம்மா சண்டை போட்டதற்கு நாம் என்ன செய்யமுடியும். என்னிடம் சொல்லியிருந்தாலாவது பரவாயில்லை. என்னிடம்கூட சொல்லாமல் போனவளிடம் நாம்தானே கோவித்துக்கொள்ள வேண்டும். அவள் நம்மோடு பேசாமல் இருக்க எந்த ஞாயமும் இல்லை என்று நினைத்தவன், இருந்தாலும் அவளுக்கு ஏதாவது வாங்கிக்கொண்டுபோய்

கொடுக்கலாமா என்றும் நினைத்தான். கல்யாணம் செய்து கொண்டதிலிருந்து சேது தன் பொண்டாட்டிக்கு என்று எதுவுமே வாங்கிக்கொடுத்தது கிடையாது. இவனுக்கும் சேர்த்து முத்தம்மாளின் அப்பா மூக்கன்தான் இதுவரை எதுவேண்டுமானாலும் வாங்கிக் கொடுத்துக்கொண்டிருக்கிறார். சேதுவின் கையிலும் ஒருபோதும் காசு இருந்ததில்லை. காசு வைத்துக்கொண்டு செலவு செய்யவேண்டிய அவசியமும் இதுவரை அவனுக்கு ஏற்பட்டதில்லை.

பெண்டாட்டிக்கு எதுவும் வாங்கிப்போக வேண்டாம் என்றாலும்கூட வண்டிப் பயணத்திற்கும் வழிச்செலவுக்கும் பணம் வேண்டுமே. என்ன செய்வதென்று யோசித்தான். மேய்ச்சலில் நின்றுகொண்டிருந்த ஆடுகளை நோட்டம் விட்டன அவனது கண்கள். ஆட்டுக்கார பையன்கள் பெரும்பாலும் தங்கள் வீட்டு ஆடுகளையே திருடி விற்றுவிட்டு ஓடிப்போவார்கள். கையில் இருக்கும் காசு முடியும்வரை எங்காவது சுற்றிவிட்டு, எதுவும் நடக்காதது போல திரும்பிவந்து ஒழுங்காய் ஆடு மேய்ப்பார்கள். மறுபடியும் அம்மாவோ அப்பாவோ ஏதாவது கோவத்தில் ஏசி சண்டை போட்டுவிட்டால் போதும் ஆட்டோடு காணாமல் போய்விடுவார்கள். கல்யாணம் ஆகும் வரை எல்லா வீட்டு பயல்களும் செய்யும் வேலைதான் இது என்றாலும் கூட, சேது இதுவரை அதுபோல் ஒருமுறைகூட செய்ததில்லை. அதற்கான சந்தர்ப்பமும் அவனுக்கு ஏற்பட்டதில்லை. இப்போது கல்யாணம் செய்தபிறகு, பெண்டாட்டியை பார்க்கவேண்டுமென்று இப்படி ஆடு திருடி விற்றுவிட்டு ஓடவேண்டியதாகிவிட்டதே என நினைத்தான். இது என்ன ஊராம்புட்டு ஆடா. நம்ப ஆடுதான என மனத்தைத் தயார்படுத்திக்கொண்டான்.

ஈத்தாடுகள் எல்லாம் தம் குட்டிகளோடு நின்றுகொண்டிருந்தன. அவை இன்னும் ஒரு மாதம் இரண்டு மாதங்களுக்குப் பால் குடிக்கும். குட்டிகளையும் விற்க முடியாது தாயாடுகளையும் விற்கமுடியாது. கிடாய்கள் கெடைக்கு மூன்றுதான் கிடக்கின்றன. வெறை கிடாய்களை விற்க நினைத்தால் ஆடு பெருகாது. மூவட்டப் பிருவக் குட்டிகள்தான் மினுமினுப்பாய் தெரிந்தன. பிருவக்குட்டிகளை விற்பது கெடையை அழித்துவிட நினைப்பதற்கு ஒப்பாகும். அவைதான் அடுத்த அடுத்த வருடங்களின் ஆட்டுக்கெடையை பெருக்க ஆதாரமாய் இருப்பவை. பிறகு எந்த ஆட்டை விற்கலாம். எஞ்சி நிற்பவை கன்னி பிருவக்குட்டிகள் மட்டும்தான். விற்பதென்றால் அவற்றில் ஒன்றை விற்கலாம். அவைகளால் கிடைக்கு அதிகமாய் லாபமொன்றுமில்லை.

செம்மறியாடுகள் பெரும்பாலும் வருடத்திற்கு ஒரு குட்டிதான் ஈனும். பங்குனி, சித்திரை, வைகாசியில் கிடாவிரட்டி புரட்டாசி, ஐப்பசி, கார்த்திகையில் ஈனும். இதுபோல் ஈனும். குட்டிகள் நல்ல

ஆரோக்கியத்துடனும் திடகாத்திரமாகவும் இருக்கும். ஓராண்டுக்குப் பிறகு பார்த்தால் மினுமினுப்பாய் வளர்ந்து தாயாட்டைவிட பெரிதாய்த் தெரியும். பனிரெண்டு மாதத்திலிருந்து பதினெட்டு மாதத்திற்குள் பருவத்திற்கு வந்து கிடா விரட்டும். இவைகள்தான் மூவட்டப் பிருவகுட்டிகள்.

ஒருசில தாயாடுகள் புரட்டாசி, ஐப்பசியில் குட்டி ஈன்றபோதும் குட்டி ஊட்டிக்கொண்டிருக்கும்போதே கார்த்திகை மார்கழியில் மறுபடியும் கிடா விரட்டி சினைப்பட்டுவிடும். இவை சித்திரை, வைகாசியில் குட்டி ஈனும். இந்தக் குட்டிகள் அவ்வளவாக ஆரோக்கியத்துடன் இருக்காது. கனமழைக்கு தாக்குபிடிக்காது. இவைகள் கிடாக்குட்டிகளாய் இருந்தாலும் பிருவக்குட்டிகளாய் இருந்தாலும் தீபாவளிக்குள் எல்லாவற்றையும் விற்று தீர்த்துவிடுவார்கள். அப்படியே ஒருசில குட்டிகளைக் கெடையில் விட்டுவைத்து வளர்த்துப் பார்த்தாலும் அவை கெடைக்குப் பலனைக் கொடுக்காது. அவைகள் கிடாவிரட்டி சினைப்பட்டாலும் குட்டிகளை சிரமமின்றி அவைகளால் ஈன முடியாது. குட்டிகளுக்குப் பால் கொடுக்காது. இந்தக் கன்னிப்பிருவ குட்டிகளால் கீதாரிகளுக்குத் தொல்லையே தவிர லாபமில்லை. அதனால் கைச்செலவுக்கு காசு தேவைப்படும் போதெல்லாம் கன்னிப்பிருவக் குட்டிகளைத்தான் சந்தைக்கு ஓட்டுவார்கள்.

சேது கன்னிப்பிருவ குட்டிகளை தேடிப் பார்த்தான். மழைக்காலத்துக்கு முன்பாகவே அவைகளை இரண்டும் மூன்றுமாக சந்தைக்கு ஓட்டிச்சென்று விற்றுவிட்டு வந்திருந்தான் சாத்தையா, ஓரளவு தெளிவாய் நின்ற நான்கைந்து குட்டிகளை மட்டும் ஒதுக்கிவிட்டிருந்தான், அவைகளையுமேகூட அவசரகாலத்திற்கு உதவுமென்பதற்காக விட்டு வைத்திருந்தான்.

கன்னிப்பிருவ குட்டிகளைப் பார்த்தான் சேது. இவைகளில் எதை ஓட்டலாம். எல்லாமே கொஞ்சம் தெளிவாய் நிற்பதைப் போல தோன்றியது. பொந்தை விழுந்து பெருமயிரடித்த குட்டியாயிருந்தால் நல்ல விலைக்கு விற்கவும் முடியாது. இதுபோன்று மினுமினுப்பாய் இருப்பதுதான் நல்லது என நினைத்துக்கொண்டான். அவைகளில் செங்கருவி கன்னிப்பிருவையை ஓட்டுவதென்று முடிவு செய்து கொண்டான்.

தங்கை பொன்னாச்சரத்திற்குத் தெரியாமல் ஓட்டவேண்டும். எப்படி ஓட்டுவது. அவளுக்குத் தெரிந்துவிட்டால் குட்டியையும் விடமாட்டாள் அவனையும் போகவிடமாட்டாள் என நினைத்தான். தன் தலையில் கட்டியிருந்த துண்டை எடுத்து உதறிப்பார்த்தான்.

துண்டு கொண்டளவு பொத்தலும் கிழிசலுமாய் இருந்தது. இந்தத் துண்ட இதுக்குமேல வச்சிருந்து என்ன செய்ய முடியும். நார்நாராய் கிழித்து கயிறுபோல் திரித்தான். அதை கன்னிப்பிருவ குட்டியின் கழுத்தில்போட்டு கட்டி இழுத்துக்கொண்டு போனான். அந்த ஊமச்சிப் பொட்டலையடுத்து இருந்த கருவமரங்களுக்கிடையில் மறைவாய் அதை கட்டி போட்டுவிட்டு வந்து ஆடுகளை வளைத்து விட்டுக்கொண்டிருந்தான். பொன்னாச்சரம் எப்போது வருவாள் என்று அவளுக்காகக் காத்திருந்தான்.

தொழு கூட்டி அள்ளிக்கொட்டிவிட்டு, ஒரு சிறிய ஈயச்செம்பில் கொஞ்சம் கஞ்சிச்சோறு போட்டு வேடுகட்டி, தூக்குக்கயிறுபோட்டு இறுக்கி கையில் பிடித்துக்கொண்டு வந்தாள்.

“அண்ணே பொழுதோட ஆடு திரும்புற வரைக்கும் சோறில்லாம கெடக்க முடியாதுண்ணே. அதான் மீதமிருந்த கஞ்சிய சொம்புல ஊத்தி கையோட எடுத்தாந்திட்டான்.”

“சூரியன் உச்சிக்கி வரக்குள்ள நீ கொஞ்சம் குடிச்சிட்டு எனக்கும் கொஞ்சம் தாறியாண்ணே.”

“எனக்கு வேண்டந்த்தா. நீயே எல்லாத்தையும் குடி.”

“ஏண்ணே ஒனக்கு வேண்டாங்குற.”

“நான் பசிபொறுத்துக்கெடந்து பழக்கப்பட்டவந்த்தா. நீதான் பொறுத்துக்கிற மாட்ட. எனக்குப் பசிக்காது. நீயே குடி.” என்றான்.

“சரிண்ணே”

ஊமச்சி பொட்டலில் நின்ற ஒரு கருவை மரத்தின் கவையொன்றில் தூக்குச் சொம்பை மாட்டி வைத்துவிட்டு நிற்குமிடத்திற்கு நெருக்கமாய் வந்தாள்.

“அண்ணே, கொஞ்சநேரம் ஓரம் ஒண்டுல நல்ல மேச்சல்ல உட்டு ஓட்டியாருட் மாண்ணே” என்றாள் பொன்னாச்சரம்.

“அதெல்லாம் வேண்டந்தா.. ஆடு இங்கேயே மேயட்டும்”

“ஏண்ணே... ஓட்டக்கூடாதுங்குற. இந்த மேச்ச ஆடுகளுக்குப் போதுமாண்ணே.”

“தங்கச்சி அது வந்தத்தா... வெயில்ல கெடந்து அலயிறது எனக்கு ஒத்துக்கிறலத்தா. சூடு புடிச்சிக்கிட்டு கண்ணு பொங்கி போகுதுத்தா. நான் போயி ஆவாரங்கொலய கல்லுல வச்சி ஒரசி தலக்கி தேச்சிக்குளிச்சிட்டு வாறன் அது வரைக்கும் நீ இங்கேயே ஆட்ட வளச்சி வுட்டுக்கிட்டு இருத்தா.”

“யாண்ணே இப்பயே போகணுமா... அப்பா வந்த பெறகு போகக்கூடாதா?”

“இல்லத்தா.. கண்ணெல்லாம் ஒரே எரிச்சலா எரியுதுத்தா. தாங்க முடியல.”

“சரிண்ணே... அப்பன்னாக்க நீ போயி குளிச்சிட்டு வாண்ணே. நான் பாத்துக்கிர்றேன்” என்றவள் சேதுவை போக அனுமதித்தாள். தன்னுடைய கைக்கம்பை அவளிடம் கொடுத்துவிட்டு கொஞ்சதூரம் சென்றவன் திரும்பி நின்று கூப்பிட்டான்.

“எத்தா-... தங்கச்சி.”

“எண்ணண்ணே.”

“ஆடுகள பத்தரமா பாத்துக்கத்தா. களவானிப் பயலுக யாராவது நீ ஒத்தயில நின்னு ஆடு வளைக்கிறதப் பாத்துட்டு ஆட்ட களவாடிட்டிப் பொயிடப் போறாய்ங்கத்தா.”

“நீ என்னண்ணே குளிக்கத்தான போறே. சீச்சிரமா வந்திற மாட்டியா?”

“ஆமாமா, நான் குளிக்கத்தாந்த்தா போறேன். சீக்கிரமா வந்துருவன்.”

“அது வரைக்கும் நான் பத்தரமா பாத்துக்கிர்றண்ணே. நீ பொயிட்டு வா” என்று அனுப்பிவைத்தாள்.

சேது மெதுவாய் அவ்விடத்தைவிட்டு அகன்றவன் குட்டியோடு குறுக்குவழியில் நடந்து பொன்னாச்சரத்தின் கண்களில் அகப்படாமல் தப்பிவிட்டான். குட்டியைக்கொண்டு போய் விற்றுவிட்டு பணத்தோடு வண்டியேறிவிட்டான். வழியில் கடைத்தெரு இருக்கும் ஊரில் இறங்கி தன் பொண்டாட்டி முத்தம்மாவுக்கு கலர்கலராய் கல் வளையல் முகப்பவுடர், பொட்டு, நெயில் பாலிஷ் போன்றவைகளை வாங்கிக்கொண்டு போகவேண்டுமென்று நினைத்தான். இந்தப் பொருள்களுக்குத்தான் முத்தம்மாள் மிகவும் ஆசைப்படுவாள். அவளுடைய அம்மா அப்பா இதுபோன்ற பொருட்களை எப்போதுமே அதிகமாய் வாங்கித்தர மாட்டார்கள். அவள் கெஞ்சிக் கேட்டாலும்கூட “ஆட்டுக்காரக நமக்கு இதெல்லாம் ஊதாரிச்செலவு. ஒனக்கு வேற எதாவது கேளு வாங்கித்தாறம்” என்று மறுத்துவிடுவார்கள்.

தாய் தகப்பன்தான் வாங்கித்தர மாட்டேன் என்கிறார்கள் கட்டியவன் நீயாவது வாங்கிக் கொடுக்கக்கூடாதா என்று இவனிடமும் பலமுறை அவள் கேட்டிருக்கிறாள். அப்போதெல்லாம் சேதுவுக்கு

அதுபற்றி பெரிதாய் எதுவும் தோன்றாது. 'அது என்ன பெரிய தெரவியமா. அதுக்காக மூஞ்சி வீங்கிப் போவியா' என்று அலட்சியப்படுத்திவிடுவான். ஆனால், இன்றைக்கு அவள் ஆசைப்படும் பொருட்களையெல்லாம் வாங்கிக்கொடுக்க வேண்டும்போல இருந்தது.

குளிக்கப் போன அண்ணன் குளித்துவிட்டு இப்போது வந்துவிடும் என பொழுது போகும்வரை வழியையே பார்த்துப் பார்த்து கண்கள் பூத்துப் போனது பொன்னாச்சரத்திற்கு. இதுவரை அப்பாவும் வரவில்லை அண்ணனும் வரவில்லையே. இத்தனை ஆடுகளையும் எப்படி ஓட்டுவது என திகைத்துப்போய் நின்றாள் பொன்னாச்சரம். அவளுக்கு அழுகை வருவதுபோல இருந்தது. அழுதுகொண்டு உட்கார்ந்திருந்தால் ஆடுகளை என்ன செய்வதென்று நினைத்தவள். வெயிலுக்கு தலைக்குப் போட்டிருந்த சேலையின் முறுகுத்துணியை தலைப்பாகைபோல தலையில் கட்டிக்கொண்டாள். வேட்டி மடித்துக்கட்டுவதுபோல பாவாடையை மடித்துக்கட்டிக்கொண்டாள். ஆடுகளைத் தொழுவை நோக்கி திருப்பி விட்டு ஒன்றுசேர்த்து ஓட்டிக்கொண்டு வந்தாள்.

தொழுவுக்குள் ஆடுகளை அடைப்பதற்குள்ளாக நன்றாக இருட்டிப்போயிருந்தது. அப்பாவும் அண்ணனும் இருந்தால் காரமுள்ளை வைத்து எவ்வளவு பாதுகாப்பாய் அடைப்பார்களோ அதைவிடவும் அதிக பாதுகாப்புடன் கவனமாய் அடைத்துவிட்டு கூண்டுக்குப் போனாள். கூண்ட தூக்கிவிடாததால் கோழிகள் எல்லாம் கூண்டுக்குள் போய் அடையாமல் கூண்டின் கூரையில் ஏறி உட்கார்ந்திருந்தன. அவைகளை ஒவ்வொன்றாய்ப் பிடித்து உள்ளே போட்டு அடைத்தாள். கூண்டுக்குள் நுழைந்து துழாவி லாந்தரை எடுத்து ஏற்றினாள். லாந்தரின் வெளிச்சத்தில் கூண்டுக்குள் நோட்டம் விட்டாள். சாப்பிட ஏதாவது இருக்கிறதாவென்று, ஒன்றுமேயில்லை. அண்ணன் இருந்தால் அடுப்பு பற்றவைத்து சோறு காய்ச்சலாம். அண்ணனும் இல்லாத இந்த நேரத்தில் நாம் இங்கே உட்கார்ந்து சோறு காய்ச்சிக்கொண்டிருந்தால் ஆடுகளை யாராவது தூக்கிக்கொண்டு போய்விடுவார்கள் என நினைத்தவள், சோறாக்கும் எண்ணத்தைக் கைவிட்டாள்; இருந்தாலும் வயிறு பசித்தது.

"ராச்சாப்பாடு இல்லாம எப்புடி கெடக்குறது" என்று நினைத்தபோதே அவளுக்கு தொண்டை அடைத்தது. டின்னுக்குள் உப்புக்கண்டம் மட்டுமே இருந்தது. மக்கிய பனை மட்டை ஓலைகளை எடுத்துவந்து அடுப்புக்குள் போட்டு கொளுத்தினாள். ஒரு

கைநிறைய உப்புக் கண்டங்களை அள்ளி அதில் போட்டு சுட்டாள். வெண்ணெய்போல் உருகி வெந்தன உப்புக்கண்டங்கள். அதன் வாசனை காற்றில் எங்கும் பரவியது. சுட்டது பாதி சுடாதது பாதியென அவற்றை அள்ளி மடியில் போட்டுக்கொண்டாள். லாந்தரை கையில் எடுத்துக்கொண்டு தொழுவுக்கு வந்தாள். தான் அடைத்து விட்டுப்போன வழிப்பாதை அப்படியே இருக்கிறதா எனப் பார்த்தாள். அவள் அடையாளமாய் போட்டிருந்த குச்சிகள் கொஞ்சமும் விலகாமல் அப்படியே இருந்தன. தொழுவிற்குள் போய் உட்கார்ந்து உப்புக்கண்டங்கள் ஒவ்வொன்றையாய் எடுத்துத் தின்றாள். கொங்காணியால் மூடிக்கொண்டு படுக்க நினைத்தவள், எதற்கும் ஒருமுறை எண்ணிப் பார்த்துவிடுவோமே என நினைத்தாள். அரிக்கனை கையில் எடுத்துக்கொண்டு ஆடுகளுக்கிடையே புகுந்தாள். ஒருமுறை இரண்டுமுறை மூன்றுமுறை எண்ணிப் பார்த்துவிட்டாள். ஒரு ஆடு குறைவதை அவளால் நம்ப முடியவில்லை. எப்படிக் குறையும்? நான் பத்தரமாத்தானே பாத்துக்கிட்டன். எப்புடி காணாமப் போகும். யாரு வந்து தூக்கியிருப்பாக எங்கண்ண தட்டிட்டு எங்கபோயிருக்கும். ஆடு காணாமல்தான் போய்விட்டது என்பதை அவளால் ஒத்துக்கொள்ள முடியவில்லை. மறுபடியும் ஒருமுறை லாந்தரை கையில் எடுத்துக்கொண்டு ஒவ்வொன்றாய் எண்ணிக்கொண்டே வந்தாள். உண்மையாகவே ஒரு தலை குறையத்தான் செய்கிறது. எப்படிப்போனது... அவளால் தாங்கிக்கொள்ள முடியவில்லை, தலையில் வைத்துக்கொண்டு அழலாம் போலிருந்தது.

“இந்த நேரத்துல யாருமில்லாம பொயிட்டாங்களே. அண்ணந்தேன் என்ன ஏமாத்திட்டு பொண்டாட்டிய பாக்கப் பொயிட்டுதுண்டா பொழுதோட வந்தர்றன்னு சொல்லிட்டுப் போன அப்பாவும் வந்து சேரலயே" என்று நினைத்து வருந்தியவாறே கிடையின் ஒரு ஓரமாய் தொழுவுக்குள் அவளும் கொங்காணியைப் போட்டு மூடிக்கொண்டு படுத்துவிட்டாள். ஆனால் அவளுக்கு தூக்கம் வரவில்லை. ஆடுகளைப் பாரா காக்கவேண்டிய கவலை ஒரு பக்கமென்றால் நடுநிசியில் உலவும் பேய்பிசாசுகளைப் பற்றிய பயம் இன்னொரு பக்கமாய் இருந்து அவளை தூங்க விடாமல் செய்தது.

குட்டி விற்ற காசோடு வண்டியேறிய சேதுவுக்கு நேராக நயினார்பாளையம் வந்துசேர வழி தெரியவில்லை. சிதம்பரம் சேத்தியாதோப்பு என்று எந்தெந்த ஊர்களின் பெயர்கள் தெரிந்ததோ அங்கெல்லாம் அலைந்து திரிந்துவிட்டு மறுநாள் மத்தியான பொழுதின்போதுதான் நயினார்பாளையம் காட்டிற்கு வந்து சேர்ந்தான். அந்த நேரத்தில் வந்ததுதான் அவனுக்கும் நல்லதாக இருந்தது.

முத்தம்மாள் மட்டுமே வலசையில் இருந்தாள். மற்றவர்கள் ஆட்டுக்கும் வெளிவேலையுமாக வலசையைவிட்டு போயிருந்தார்கள். முத்தம்மாள் தொழு கூட்டிக்கொண்டிருந்தாள். அரவம்படாமல் போனவன் பெண்டாட்டிக்காக வாங்கிக்கொண்டு போன பொருட்களை பையோடு கூண்டு காலில் மாட்டி தொங்கவிட்டுவிட்டு புழுக்கையள்ளும் கூடையை எடுத்துக்கொண்டு போனான். முத்தம்மாள் கூட்டி வைத்திருந்த புழுக்கையை கூடையில் அள்ளிக்கொண்டு போய் எருமுட்டில் கொட்டினான். தொழுவுக்குள் நிழலாடுவதைக் கவனித்து திடுக்கிட்ட முத்தம்மாள், சேது புழுக்கையள்ளிக் கொட்டுவதைப் பார்த்து வியப்புற்றாள். ஏனோ அந்தக் கணத்தில் அவளுக்கு உடல் சிலிர்த்து அடங்கியது. கையில் இருந்த புளுக்கை கூட்டும் பூண்டு துடப்பத்தை அப்படியே போட்டுவிட்டு கிட்டே வந்தாள். கை கால்களில் ஒட்டியிருந்த மண்ணையும் தூசிகளையும் தட்டிவிட்டுக்கொண்டாள். சேலையை உதறிக்கட்டினாள்.

“என்ன வந்ததும் வராததுமா, கூடைய எடுத்துக்கிட்டு புளுக்க அள்ள வந்திட்டீக” என்றாள் சிரித்தபடியே அவள் சிரித்துப் பேசுவாளோ அல்லது கோவப்பட்டு ஏசுவாளோ என தயக்கமாய் இருந்தவனுக்கு அவள் சிரித்துப் பேசியது ஆறுதலாய் இருந்தது.

“நீ தனியாத்தான தொளுகூட்டி அள்ளூற. அதான் ஒத்தாசைக்கு வந்தன்.”

“அது செரி ஒத்தாச பண்ணினது இருக்கட்டும். மொதல்ல கைய களுவிப்புட்டு வா. சோறு போடுறன்” என்றவள் கூண்டை நோக்கி நடந்தாள்.

நாய்க்குட்டிபோல அவள் பின்னாலேயே சென்றவன் கை கால்களைக் கழுவிவிட்டு கூண்டுக்கு வெளியே உட்கார்ந்தான்.

ஒரு குழிந்த பாத்திரத்தில் முதல் நாள் இரவு ஆக்கிய பழைய சோத்தைப் போட்டு உப்பு போட்டு கொண்டுவந்து கொடுத்தவள். “தொட்டுக்கு சுட்ட உப்புக்கண்டம் வேணுமா” என்று கேட்டாள். கீதாரிகளின் வீடுகளில் எப்போதும் கொஞ்சமாவது சோறு இருந்து கொண்டே இருக்கும். திடீர் விருந்தாளிகள் யாராவது வந்துவிட்டால் கொடுத்து உபசரிக்கவென்று தட்டுப்பட்டுப் போகாமல் வைத்திருப்பார்கள். வாங்கவென்று கூப்பிட்டு கைகழுவச்சொல்லி ஒரு ஏனத்தில் நாலு பழைய சோத்தைப்போட்டு வைத்துவிட்டால் போதும் வந்தவர்களுக்கு மனம் குளிர்ந்து போய்விடும். முத்தம்மாள் சாப்பிடச் சொன்னதில் சேதுவின் மனம் குளிர்ந்துபோயிருந்தது. அதன் நிம்மதியாய் உட்கார்ந்து ஒவ்வொரு கையாக அள்ளி வாயில் போட்டுக்கொண்டிருந்தான்.

8

“அடியபளே குறுந்தாயி.. மூச்சு வாங்குதுடி எனக்கு. இதுக்குமேல தூக்கிவர முடியாது போலருக்குதுடி” என்றாள் முனகலாய் லட்சுமி.

தலையில் கவிழ்த்துப் போட்டுக்கொண்டிருந்த கூண்டுக்கு வெளியே அவளுடைய குரல் கேட்குமா என்பதுபற்றி அவள் யோசிக்கவில்லை.

“அத்தாச்சி காசா பணமா என்னத்துக்குப் பயப்படுறிய மூச்சுதான. வாங்கற மூச்சி வாங்கிட்டுத்தேன் போகட்டுமே” என்றாள் லட்சுமிக்கும் முன்னால் நடந்துகொண்டிருந்த குறுந்தாயி.

இருவருக்கும் தரை மட்டுமே தெரிந்தது. எதிரே என்ன வந்தாலும் தெரியாது. தங்களுக்கு முன்னே நீண்டுகிடக்கும் வழியில் அவர்களால் பார்க்கமுடிந்தது வெறும் ஐந்தடி தூரத்தை மட்டுமே. அந்தப் பார்வையே போதும் என்பதுபோல மூன்று ஊர்களைக் கடந்து வந்திருந்தார்கள் லட்சுமியும் குறுந்தாயியும்.

“எட்டியே எறக்கிவச்சிட்டு போவமுடி நடந்தது போதும்” என்றாள் லட்சுமி.

“நம்ம போற நக்குல ஒரு ஒத்தப் பணமரம் தெரிஞ்சிது அத்தாச்சி. அது வரைக்கிம் பொயிருவம்ம”

“எங்கடி எட்டி பாத்தே நீ ஒத்தப் பணமரத்த.”

“செத்த பின்னாடிதேன் அத்தாட்சி பார்த்தேன். நீங்க பின்னுக்கே நடந்து வந்துக்கிட்டுருந்தியளா. கூப்புட்டு பாத்துட்டு ஒங்க கொரல் கேக்காம கூண்ட சாச்சி வச்சிட்டு நிமிந்து பாத்தேன் அத்தாச்சி.”

“இன்னமும் ரொம்ப தூரம் போகவேண்டியதா இருக்குமாடி எட்டி குறுந்தாயி.”

“இல்லத்தாச்சி. கொஞ்ச தூரம்தேன். இப்ப போய்ச் சேர்ந்துடலாம். நிமுந்து பாத்துட்டுப் போவமேன்னுல்ல நிக்காதிய. பல்ல கடிச்சிக்கிட்டு எம்பின்னாடியே ஓடி வந்துருங்க” என்று கூப்பாடு போட்டபடியே முன்னால் நடந்துகொண்டிருந்தாள் குறுந்தாயி.

அவளின் பின்னால் தலைச்சுமையின் கனம் தாளாமல் நடை தள்ளாட வந்துகொண்டிருந்தாள் லட்சுமி. அவளுக்கு உச்சி எரிந்து கொண்டேயிருந்தது. தலைக்குள் கழுத்து செறுகிப் போய்விடுவது போலிருந்தது. இதுக்குமேல முடியாது இறக்கிவிடுவோமடி சொமய' என்று லட்சுமி பலமுறை சொல்லிப் பார்த்துவிட்டாள். ஆனால் இந்தக் குறுந்தாயி கேட்பதாய் இல்லை. இதோ அதோ என்று அடுத்த அடுத்த

அடையாள மரத்தைக் கைகாட்டிக்கொண்டே அழைத்துப் போய்க்கொண்டு இருந்தாள்.

விடியற்காலத்திற்கு முன்பு வெள்ளி முளைத்ததும் தூக்கி கவிழ்த்துக்கொண்ட சுமை. சூரியன் நெத்திக்கு நேராய் வரும்போது எந்த இடமாக இருந்தாலும் இறக்கி வைத்துவிடுவோம் என்று பேசிக்கொண்டுதான் தலையைக் கொடுத்தார்கள் இருவரும். ஆனால், சூரியன் இப்போது சொன்ன இடத்தையும் தாண்டி உயரத்திற்குப் போய்விட்டது. இன்னும் நாலு ஊரு கடந்து போகும் ஆசையோடு தனக்கு முன்னால் குறுந்தாயி நடந்து போவதுபோல தோன்றியது லட்சுமிக்கு. அவளுக்கு தலைச்சுமை சற்று குறைவு. லட்சுமியின் கூண்டைவிடவும் குறுந்தாயியின் கூண்டு சற்று சிறியது. லட்சுமிக்கு சுமையின் கனம் கூடுதலாய் இருந்ததால் அடியெடுத்து வைக்கவிடாமல் அழுத்தியது.

"அடியளே. குறுந்தாயி இப்ப நீ கூண்ட கீள வைக்கப்போறியா இல்லயாடி."

"காடும் கரையுமா கெடக்கு. கெடந்தா போகுதுண்டு இங்குணக்குள்ளயே எறக்கச் சொல்றியளாக்கும்."

"அடியளே பாழாப்போற முண்ட செறுக்கி. செத்த நேரம் எறக்கியாச்சிம் தூக்குவண்டி கீள வையிடி"

"ந்தோ பக்கத்துலதான் அத்தாச்சி இருக்குது மொட்டச்சி பொட்டல். அதுக்கும் இதுக்கும் பத்து தப்படிகூட இருக்காது இங்குனக்குள்ள ஒரு தரம் எறக்கி தூக்கணுமாக்கும். எறக்குன சொமய தூக்கிப்பாருங்க எம்புட்டு கனம் சேந்துபோகுதெண்டு அப்பறம் சொல்லுவிய."

"அடியளே.. மொத ஒத்தப் பனமரமுண்டு சொன்னாயில்லடி. இப்ப என்னடான்னா மொட்டச்சி பொட்டலுண்டு சொல்ற. எது உண்மை எதுடி பொய்யி." "எதுவும் பொய்யில்ல அத்தாச்சி. உண்மையத்தேன் சொல்றன். மொட்டச்சி பொட்டலுக்கு அடையாளமாத்தேன் ஒத்த பனமரத்த சொன்னன். ஒத்தபன மரத்தத் தாண்டித்தேன் நம்ம இப்ப போயிக்கிட்டு இருக்குறம்."

"அடியளே....... குறுந்தாயி இப்புடியே என்னய இழுத்தடிச்சி சோமாறிப்புட்டு போயிடலாமெண்டுல்ல பாக்குறியாடி.'

"அத்தாச்சி.. ஒங்கள சோமாறிப்புட்டு போயி நான் என்னத்த அடயப்போறனாக்கும். நீங்க என்ன எம்புட்டு மச்சான்மார்களயா கட்டியிருக்குறிய. அவகள நான் கவந்துகிட."

"யாரு கண்டா அண்ணன்மார்களா இருந்தான்ன தம்பிமார்களா இருந்தான்ன. கைக்குள்ள போட்டுக்கிட்டு எம்புட்டு ஆடுகளயெல்லாம் பத்திக்கிறலாமுண்டு திட்டம் போட்டிருக்காயோ என்னவோ."

"ஏந்த்தாச்சி என்னவோ உச்சி எரியுதுங்குறிய.. கழுத்த அழுத்துதுங்குறிய அடி தொவளுதுங்குறிய. ஆனாக்க வாயி மட்டும் கண்டமேனிக்கு அலம்புதே."

"அண்ணன்மார்க தம்பிமார்கள எல்லாம் கைக்குள்ள போட்டுக் கிட்டுத்தேன் நீங்க கெடைக்கு ஆடு சேத்தியளாக்கும். எனக்கு இத்துன நாளாக இது தெரியாம போயிட்டுதே."

"அடியளே நாதியத்த முண்ட குறுந்தாயி செறுக்கி.. ஒனக்கென்ன காண்டுமதமாடி. இப்புடியெல்லாம் என்னப்போட்டு இழுத்தடிக்கிற."

"இன்னம் பத்து ஊருக்கு நடக்கவிச்சி இழுத்தடிச்சாலும் தகும்போலருக்கு. இவ்வள வளும்ப புடிச்ச பொம்மனாட்டியா இருக்குறிய."

மாற்றி மாற்றி இருவரும் ஒருவருக்கொருவர் சளைக்காமல் பேசிக்கொண்டு வந்தார்கள்.

இருவர் தலையில் கவிழ்த்திருந்த கூண்டும் அவர்களின் உடலை முட்டிக்கால்வரை சுத்தமாய் மறைந்திருந்தது.

மழைக்கு வெடித்த மிகப் பெரிய இரண்டு குடைக்காளான்கள் கால்கள் முளைத்து நடந்து வருவதுபோல இருந்தது.

நீண்ட தூரம் பயணம்போவது என்று முடிவானால் கீதாரிகள் கூண்டுகளைத் தூக்கிச் செல்வதில்லை. வலசைக்கூடையும் துணி மூட்டையும்தான் மொத்த குடும்பமுமே என்பதுபோல அவற்றை மட்டுமே தூக்கிச் செல்வார்கள். ஆனால் இரண்டு மூன்று வருடங்களாக கூண்டுகட்டி வைத்துக்கொண்டு மழைக்கும் வெயிலுக்கும் மறைவாய் படுத்துக்கொள்ளவும் அதற்குள் பாதுகாப்பாய் புழங்கி பழக்கப்பட்டு விட்ட கீதாரிப் பெண்களுக்கு அவைகளை விட்டுவிட்டுப் போக மனம் ஒப்பவில்லை. போகும் இடத்தில் புதிதாய்க் கூண்டு கட்டிக்கொள்ளலாம். இதை இங்கேயே போட்டுவிட்டு வந்துவிடுங்கள் என்று காயாம்பு கீதாரியும் ஆட்டுக்கார ஆண்களும் எவ்வளவோ சொல்லிப் பார்த்துவிட்டார்கள். ஆனால் பெண்கள் கேட்பதாயில்லை.

'நீங்கல்லாம் ஆளுக்கு நூறாடு நூத்தம்பது ஆடுகன்னு இந்த நாட்டுலேருந்து அந்த நாட்டுக்கு பத்திக்கிட்டு வரக்குள்ள நாங்க இந்த கூண்டுகள கொண்டுவந்து சேக்கமாட்டமாக்கும். நாங்க முடிஞ்சா தூக்குறம் முடியாதுபோனா போட்டுட்டு வாறம். நீங்க எதுவும்

சொல்லவேண்டாம்' என்று கூறிவிட்டார்கள். சொன்னதோடு மட்டுமல்லாமல் ஆடு போவதற்கு முன்பாகவே போகவேண்டிய திசையில் ஒவ்வொரு நாளும் இவர்கள் கூண்டுகளைக் கொண்டுபோய் வைத்துவிட்டு வந்துவிடுகிறார்கள்.

ஆடுகள் அதிகமாய் களவு போகிறதென்பதால் இதுவரை இருந்த பகுதியை விட்டு வேறு பகுதிக்குச் செல்வதென்று முடிவுசெய்தார்கள். தை பிறக்கும் முன்பாகவே காயாம்பு கீதாரி தன்னுடன் வெள்ளைச் சாமியை அழைத்துக்கொண்டு போய் இரண்டு மூன்று நாட்கள் சுற்றித்திரிந்து காடு பார்த்துவிட்டு வந்திருந்தார்.

ஆட்டுப் பொங்கல் முடிந்த கையோடு பயணத்தை ஆரம்பித்துவிட வேண்டுமென்றும் சொல்லியிருந்தார்.

புதுக்கோட்டையெல்லாம் தாண்டி பட்டுக்கோட்டை பகுதிகளுக்கு போய்விடவேண்டுமென்றும். அங்கு கோடை காலத்தில் கிடைகட்ட விளைச்சல் நிலமும் மழைக்காலத்தில் ஆடுகளைப் பாதுகாக்க நிறைய காடுகளும் உள்ளன. மேய்ச்சல் தரிசிகளும் மேய்ச்சலும்கூட நிறைய இருக்கிறது. இந்தப் பகுதியில் களவு போவதுபோல ஆட்டுத் திருடர்களால் ஆடுகள் களவுபோவதும் அவ்வளவாய் இருக்காதென்று நினைக்கிறேன். என்று சொல்லி நாடுவிட்டு நாடு போகும்போது பத்துப்பதினஞ்சி குடும்பம் ஒண்ணா சேர்ந்து போகணும். போயி கொஞ்ச காலத்துக்கு எல்லாரும் ஒரே நக்குல சேந்துதான் வலச போட்டுக்கிட்டு தங்கியிருக்கணும். ஆடு மேய்க்கிறதும் அப்புடித்தான். ஒருத்தருக்கு ஒருத்த ஒத்தாசயா பக்கம் பக்கமா மேய்க்கணும் என்றெல்லாம் பயணம் போவது குறித்து எல்லோரிடமும் படித்துப் படித்துச் சொல்லியிருந்தார் காயாம்பு கீதாரி.

அடுத்தடுத்த ஊர்களில் இருந்தவர்கள் எல்லோருமே தத்தம் வழியில் ஆடுகளை மேய்த்தபடி வந்து கொண்டிருந்தார்கள். ஆடுகளை ஒரேயடியாய் ஓட்டாமல் இடையிடையே இரண்டு மூன்று நாள் அவைகளுக்கு ஓய்வு கொடுத்து, களைப்பாற்றி ஓட்டவும் காயாம்பு கீதாரி வழிகாட்டிக்கொண்டிருந்தார். நல்ல ஊராய் இருந்தால் ஆடுகளுக்கு அவ்வூரில் மேய்ச்சலும் குடிக்க தண்ணீர் வசதிகளும் இருந்தால் அந்த ஊரில் கொஞ்சம் ஓய்ச்சி ஓட்டும்படி கூறுவார். இரண்டு நாள் மூன்று நாள் ஆடுகளைக் கெடை அடையப்போட்டு கைச்செலவுக்கு காசு கிடைக்கவும் அவரே ஏற்பாடு செய்வார். சில ஊர்களில் வயல்களுக்கு கிடைகட்டச்சொல்லி அவர்களே வந்து கேட்பார்கள். சில இடங்களில் கீதாரியே போய் "ஆடுக பயணம் போயிக்கிட்டு இருக்குதுக. குடும்பம் குடும்பமா புள்ளக்குட்டிகளோட போறம். வழியில் அரிசி தவுழி வாங்கி சோறு காய்ச்சவும் கைச்செலவுக்கும் ரொம்ப செரமமா இருக்குதுங்க. ஓங்க வயல்கள்ல

ரெண்டு நாளைக்கி கெடைகட்டச் சொன்னீகன்னா எங்களுக்கு உதவியா இருக்கும். ஆட்டு ஓரம் ஒங்களுக்கு நல்ல வெளிச்சல கொடுக்கும்” என்று பலரிடமும் நயமாய்ப் பேசி அத்தனை பேருடைய ஆடுகளையும் கெடை அடையப்போட வழி செய்துவிடுவார். கெடைகட்டிய காசையும் பைசா பாக்கியில்லாமல் வசூலித்து வந்து அவரவர்களிடம் கொடுத்துவிடுவார்.

கோவிந்தம்மா, ராக்கு, கண்ணாத்தா, சமுந்திரம் இவர்களுக்கெல்லாம் வலசைக்கூடை மட்டுமே பயணச்சுமையாக இருந்ததால் எல்லோரும் ஒருசேர நாளைக்கு விடிகாலம் கூடையைத் தூக்கிக்கொண்டு வருவதென்று இருந்தார்கள். குறுந்தாயியும் லட்சுமியும் அதற்கு முன்னதாகவே கூண்டை தூக்கிக்கொண்டுவந்து வைத்துவிட வேண்டுமென்று வந்திருந்தார்கள்.

வந்த களைப்பில் இறக்கிவைத்த கூண்டுக்குப் பக்கத்திலேயே சும்மாட்டுத்துணியை விரித்துப்போட்டு படுத்துவிட்டாள் லட்சுமி.

“ஏய்ந்தாச்சி... நம்ம கூண்டு எறக்கிவச்சிருக்கிற எடம் நல்ல எடமாத்தான இருக்குது” என்றாள் குறுந்தாயி.

“ஆமாம்.. எடத்துக்கென்ன கொறச்ச எல்லாம் நல்லாத்தேன் இருக்குது. இம்புட்டு தூரம் கொண்டாந்து சேத்திட்டியேடி. நம்ம திரும்பி எப்படி போய்ச்சேர்றது.”

“எத்தாச்சி.. எதுக்கு இப்ப வேலயத்து கவலப்படுறிய. சொமயோட வந்து சேந்தாச்சி. வீசுன கையும் வெறுங்கையுமாம் போய்ச்சேர முடியாமயா பொயிடப்போகுது? செத்த நாழிக்கி நல்லா கால கைய நீட்டி கெடங்க. களைப்பாறிப் போச்சின்னாக்க எழும்பி ஒரே ஓட்டமாப் போய்ச்சேந்துறலாம்.”

“அடியளே.. குறுந்தாயி... ஒனக்கு என்னவே. ஓம்மக பொன்னாச்சரம் இருக்காளே... ஆளு பாக்கதேன் பொந்த வுளுந்த மந்த கலயம் மாதிரி இருக்காளேத்தவர சோறு காச்சி வச்சிருவோ. காடு மேட்டுல கெடக்குற தலைகொலையயெல்லாம் அறிச்சாந்து கீரன்னு கெடஞ்சி வச்சிருவா. நீ போயி நீட்டி ஒக்காந்துருவ. சோறும் கொழம்பும் கை கழுவ தண்ணியோட காமாட்டுக்கு வந்துரும். ஆனா எனக்கு அப்புடியா. ரெண்டு ஆம்புளப் பயலுகள பெத்துவச்சிக்கிட்டு ரெண்டும் ரெண்டாப்ப ரெண்டும் கலண்டாப்பன்னு இருக்குறன். என் நேரம். ஆனாலும் நாம் போயித்தேன் சோறு காய்ச்சணும் கொழம்பு தண்ணி கொதிக்க வைக்கணும்.”

“எந்த்தாச்சி ஒங்கள நானா பொம்புளப்புள்ள பெத்துக்கிற வேண்டான்னு வழிய மறச்சி நின்னன். நீங்களும் பெத்துவச்சிக்கிட்டு சொகபோகத்த அனுபவிக்க வேண்டியதுதான?”

“ஒம்புட்டு அண்ணங்கிட்ட சொகயோகத்த அனுபவிச்சிறலாமுடி, நல்லா சொன்னாய்போ.”

“என்ன அத்தாச்சி இப்புடி சொல்றிய. எம்புட்டு அண்ணன் ஒங்களுக்கு என்ன கொற வச்சாக. எங்க கெட கெடந்தாலும் வாரத்துக்கு ரெண்டு நாளு வலசப்பக்கம் வந்துட்டுதான போறாக. நாங்க அதையெல்லாம் பாக்காமயா இருக்குறம்.”

“அடிப்பாவிகள அண்ணமாருகண்டு கூட பாக்காமலாடி மறைஞ் சிருந்து இதையெல்லாம் பாக்குறீக.”

“எம்புட்டு முடியாமப் போனாலும் எங்க வாய்க்கொழுப்பு மாத்திரம் கொறயாதுவே” என்ற குறுந்தாயி,

“செரி செரி கெடந்தது போதும் எழும்பி வாங்கத்தாச்சி...” என்றாள்.

“என்னடி இப்பதேன் கெடந்து களையாருன்ன. அதுக்குள்ள உசிப்பிவுடுற. புள்ளய மொளவா பானைக்குள்ளயா போட்டுட்டு வந்திட்ட.”

“இம்புட்டு நேரம் கெடந்தது போறாதாக்கும்.”

“இப்பதானடி வந்த மேரி இருந்துச்சி.”

“இப்பத்தான் வந்தியளா.. அளந்து போட்டு குத்தியிருந்தா வந்த நாழிக்குள்ள களநெல்லு குத்தி பொடச்சியிருக்கலாம். இப்பத்தான் வந்தங்குறிய.”

“இதுக்குமேல என்னைய கெடக்க வுட்டுறிவியா?” என்றவள் எழுந்து துணியை உதறி தோளில் போட்டுக்கொண்டாள்.

இருவரும் திரும்பி நடக்க ஆரம்பித்தார்கள்.

“அடியளே குறுந்தாயி, உச்சிப்பொழுது எறங்குறத்துக்குள்ள நாம போயிச் சேந்துலாமாடி” என்றாள் லட்சுமி.

“போயிச் சேந்துறலாமுண்டுதான் நெனக்கிறன். எதுக்கும் அத்தாச்சி வாறியளா கைமண்ண தட்டிவிட்டு ஓடுவம். சீக்கிரமா போய்ச் சேர்ந்துறலாம்.

“ம் ஓடித்தான் பாப்பமே” என்று ஒத்துக்கொண்டாள் லட்சுமி.

“மொதல்ல நீங்க தட்டி விடுறியளா? இல்ல நாந்தட்டி விடட்டா?”

“ஓம்புட்டு கையில மண்ணள்ளிக்காட்டு நானே தட்டிவிடுறன்.”

“அதுசரி” என்ற குறுந்தாயி, குனிந்து கொஞ்சம் மண்ணைக் கையில் அள்ளி வைத்துக்கொண்டு லட்சுமியிடம் நீட்டினாள்.

லட்சுமி ஓடும்போது தடுக்கிவிடாதபடி தன் புடவையை வரிந்து மேலே உயர்த்தி செறுக்கிக்கொண்டாள்.

“அத்தாச்சி. தட்டிவிடுறதுக்கு மின்னாடி எல்ல வரப்ப சொல்லிருங்க” என்றாள் குறுந்தாயி.

“எல்ல வரப்பா? இரு வாறன்” என்றவள் தாம் திரும்பிச் செல்ல வேண்டிய வழியைப் பார்த்தாள். அடையாளமாய் எதைச் சொல்லலாம் என்று யோசித்தவள்,

“அடியளே.. குறுந்தாயி... ந்தோ தெரியுது பாத்தியாடி ஒரு ஒசந்த நாட்டுக்கருவ.”

“ஆமா”

“அது போறத்துக்கொள்ள என்ன நீ வெரட்டிப் புடிச்சிறணும். சரியாடி?”என்றவள், குறுந்தாயி எதிர்பார்க்காத நேரம் பார்த்து கையிலிருந்த மண்ணைத் தட்டிவிட்டு ஓடினாள். அதுநேரம்வரை லெட்சுமி காட்டிய நாட்டுக்கருவையைப் பார்த்துக்கொண்டிருந்தவள் சுதாரித்துக்கொண்டு, கை மண்ணைத் தட்டிவிட்டு ஓடும் லட்சுமியைத் துரத்தத் தொடங்கினாள். முடியல முடியல என்ற லட்சுமி போட்டி என்றவுடன் என்னமாய் ஓடுகிறாள் என்று வியந்தபடியே பின்னால் துரத்திக்கொண்டு ஓடினாள் குறுந்தாயி. ஆரம்பத்தில், எங்கே போய்விடப்போகிறாள்... அவள் வேகத்துக்கும் நம் வேகத்துக்கும் ஒன்றும் குறைந்துவிடாது. ஓடட்டும் ஓடட்டும். கொஞ்சதூரம் ஓடவிட்டு பொறுமையாகப் பிடிப்போம் என்று தான் முதலில் நினைத்து அலட்சியமாய் துரத்தினாள் குறுந்தாயி. ஆனால் லட்சுமியின் ஓட்டத்தை அவ்வளவு சுலபமாய் எடைபோட்டது எவ்வளவு தவறு என்பதை சிறிது நேரத்திலேயே உணரத் துவங்கிவிட்டாள். இனிமேலும் நாம் வேகமெடுக்காவிட்டால் லெட்சுமியிடம் தோற்றுப் போய்விடுவோ மென்று நினைத்தவள் ஓட்டத்தில் வேகத்தைக் காட்டினாள். என்ன பிரயாசைப்பட்டு துரத்தியும்கூட ஆரம்பத்தில் காட்டிய அலட்சியத்தால் குறுந்தாயியால் லட்சுமியை அவள்

சுட்டிக்காட்டியிருந்த எல்லை வரப்புக்குள் தொட்டுப் பிடிக்க முடியவில்லை. முன்னால் ஓடிய லட்சுமி நாட்டுக்கருவையைத் தொட்டுவிட்டு கீழே உட்கார்ந்துவிட்டாள்.

“எத்தாச்சி ஒங்கள என்னமோன்னு நெனச்சிட்டான். நீங்க இம்புட்டு வேகக்காரியா இருப்பியலெண்டு நான் நெனக்கல.”

“அடியளே... குறுந்தாயி... நான் பாக்கத்தாண்டி ஆளு பயத்தங்கா கணக்கா இருப்பேனாக்கும். ஓடச்சிப்பாத்தாதான் தெரிஞ்சிக்குவே நான் எம்புட்டு அழுத்தந் திருத்தமான உளுத்தங்கொட்டயின்னு.”

“நீங்க சொல்லறது உண்மைதான் அத்தாச்சி. நான் ஒத்துக்கிருவன்." என்றவள்,

“செரி வாங்க. நீங்க மண்ணள்ளுங்க.”

“நீ எத்துன தரவ தட்டிவுட்டு ஓடுணாலும் என்னக் கிட்ட தோத்துதேன் போவேயடி.”

“இந்தத் தரவ நான் செயிக்கிறனா நீங்க செயிக்கிறயலாண்டு பாத்துருவம் வாங்க.”

“பாத்துருவம்... பாத்துருவம்.”

குனிந்து கையில் மண்ணை அள்ளிக்கொண்டாள் லட்சுமி.

“ந்தோ தெரியுது பாருங்கத்தாச்சி மதகடி, அதுதான் எல்ல வரப்பு” என்றவாறே லட்சுமியின் கையில் இருந்த மண்ணைத் தட்டிவிட்டு ஓடினாள்.

இருவரும் இப்படியே மாற்றி மாற்றி கைமண் தட்டிவிட்டு ஓடி ஓடி, வந்த சுவடு தெரியாமல் விளையாட்டும் சிரிப்புமாய் வலசைக்கு வந்து சேர்ந்தார்கள்.

9

காயாம்பு கீதாரியுடன் வந்த எல்லா குடும்பத்து ஆடுகளும் அத்தி வெட்டி, மதுக்கூர் பகுதிகளில் தனித்தனியாய்ப் பிரிந்து மேய்ந்து கொண்டிருந்தன. நெல் அறுவடையாகித் தாளடிப் பயிராய் உளுந்தும் பச்சைப்பயிறும் பசலியும் விளைவித்திருந்தார்கள். பயறு வகைகளும்கூட கிட்டத்தட்ட அறுவடைக்குத் தயாராய் இருந்தன. காய்கள் நன்றாக முற்றிப்போயிருந்தன. சிறிது பச்சை மாறினாலும் போதும் அறுவடை செய்துவிடுவார்கள். கோடை மழை எதுவும் பெய்வதற்குள்ளாக எல்லாவற்றையும் வீடு கொண்டுபோய் சேர்த்தால்தான் விதைத்தவர்களுக்கு லாபம்.

பயறும் உளுந்தும் அறுவடை செய்துவிட்டால் ஆடுகளுக்கு அவ்வயல்களில் நல்ல மேய்ச்சல் கிடைக்கும். இதுவரை மழைக்கு முளைத்த புல்லை மேய்ந்துகொண்டிருந்த ஆடுகளுக்கு உளுத்தஞ் செடியும் பயத்தஞ்செடியும் பசலிக்கொடியும் நல்ல உணவாகிவிடும். அவைகளை மேய்ந்தால் புதிதாய் புல் பிடித்திருக்கும். குட்டிகள் முதல் பல்தேய்ந்த ஈத்தாடுகள் வரை எல்லா ஆடுகளும் நல்ல வலுப்பெறும்.

இதையெல்லாம் கணக்கிட்டுப் பார்த்த காயாம்பு கீதாரி, ஆடுகளை ஒரே முட்டாய் மேய்க்க இடமில்லை பிரித்து ஓட்டுங்கள். கிடை கிடைத்தாலும் கிடைக்காவிட்டாலும் இன்னும் கொஞ்ச நாட்களுக்கு இப்பகுதியிலேயே இருங்கள். பத்துநாள் போனால் ஆடுகளுக்கு நல்ல மேய்ச்சல் கிடைக்கும். என்று சொல்லி இருந்தார்.

அதே மாதிரி ஆடுகளைத் தண்ணிக்கு தோப்புக்குள்ள கெடக்குற கொளங்கள்ல கொண்டுபோயி விடுங்க. எல்லா கொளத்துலயுமே அல்லியும் தாமரயும் பின்னிப்போயி கெடக்குது. அந்தத் தண்ணிய குடிச்சா ஆடுகளுக்கு நல்ல சத்து கெடைக்கும் கூடுதல் வலு கெடைக்கும் என்றும் சொல்லியிருந்தார். ஆட்டுக்காரர்கள் ஒவ்வொருவரும் கீதாரியின் சொல்படி தனித்தனியாகப் பிரிந்து ஆடுகளை மேய்த்தபோதும் அது ஒன்றும் அவர்களுக்கு சிரமமாய்த் தெரியவில்லை. உளுந்துப் பயறு விதைக்காமல் போட்டிருந்த வயல்களில் கட்டச்சொல்லி எல்லோருக்குமே கிடைகட்ட வயல்கிடைத்தது. கிடைக் கூலியுமேகூட நெல்லாகவும் அரிசியாகவும் பணமாகவும் நாள்தோறும் கிடைத்துவந்தது. காயாம்பு கீதாரி வந்து பஞ்சாயத்து செய்யுமளவிற்கு பிரச்சினை எதுவும் அப்பகுதிகளில் ஆட்டுக்காரர்கள் யாருக்கும் ஏற்படவில்லை. குறிப்பாக ஆட்டுத்திருட்டு எதுவும் நடக்காததால் கீதாரிகளுக்கு பெரும் நிம்மதியாகவும் இருந்தது.

மாவன்னா சீனா கோபால் சேர்வைக்குச் சொந்தமான தென்னந்தோப்பு ஒன்றில் அமைந்திருந்தது சாத்தையாவின் வலசை. கோபால் சேர்வைக்குக் கிடை கட்டவேண்டிய வயல்காடுகளும் நிறையவே இருந்தன. ஒவ்வொரு நாளும் ஒவ்வொரு பகுதியென ஒரு வயலிலேயே இரண்டு மூன்று நாட்களுக்குக் கிடைகட்டச் சொல்லியிருந்தார். வாரக் கிடைக்கூலியாய் ஏழு நாட்களுக்கு ஒருமுறை வைக்கோல் அடித்த நெல்லை அளந்து கொடுத்தார்.

முதல் கொட்டு இரண்டாம் கொட்டு கதிரடியலில், நெல்தாளில் இருக்கும் முக்கால்வாசி நெல்லும் கொட்டிவிடும். முதல் கொட்டு நெல் நல்ல தரமான நெல்லாயிருக்கும். விதை நெல்லுக்கு

அதிலிருந்துதான் கோட்டைகட்டி வைப்பார்கள். விதை நெல்போக மீதமிருக்கும் முதல்கொட்டு நெல்லோடு இரண்டாம் கொட்டு நெல்லையும் சேர்த்து சாக்கு பிடித்துவிடுவார்கள். நல்ல விலைக்குப் போகக்கூடியவை. சாப்பாட்டிற்கு என்றும் இந்த நெல்மூட்டைகளிலிருந்து போதுமான அளவு வீடுகளுக்குப் போய்விடும். ஆள் கூலி அறுப்புகூலி எல்லாம் ரெண்டாம் கொட்டு நெல்லிலிருந்து அளந்துவிடுவார்கள்.

இரண்டு கொட்டு கதிரடியலிலும் உதிர்ந்து விழாமல் நெல்காம்பு சற்று அழுத்தமாய் உள்ள நெல்மணிகளும் பச்சை மாறாமல் காயாய் உள்ள நெல்மணிகளும் தாளைவிட்டு இறங்காமல் நின்றுவிடும். இவற்றை நெல்தாளோடு உதறி, போர் போட்டுவிடுவார்கள். பிறகு ஒரு மாத காலமோ இரண்டு மாத காலங்களோ சென்றபிறகு, போரை உடைத்து களம் எங்கும் வட்டமாய் பிரித்துப்போட்டு, போருக்குத் தகுந்தாற்போல் எட்டு மாடுகளையோ பத்து மாடுகளையோ வரிசையாய் பிணைத்துக்கட்டி வைக்கோல் அடிப்பார்கள். வைக்கோலோடு நாள்பட இருந்து பழுத்து சருகுவிட காய்ந்துபோயிருப்பதாலும் மாடுகளைச் சுற்றிச்சுற்றி மிதிக்க விடுவதாலும் நெல்தாளோடு இருக்கும் நெல்மணிகள் யாவும் வைக்கோலுக்கடியில் உதிர்ந்து கொட்டிப்போய் கிடக்கும்.

வைக்கோலை உதறி திறையாக்கி வருடத்திற்கும் தாக்குபிடிப்பது போல, போர் போடுவார்கள். வைக்கோல் அடித்ததிலிருந்து கிடைக்கும் நெல், அரைநெல்லும் கருக்காயுமாய் இருக்கும். தட்டித்தட்டி தூற்றியெடுத்தாலும் பாதிக்குமேல் அரைநெல்தான் கலந்திருக்கும், அந்த நெல்லை வயல்களில் கிடைகட்டும் கீதாரிகளுக்குக் கூலியாய் அளந்துவிட்டுக்கொண்டிருந்தார் மாவன்னா சீனா கோபால் சேர்வை.

சாத்தையாவிடம் ஆடுகளும் குட்டிகளுமாய் நூற்றைம்பது உருப்படிகளுக்கு மேல் இருந்தன. நாளொன்றுக்கு ஐந்து மரக்கால் நெல் அளந்துவிடுவதாய்ச் சொல்லியிருந்தார். "கெடக்கூலி கட்டுபுடியாவாதுங்க. கொஞ்சம் சேத்து அளந்துவிடுங்க" என சாத்தையா தலையைச் சொறிந்துகொண்டு எவ்வளவோ கேட்டுப் பார்த்துவிட்டான். ஆனால், அதற்கு மாவன்னா சீனா ஒத்துக் கொள்ளவில்லை. "என்னோட தோப்புல குடியிருந்துக்க. வேணுங்குற வெறவு சத்தய எடுத்துக்க. நாலுல மூணுல வுழுவுற குடுவு தேங்காயில ஒண்ணு ரெண்டு வேணுமுன்னாலும் எடுத்துக்க வேண்டாங்கல. ஆனா, கெடக்கூலி நாளொன்னுக்கு அஞ்சி மரக்காதான். இஷ்டமுன்னா கெடபோடு. இல்லயின்னா வேற எங்கயாச்சிம் பாத்துக்க" என்று உறுதியாய்க் கூறிவிட்டார்.

பத்துவேலி நெலத்துல வெள்ளாம செஞ்சவரே அஞ்சு மரக்காவுக்கு மேல அளக்கமுடியாதுங்கறார். அங்குள்ள, வேற யாரு நம்மளுக்கு மூட்டகணக்குல தூக்கிக் குடுத்துற போறாங்க' என நினைத்த சாத்தையா, சரி போனாப்போவுது; குடுக்குறது வரைக்கும் லாபம். பச்சயமேயுதுக புளுக்கய போடுதுக. நம்ம கையகால வெட்டியா குடுக்கப்போறம். ஆடுமேய்க்கிற ஆளு கூலி கெடச்சாப் போதுமுன்னு போக வேண்டியதுதான். காயாம்பு கீதாரிவேற எப்புடியாவது இன்னம் பத்து நாளைக்கு இந்த வெளியிலயே இருக்கணுமுன்னு சொல்லிருக்காரு என்று பலவற்றையும் யோசித்தவாறு மாவன்னா சீனாவின் பேச்சிற்கு கட்டுப்பட்டவன்போல தலையை ஆட்டிவிட்டு வந்துவிட்டான் சாத்தையா.

வார முடிவில் முப்பத்தஞ்சி மரக்கால் நெல்லை அளந்துவிட்டிருந்தார் மாவன்னா சீனா கோபால் சேர்வை. முப்பத்தைந்து மரக்கால் நெல்லையும் இரண்டு பெரிய சாக்குகளில் பிடித்துக் கட்டி ஒவ்வொன்றாய்த் தூக்கிவிடலாமென நினைத்த சாத்தையா அவணிப்பட்டை நாரை கிழித்துக்கொண்டு வந்தான். அதற்குள் சேர்வை எங்கோ வெளியில் கிளம்பிவிட்டிருந்தார். அதுவரை ஒன்றும் அறியாதவள்போல வேடிக்கை பார்த்துக்கொண்டிருந்த சேர்வையின் பெண்டாட்டி செல்வநாயகி, தன் பங்கிற்கு ஒரு மரக்கால் நெல்லை அளந்துவந்து கொட்டினாள். "ஏம்மா, சேர்வ சரியாத்தான அளந்தாரு."

"மூணு கல நெல்லா இருக்கட்டுமேன்னுதான் கொற மரக்காலயும் அளந்துபோட்டன். நீ தூக்கிக்கிட்டுப்போ புள்ளக்குட்டிகாரன்னு சொல்லுற, ஒரு மரக்கா நெல்லுல என்ன வந்துறப்போகுது." என்றவாறே மரக்காலோடு உள்ளே போனாள்.

"மவராசி நல்லாருக்கணும்" என முணுமுணுத்தவாறே மூட்டையை வலசைக்கு தூக்கிவந்து சேர்த்தான்.

நெல் மூட்டைகளைப் பார்த்த குறுந்தாயி, இதை அப்படியே அரிசியாக்கிவிட்டால் பத்து நாட்களுக்குப் பசியாற சோறு திங்கலா மென்று கணக்குப்போட்டாள். சாத்தையாவோ கடையில் போட்டு விட்டு காசு வாங்கி வரட்டுமா என்று கேட்டான்.

"காச வாங்கி ஒலயில போடுவியளா?" என்றாள் குறுந்தாயி.

"அப்பன்னா அரிசி வாங்கியாறவா?" என்றான்.

"நெல்ல குடுத்துட்டு அரிசி வாங்குவியளாக்கும்?"

"பெறவு என்ன செய்யிறதாம்."

“இந்த நெல்ல கொண்ட கடயில போட்டியலுன்னா மொறத்தால தட்டி தட்டியே பாதியாக்கிடுவாக.”

“......”

“நெல்லா இது. பதறும் கருக்காயிமாயில்ல குடுத்துருக்காக.”

“ஆட்டாம் புளுக்கைக்கு இது போறாதாக்கும்.”

“ஆட்டாம் புளுக்கண்டா அம்புட்டு எளப்பமா பொயிட்டு தாக்கும்.”

“அரப்புடி ஆட்டாம் புளுக்கக்கி ஆறுமரக்கா நெல்லு சேத்து அறுக்கலாம்பாக.”

“அது சரிதான். ஒனக்குத்தெரியுது. கூலி குடுக்குறவுகளுக்குத் தெரியணுமில்ல.”

“தெரியாமயா கெடகட்டச் சொல்றாக.”

“அது கெடந்துட்டுப்போகுது விடு. இப்ப இந்த நெல்ல என்ன செய்யப்போற? அதச் சொல்லு.”

“என்னத்த சொல்லச் சொல்றீக. நெல்ல என்ன செய்யப் போறன் மேச்சகெடயில தெளிச்சி ஆட்டுக்கு மேச்ச உண்டாக்கப்போறனாக்கும். அவுச்சி காயவச்சி அரச்சி அரிசியாக்கத்தான் வேணும்.”

“எப்புடி அவிப்ப? பாத்திரம் பண்டம் இல்லாம மூணு கல நெல்ல அவிக்க முடியுமா ஒன்னால?”

“மதுக்கூரு ஓடக்கரயில ஒரு கொச வூடு இருக்குதாம். பெரிய பெரிய பானையா வனஞ்சுட்டு அடுக்கியிருக்காகளாம். அங்கதேன் போயி பாத்து பானை ஒண்ணு வாங்கியாறலாமுண்டு நெனச்சிருக்கேன்.”

“வந்து பத்து நாளுகொட ஆகல. அதுக்குள்ள மதுக்கூரு பட்டுக் கோட்ட கண்டவாக்குல எல்லாரு வூட்டயும் கண்டுபுடிச்சி, கொசலம் விசாரிச்சிட்டு வந்துட்டியாக்கும்.”

“யாம் பேசமாட்டிய? நல்லாத்தேன் பேசுவிய பயணம் போகக்குள்ள சோத்துப்பான ஓடஞ்சியோச்சின்னா ஓங்களுக்கு என்ன கவல. ஆட்டு மூத்தரத்த மோப்பம் புடிச்சிக்கிட்டே ந்தே ந்தேன்னு வருவிய. மசண்டயானா சோறு போடுறி யாம் பொண்டாட்டின்னு சூத்துத் துணியை தட்டிக்கிட்டு வந்து ஒக்காந்துருவிய. நாங்கதேன் கொசவூடு எங்கயிருக்குன்னு தேட்டம் தேடிக்கிட்டு போயி புதுப்பான வாங்கியாந்து சோறு காச்சி நேரத்துல படைக்கிறதெல்லாம் செய்யணும்.”

“ஒரு வார்த்த கேட்டத்துக்கு நீ எதுக்காக இப்ப இம்புட்டு பெரிசா நீட்டி மொழக்குற?”

“நான் நீட்டவுமில்ல. மொழக்கவுமில்ல. இடுப்பு வாருல காசி வச்சிந்தா எடுத்துக்குடுத்துட்டு காலா காலத்துல ஆட்ட பத்திக்கிட்டு போங்க.”

“எதுக்கு காசு கேக்குற?”

“விடிய விடிய ராமாயணம் கேட்டுட்டு எவனோ விடிஞ்சதும் கேட்டானாம், சீதைக்கு ராமன் சித்தப்பனா பெரியப்பணாண்டு. அது மாதிரியில்ல இருக்கு ஒங்க கத. இம்புட்டு நேரமா பான வாங்கணுமுண்டு நான் சொன்து ஏறல?”

“செரி... தாறன் குடிக்க கஞ்சி கொண்டா. குடிச்சிட்டு நாம் போறன்” என்றவாறே துண்டை மடக்கித் தரையில் போட்டுக்கொண்டு அதன்மீது உட்கார்ந்தான் சாத்தையா.

கஞ்சியையும் சுட்ட ஆட்டுவத்தலையும் கொண்டுவந்து கொடுத்தாள் குறுந்தாயி. அதை வாங்கிக் குடித்துவிட்டு இருப்பு வாரைப்பிரித்து சில்லறைக் காசுகளை எடுத்துப்போட்டுவிட்டு, தன் கைக்கம்போடு ஆடு கிடைபோட்டிருக்கும் வயலை நோக்கி நடந்தான்.

“எம் மக பொன்னாச்சரத்த வரச்சொல்லுங்க...”

பின்னாலிருந்து சத்தம் போட்டாள் குறுந்தாயி.

“எதுக்கு?”

“பான வாங்கப் போகணும்.”

“ஆட்டுல யாரு நிக்கிறதாம்?”

“நீங்க ஆபீசுக்குப் போகிறயளாக்கும்.”

“என்னால மட்டும் ஆடு வளைக்க முடியாது. எங்க பாத்தாலும் வெளஞ்ச கொல்லயாருக்கு. ஆடுக பயத்தங்காய உளுத்தங்காய வுருவுதுக.”

“செத்த நேரம் மட்டும் பாத்துக்கிருங்க. சீக்கிரமா வந்தர்றம்.”

“அதெல்லாம் முடியாது. வெள்ளாம கொல்லயில ஆடுக வாய வச்சிட்டுண்டா ஆடுகள புடிச்சிருவாக. பெறகு ஊரு பஞ்சாயத்துல கையக்கட்டிக்கிட்டு நிக்கணும். முடிஞ்சா நீயே போயி வாங்கியா. இல்லயானா விட்டுரு.”

“சரி சரி போங்க.”

குறுந்தாயி மட்டுமே கொச வீட்டிற்குச் சென்று பெரிய பானையாய் பார்த்து வாங்கி வந்தாள். பத்து மரக்கால் நெல்லை அப்படியே கொட்டி, அவிக்கலாம்போல் இருந்தது. இனிமேல் நெல்லை ஊறவைத்து அவிக்க முடியாது. அப்படியே தண்ணீரை ஊற்றி பிசறிவைத்து அவிப்போம் என முடிவு செய்தாள். அடுப்பு கோலி அதன்மீது பானையை வைத்து நெல்லை ஒவ்வொரு மரக்காலாய் கொட்டி, அதற்கு போதுமான அளவு தண்ணீரை ஊற்றி பிசறி வைத்தாள். தன்னுடைய கிழிந்த நூல் புடவையைச் சுருட்டி மூட்டைபோல் கட்டி நெல் பானையை மூடி வைத்தாள். அடுப்பை எரியவிட்டாள் அவ்வப்போது மூட்டையை எடுத்துவிட்டு, நெல்லை சோமாறிவிட்டு வேகவைத்தாள். வெந்ததும் இறக்கிக் கொட்டிவிட்டு, அடுத்த பானையை அவியலில் போட்டாள். அடுப்பும் விறகும் நன்றாக இருந்ததனால் நாலு பானை நெல்லையும் சுறுசுறுப்பாய் அவித்துக் கொட்டி ஆலாடப் போட்டாள். ஒரே நாளில் ரெட்டைக்காய்ச்சல் போட்டு மறுநாள் சாயிங்காலமே மதுக்கூர் ரைஸ்மில்லுக்கு அரைக்கத் தூக்கிக்கொண்டு போய்விட்டாள். அரைத்துப் பார்த்தபோது, அரிசியோடு சரிக்குச் சரியாய் பதர் அரிசியும் கலந்திருந்தது. சற்று நிறம் மங்கியதாகவும் கருப்பாகவும் இருந்தது.

'குருண அரிசியாருக்கே. அடடா நம்ம பெரிய மக பாத்தா திண்டே தீத்துருவமுண்டு நிப்பாளே. எப்ப வரப்போறா நம்ம மக. இந்த அரிசிய பத்தரமா பொடச்சி முடிஞ்சி வச்சிருந்து, பெரிய மகக்கிட்ட குடுத்து திங்கச்சொல்லணும்' என நினைத்தாள். பொன்னாச்சரம் இதைப் பார்த்துவிட்டாலும் போதும். அக்கா வரும்வரை அரிசிக்குட்டாணுக்குள் முடிச்சை முழுதாய் போட்டுவைத்திருக்க மாட்டாள். எப்புடி கெட்டுப்போனாலும் இதத் திண்ணுபாக்க நம்ம மகள் கொண்டாந்து சேத்துரணும்' ரெண்டு மூணு மாச மாச்சிம் ஒக்கார வச்சி ஆக்கிப்போடுற மாதிரி அரிசியும் தானியமும் வலசயில சேத்து வச்சிக்கிறணும். மகளைக்கொண்டு வந்து வச்சி களயாற ஆக்கிப் போடணும்" வாயிக்குள் முணுமுணுத்துக்கொண்டாள்.

குறுந்தாயியின் மூத்த மகள் பஞ்சவர்ணத்துக்கு ஆணும் பெண்ணுமாய் நான்கு பிள்ளைகள் பிறந்துவிட்டன. கடைசியாய் பிறந்த பெண்பிள்ளையோடு குடும்பக்கட்டுப்பாடு செய்திருக்கலாம். செய்யாமல் போனது பெரிய முட்டாள் தனமாகிவிட்டது. கைப்பிள்ளைக்கு ஆறுமாதம்கூட ஆகவில்லை. அதற்குள் மறுபடியும் மூன்று மாதமோ நான்கு மாதமோ முழுகாமல் இருக்கிறாளாம். மசக்கையில் அன்ன ஆகாரம் எடுக்காமல் இளைத்துத் துரும்பாய் போய்விட்டாளாம். ஊருக்குப் போய்விட்டு வந்த ராக்கு

சொன்னதிலிருந்து குறுந்தாயிக்கு எப்போதும் பஞ்சவர்ணத்தின் நினைப்பாகவே இருந்தது. அவளைப்பற்றி சதா கவலைப்பட்டுக்கொண்டே இருந்தாள். இந்த முறையாவது பிரசவத்திற்கு அவளைத் தான் இருக்குமிடத்திற்கு அழைத்து வந்துவிடவேண்டும். குழந்தை பிறந்த கையோடு குடும்பக்கட்டுப்பாடு செய்துவிட வேண்டும் என்று மனதிற்குள் கணக்கு போட்டுக்கொண்டிருந்தாள்.

ஆனால், அவள் நினைத்தது ஒன்று நடந்தது வேறொன்றாக இருந்தது. கிட்டத்தட்ட பத்து வருடங்களுக்கும் மேலாக ஊரில் இருந்த வயலில் மிளகாய்ப் பயிர்வைத்துக்கொண்டிருந்த குறுந்தாயியின் மூத்த மகன் ராமு, தன் பொண்டாட்டி பிள்ளைகளுடன் ஆட்டுக்கெடைக்கு வந்து சேர்ந்தான்.

"என்னப்பு திடுதிப்புன்னு வந்து நிக்கிற? அதுவும் புள்ள குட்டிகளோட?" என்றாள் குறுந்தாயி.

"நான் எத்துண நாளைக்குத்தான் முக்காதுண்டு மொளாகொல்லய கொத்திக்கிட்டே கெடப்பனாம். எனக்குன்னும் குடும்பம் இருக்குது. பொண்டாட்டி புள்ளைக இருக்குதுக. அதுகள நான் வளத்து ஆளாக்கவேண்டாமா?"

"ஓம்புள்ளகள யாருடா வளத்து ஆளாக்க வேண்டாமெண்டா?"

"மொளா கொல்லயில என்ன வருவா வருது. சோத்துக்கும் துணிமணிக்குமே பத்த மாட்டங்குது. பொம்புளப் புள்ள வேற ஒன்னுக்க ரெண்டா வந்து பொறந்துருக்குதுக. அதுகளுக்கு நகய நட்ட செய்து போட்டு நல்ல எடத்துல கட்டிக்குடுக்க வேண்டாமா?"

"என்னடாப்பு செய்யச் சொல்ற?"

"எம்புட்டு ஆடுகள பிரிச்சிக்குடு."

"இத எதுக்குடா என்னக்கிட்ட கேக்குற. நொப்பங்கிட்ட கேட்டுக்கிற வேண்டியதுதான?"

"அந்தாளுக்கிட்ட என்னத்த கேக்குறது. மனுசனுக்கு தானா யோசன வாறதில்ல. ரெண்டு மயங்க. ரெண்டு பேருக்குமே கல்யாணம் ஆகி குழந்தை குட்டிகளோடு இருக்காய்ங்க. இனிமே அவங்களுக்கு இருக்கிற ஆட்ட பிரிச்சிக்குடுத்துற முண்டு இவ்வளவு நாளும் செய்திருக்கணுமில்ல."

"ஓம்புட்டு ஆடு எங்கடா பொயிட்டுது?"

"எங்க பொயிட்டுது?"

"என்னடாப்பு ஒரு தினுசா பேசுற?"

"நானும் ஆட்டுக்கெட பக்கம் வாறதில்ல. நீங்களும் வர விடுறதில்லை. அன்னக்கி பாத்த அதே ஆடுகதான் இன்னிக்கிம் நிக்கிது. எடயில போட்ட குட்டிக எல்லாம் எங்க போச்சி. நம்ம கெடயில் மட்டும் எல்லாம் வரட்டாடா நிக்கிதுகளா?"

"என்னடா சொல்ற நீ. ஆடுகள நாங்க என்னடா செய்துட்டம்?"

"ஈன ஈன குட்டிகளெயெல்லாம் வித்து மகள்களுக்கு சொத்து சேத்துருப்பிக. ஒங்களுக்கு என்ன ஒங்க மகளுக மட்டும் நல்லாருந் துட்டா போருமுண்டு நெனக்கிறிக. எங்களப் பாத்தி யாரு நெனச்சிக."

குறுந்தாயியால் அதற்குமேல் எதுவும் பேசமுடியவில்லை. அவளுக்கு ஆத்திரமும் அழுகையும் நெஞ்சை அடைக்க அப்படியே உட்கார்ந்துவிட்டாள்.

"நீதான் இவ்வள நாளும் ஆடுமேச்சியா பங்கு பிரிக்க வந்துநிக்கிற?" என்றாள் சிறிது நேரம் கழித்து. "மேய்க்க விட்டாத்தான. என்னதான் ஊரோட இருந்துடுடான்னுட்டீகளே."

"பொண்டாட்டி புள்ளைகள தேடுற வரைக்கும் ஒனக்கு ஆடுக பத்தி நெனப்பு வரல. இப்பத்தேன் வந்துருக்குதாக்கும்."

"இப்பயாவது வந்து கேக்குறன்ல. பிரிச்சிக்குடுக்கிறதெண்டா குடுத்துற வேண்டியதுதான?"

"அது எப்புடி குடுக்கமுடியும். இதுல உனக்கு மட்டுமா பங்குருக்கு. ஒன்னயெடுத்தவன் இன்னொருவன் இருக்கானில்ல".

"நாளைக்கே அவனையும் போயி கொண்டாரன். ரெண்டு பேருக்கும் தனித்தனியா பிரிச்சிக்குடு."

"இப்ப முடியாது. இன்னும் ஒரு பொட்டபுள்ள இருக்கு. அத கட்டிக்குடுத்துட்டுதான் ஆடுகள நான் பிரிக்கவிடுவன்."

"யாரு, கடசியா ஒண்ண பெத்து வச்சிருக்குறீகளே அதக்கட்டிக் குடுத்துட்டுதான் ஆட்ட பிரிச்சிக்குடுப்பிகளா. அத பொண்ணா உருவாவா பெத்து வச்சிருக்குறிய பாருங்க. அத கட்டிக்குடுக்க வேற ஆசப்படுறிகளா? எட்டாம்போரு எவன் வந்து கட்டிக்கிருவான். பொண்ணு உருவா லெட்சனமா இருந்தாலாவது யாருகிட்டயாவுது கேட்டுப்பாக்கலாம். இதயாருக்கிட்ட கொண்டுபோயி நிறுத்தி கட்டிக்கிற சொல்விய?" என்றாள் ராமுவின் பொண்டாட்டி பாப்பம்மா.

"எம்மக குறுக்கெலும்பு சிறுத்த பொண்ணுதேன். எட்டாம்போருல பொறந்த பொண்ணுதேன். அதுக்காக அத என்ன செய்யமுடியும்? வெட்டி ஆத்துல உட்டுறச் சொல்றியாடி?"

"யாரு வெட்டி ஆத்துல விடச் சொன்னாக. நீங்க இருக்குற வரைக்கும் ஒங்களுக்குத் தொணயா இருக்கட்டுமே."

"அதுக்குப்பெறகு?"

"அதுக்குப்பெறகு மட்டும் என்ன கெட்டுறப்போகுது. அண்ணன் மாருக இல்லயா அண்ணிமாருக இல்லயா. யார விரும்புதோ அவுகள நத்தி பொழச்சிட்டுப்போகுது. அதுக்கு அரவயத்து கஞ்சி ஊத்த மாட்டமாக்கும் துணிமணி எடுத்துத்தர மாட்டமாக்கும்."

"எம்மகளுக்கு என்ன கொற வச்சோம். அது எதுக்காக ஒங்கள நத்திக்கிட்டு நிக்கணும். இருக்குற ஆடுக அத்தனையும் அதுக்குத்தேன். ஒங்களுக்கு ஒரு எறும்பு கடிச்ச எணாக்கும் கெடயாது. ஒழுங்கு மரியாதயா ஊரப்பாக்க ஓடிருங்க சொல்லிட்டன்" என்று கோபத்தில் கத்தினாள் குறுந்தாயி.

"பொண்ணுக்கு ஒண்ணுன்னதும் ஒங்கம்மாவுக்கு என்னமா கோவம் வருது பாத்தியளா? இப்பவாச்சிம் புரிஞ்சிக்கிட்டியளா ஒங்க அம்மா அப்பா பாசத்த. இருக்குறத்தயெல்லாம் வித்து சுருட்டி மகளுகளுக்கு குடுத்துட்டு, ஒங்க வாயில ஆட்டாம்புளுக்க கெடந்தா அள்ளிபோட்டு குளுக்கிப்புட்டு பொயிடுவாக. இதுக்கு மேலயும் பொறுமயா இருக்காதிய சொல்லிப்புட்டன்" என்று ராமுவை மிரட்டலுடன் எச்சரித்தாள் அவன் பொண்டாட்டி. வலசையில் நடந்துகொண்டிருந்த வாக்குவாதமும் சண்டையும் ஆட்டுக்கெடையில் நின்ற சாத்தையாவுக்கும் பொன்னாச்சரத்திற்கும் தாமதமாகத்தான் தெரியவந்தது.

தன் அண்ணன் பெண்டாட்டி தன்னை இழித்தும் பழித்தும் பேசுவது பொன்னாச்சரத்திற்கு மிகுந்த வேதனையை ஏற்படுத்தியது என்றபோதும், அதற்குப் பிறகுதான் தான் எப்படியிருக்கிறோம் என்று தன்னைத்தானே எடைபோட்டு பார்க்கத் தொடங்கினாள். உருவத்தில் சற்று சிறுத்து, கருத்து, குச்சிபோல இருந்தாலும்கூட உடல் வலுவாய் உறுதியாய் இருப்பதுபோலவேதான் தோன்றியது அவளுக்கு. ஆட்டோடு கிடந்து அலையாம ஒரே நக்கில் உட்காந்து தின்னா ரெண்டு மூணு மாசத்தில ஒடம்பு தேறிடும் என்று தனுக்குத்தானே சொல்லிக்கொண்டாள். ஆனால், எட்டாம் போரில் பிறந்துவிட்டதை இனிமேல் மாற்ற முடியுமா? என்று பெரிதும் வருத்தப்பட்டாள். அக்காள்களை விரும்பி கட்டிக்கொண்டு போனதைப் போல தன்னை யாரும் கட்டிக்கொண்டு போக மாட்டார்களே என்று நினைத்து பயந்தாள். யாருமே கட்டிக்கொள்ளாவிட்டால் நாம் என்ன செய்வது. எப்படி வாழ்வது? அம்மா அப்பா இருக்கும்வரை அவர்களுடன் இருந்துவிடலாம். அவர்களுக்குப் பிறகு அண்ணி சொல்வது போல

அவர்களுக்கு ஆடுமேய்த்துக் கொடுத்துக்கொண்டு இருக்க வேண்டியதுதானா? இப்படியெல்லாம் நினைத்துப் பார்க்கும்போதே பொன்னாச்சரத்திற்கு வேதனையாக இருந்தது.

“அண்ணன்மார்களையும் அக்காள்களையும் மட்டும் வாலிப்பா பெத்தெடுத்த நீ, என்னைய மட்டும் எதுக்கும்மா நோக்காளி புள்ளயாட்டம் பெத்துப்போட்ட” என்று தன் அம்மாவிடம் கேட்கத் தோன்றியது அவளுக்கு. அவள் என்ன சொல்லிவிடப்போகிறாள். நாள்செண்டு பொறந்த புள்ள நீ. பல்லுதேஞ்ச ஈத்தாட்டு குட்டி எப்புடி இருக்கும்? அதுமேரித்தான். நீ இப்புடி இருந்தான்ன? ஒனக்கு என்ன கொறச்ச? ஓம் மொகத்த நிமுந்து பாத்தவுக மறுக்கா ஒருதரம் திரும்பிப் பாக்காம போவாகளா? கொலதெய்வம் கணக்கா எப்படி கனிஞ்சமொகவெட்டு ஒனக்கு. ஓங் கைகாலு ஓட்டடத்தப்பாக்குறவுக தவழ்ந்து வாற சீதேவிய நடக்கவச்சி வூட்டுக்குள்ள அழக்கிற பொண்ணுன்னு சொல்லிட்டுப்போறாக” என்று ஆயிரம் வியாக்கி யானங்களைச் சொல்லி பொன்னாச்சரத்தை சமாதானப்படுத்துவாள்.

சாத்தையாவுக்குதான் நிலமை மிகவும் சங்கடத்தை ஏற்படுத்தியிருந்தது. ஒருபக்கம் மகன் மருமகள், பேரப்பிள்ளைகள் இன்னொரு பக்கம் பெண்டாட்டி, பெண்பிள்ளை. யாருக்காகப் பரிந்து பேசுவது. அவனுக்கு எப்போதுமே தன் மகள்களைவிடவும் மகன்களின்மீது கூடுதல் பாசம் உண்டு என்பதுபோல குறுந்தாயி கணக்குசெய்து வைத்திருந்தாள். எனவே, அவனை மகன் மருமகள் பக்கம் சாய்ந்துவிடாமல் பார்த்துக்கொள்ள வேண்டும் என்று நினைத்து அவனை எப்போதையும்விட அதிகமாய் தன் குத்தல் பேச்சால் எச்சரித்துக்கொண்டிருந்தாள்.

சாத்தையா, இந்தக் கதையெல்லாம் புண்ணியப்பட்டு வராது என்று நினைத்து காயாம்பு கீதாரியை வலசைக்கு அழைத்துக்கொண்டு வந்துவிட்டான்.

காயாம்பு கீதாரி விசாரித்தபோது, அவரிடமும் தனக்கு ஆடுகளைப் பிரித்துத் தந்துதான் ஆகவேண்டும் என்று ஒற்றைக்காலில் நின்றான் ராமு.

“இந்த நாட்டுக்கு நம்ம ஆடுக இப்பத்தேன் வந்துருக்கு. இங்க உள்ள எடமும் சனங்களும் நம்மளுக்குப் புதுசு. நெலமும் நீச்சும் ஆடுகளுக்குப் புதுசு. ஆகயால இப்ப எதுவும் செய்யமுடியாது. கொஞ்ச நாளைக்கு நீ இங்கயே இருந்து ஆடுகள் மேயி. ஓம்பொண்டாட்டி தொழுகூட்டி பழகட்டும். ஆடு மேய்க்கிறத்துல உள்ள நெளிவு சுளிவு ஒனக்கு தெரிஞ்ச அளவுக்கு ஓம்பொண்டாட்டிக்கு தெரிஞ்சிருக்காது. அந்த புள்ளக்கிம் கத்துக்குடு. இன்னும் ஆறுமாசம்

கழிச்சி ஒம்புட்ட ஆட்ட பிரிச்சித்தாரன். அதுவரைக்கும் அப்பன் ஆத்தாக்கூட ஒத்துமையா இருந்துகாட்டு" என்று தன் தீர்ப்பை சொல்லிவிட்டுப் போய்விட்டார் காயாம்புக் கீதாரி. அவர் சொல்வதில் உள்ள ஞாயம் ராமுவுக்குப் புரிந்தது. பத்து வருடம் போல ஆட்டுக்கெடை பக்கம் தலைகாட்டாமல் இருந்துவிட்டோம். இப்போது வந்ததும் வராததுமாய் ஆட்டைப் பிரித்துத் தனியே பத்திக்கொண்டு போனால் ஏதாவது இழப்பு கிழப்பு ஏற்பட்டுவிட்டால் என்ன செய்வது என்பதுபோல அவனும் யோசித்தான்.

மறுநாள் முதல் தன் அப்பாவுடன் ராமு ஆடு மேய்க்கச் சென்றான். பொன்னாச்சரமும் வலசையிலிருந்து தன் அண்ணியின் பொல்லாப்பை வாங்கிக்கட்டிக்கொள்ள பிடிக்காமல் அண்ணனுடனும் அப்பாவுடனும் ஆடுமேய்க்கப் போய்விடுவாள்.

வலசையில் சோறாக்குவது முதல் எல்லா வேலைகளையும் பாப்பம்மாவும் குறுந்தாயியோடு பங்கு போட்டு செய்யத் தொடங்கியதில் குறுந்தாயியின் அரிசிப் பொட்டியும் கருப்பரிசி முடிச்சியும் பொதுவான பொருளாகிவிட்டது. கெடைக்கூலியெல்லாம் நெல்லாக வீட்டுக்கு வந்து சேர்ந்தபோதும் ஏழெட்டு ஜீவன்களின் வயிற்றுப்பாட்டோடு முடிந்துபோனது எல்லாம்.

தன் மூத்தமகள் பஞ்சவர்ணத்தை பிரவசத்திற்கு அழைத்துவர வேண்டும் என்ற எண்ணமும் அவளுக்குக் குடும்பக்கட்டுப்பாடு செய்து உடல் தேறும்வரை தன் இடத்திலேயே உட்காரவைத்து பொங்கிப் போட்டு கவனித்து அனுப்பவேண்டும் என்ற திட்டமும் அவள் மனதிலிருந்து கொஞ்சம் கொஞ்சமாய் கரைய ஆரம்பித்திருந்தது.

10

கண்ணுக்கு எட்டிய தூரம்வரை எங்கும் ஒரே நீர்ப்பரப்பு. அதில் ஆங்காங்கே பசுமையாய்த் தெரியும் சிறுசிறு தீவுத்திடல்கள்கூட தண்ணீரில் கிடந்து தத்தளிக்கும் தாமரை இலைபோலத் தெரிந்தது பொன்னாச்சரத்திற்கு. உயர்ந்து எழும்பிவரும் அலைகளையும் அவைகளுக்கிடையே துள்ளியெழுந்து பளபளக்கும் மீன் கூட்டத்தையும் பார்த்துக்கொண்டு நின்றாள்.

"என்னத்தா. ஒனக்கு வெள்ளக்காரன் பெத்த புள்ளண்டு நெனப்பா? அவுகதேன் இதுமாதிரி காணாததக்கண்டா எமக்காம பாப்பாக. சினிமாப்பொட்டிய கையில வச்சிக்கிட்டு எல்லாத்தயும் சினிமாவா புடிச்சி வச்சிக்கிருவாக. அறுவா கத்திய கையில வச்சிக்கிட்டு அவுக மாதிரியேல்ல ரசிச்சிக்கிட்டு நிக்கிற" என்றாள் பொன்னாச்சரத்தின் அம்மா குறுந்தாயி.

“இல்லம்மா.. மீனு கூட்டத்தப்பாரேன். சொல்லிக்குடுத்த மாதிரி ஒரே நேரத்துல ஒத்துமையா துள்ளியெழும்பி வெளயாடுறதப் பாரேம்மா.”

“வாயில்லா சீவனுங்கதேன். குருவி கொக்குலேருந்து எல்லாம் ஒத்துமையாத்தேன் வாழுதுக. நம்ம மனுச மக்களுக்குத்தேன் ஒண்ணயக்கண்டாலும் ஆகமாட்டேங்குது என்னயக் கண்டாலும் ஆகமாட்டேங்குது.”

“நீ எங்க சுத்துனாலும் பேச்ச ஓம் மகய்ங்ககிட்டதான கொண்டாந்து நிறுத்துவ. எப்பப் பார்த்தாலும் அண்ணன்மாருக நெனப்புத்தேன் ஒனக்கு.”

“அதேன். எம்புட்டு மகய்ங்க மேல வச்ச பாசம் எம்புட்டு ஒடம்பு பூரா பூசானமா பூத்துபோயி கெடக்குல்ல. அவய்ங்களப்பத்தி பேசாம வேற யாரப்பத்தி பேசப்போறானாக்கும்?”

“பேசும்மா பேசு... ஒன்னால முடிஞ்சவரைக்கும் ஓம்புட்டு மகய்ங்களப் பத்தியே பேசிக்கிட்டுரு.”

“கத்திய கையில வச்சிக்கிட்டு வாது வளத்துக்கிட்டே நிக்கப் போறியாக்கும்.”

“ந்தோ நான் போறம்மா” என்றவாறே காட்டுக்குள் நுழைந்தாள்.

கடலுக்குள் இருக்கும் தீவு என்றபோதும் தீவு முழுவதும் மரங்கள் அடர்ந்து காடாய் இருந்தது. புதர்ச்செடிகளும் அலையாத்தி மரங்களும் கள்ளி, சப்பாத்திக்கள்ளி போன்ற வறண்ட நிலத் தாவரங்களும் ராமர்மீசை, கடிகாப்புல் போன்ற தடித்த புல்வகைகளும் பூலான் செடிபோன்ற செடிவகைகளுமென தீவு எங்கும் கணக்கற்ற தாவரங்கள் மண்டிக்கிடந்தன.

வளைத்து கூண்டு கட்டுவதற்கு வாகான, அதிக தடிமனில்லாத நீண்ட கழிகளைத் தேடிப்பார்த்து வெட்டினாள். தான் வெட்டிக்கழிக்கும் குச்சிகள் உறுதியானவைதானா என்பதையும் அவ்வப்போது ஒடித்துப்பார்த்து சோதித்துக்கொண்டாள்.

இரண்டு கூண்டுகளாவது கட்டியாகவேண்டும். இவர்கள் தங்குவதற்கு ஒன்று. குட்டியடைக்க ஒன்று. இரண்டையும் சீக்கிரமாய் கட்டிவிட வேண்டும். இது ஆவணிமாதக் கடைசிதான். இன்னும் புரட்டாசி பிறக்கவில்லை என்றபோதும் எப்போது வேண்டுமானாலும் மழைவரும் போலவே இருந்தது.

இங்கு வந்துவிட்டதால்தான் கூண்டு கட்டவேண்டுமென்ற நிலை ஏற்படவில்லை. இங்கு வராமல் கடந்த இரண்டு வருடங்களாய்

இருந்ததுபோல தென்னந்தோப்புகளில் தொழு போட்டுக்கொண்டு இருந்திருந்தாலும்கூட இவர்களுக்கென்று இரண்டு மூன்று கூண்டுகள் கட்டித்தான் ஆகவேண்டும். பயணம் வந்து சேர்ந்தபோது அந்த ஆண்டு இரண்டு கூண்டுகளைப் புதிதாய் கட்டினான் சாத்தையா. அடுத்த வருடம் ஒன்று கட்டினான். அது அல்லாமலும் கோழியடைக்க மூன்றரை அடியிலும் குட்டியடைக்க ஆறரை அடியிலும் இரண்டு கூண்டுகளைக் கட்டியிருந்தான். இப்போது அவை எல்லாவற்றையுமே பெரிய மகன் ராசுவுக்குக் கொடுத்துவிட்டான்.

"ஆறுமாதம் கழித்து பிரச்சினை இல்லாமல் ஆடுகளைப் பிரித்துவிடுகிறேன் அதுவரை குடும்பத்தோடு இருந்து ஆடுமேய்' என காயாம்பு கீதாரி சொல்லிச் சென்றாலும்கூட அவர் கூறியதுபோல ஆறு மாதத்தில் ஆடுகளைப் பிரித்துவிடவில்லை. "ஆடுகளுக்கு இந்த நாட்டு புல்லும் தண்ணியும் இன்னும் கொஞ்சம் பழகி வரட்டுமுடேய் இம்புட்டு நாளும் பொறுத்து இருந்துட்ட, இன்னும் ஆறுமாசம் பொறுத்துக்க" என்று கீதாரி சொல்லிவிட்டார். மறுவருடம் சித்திரை வைகாசியின் போதுதான் ஆடுகளை முறையாய் அவர் பிரித்துவிட்டார்.

அப்போதும் சிறு பிரச்சினைகள் ஏற்படவே செய்தது. சிறிய மகன் சேதுவும் அவன் பெண்டாட்டியும் அவர்கள் பங்கு ஆட்டை ஓட்டிக்கொள்வதற்காக வந்திருந்தார்கள். குறுந்தாயி தன் மகள்கள் பஞ்சவர்ணத்தையும் அன்னபூரணியையும் வரச்சொல்லியிருந்தாள்."

"ஆதிகாலத்துலேருந்து வழமையா எப்புடி ஆடு பிரிப்பாகளோ அது மாதிரிக்கே இருக்குற ஆடுகள எங்க ரெண்டு பேத்துக்கும் பிரிச்சிக்குடுத்துருங்க அய்யா" என்றான் ராமு, காயாம்பு கீதாரியிடம்.

"அந்தக் காலத்துல எம்புட்டு ஆடுக இருந்தாலும் எண்ணிப் பார்க்கமாட்டாக. ஆடுகள எண்ணுனா இம்புட்டு ஆடுகளாண்டு எண்ணுற எடயப்பய கண்ணே கெடமேல விழுந்துருமுண்டு ஒரு நம்பிக்க. அதுனால எண்ணுறதில்ல. இருக்குற ஆடுகளயெல்லாம் கூட்டமா நிக்கவச்சி பெரியவுகளா இருக்குறவுக கைக்கம்ப மையம்பாத்து கெடைக்குள்ள வீசுவாக. கம்பு விழுகுறுத்தப் பாத்துட்டு ஆடுக ரெண்டு பக்கமும் வெலகும். சோத்துக்கையி பக்கம் வெலகுற ஆடுகள மூத்தவன் பத்திக்க, வல்லாங்கையி பக்கம் வெலகுற ஆடுகள் எளயவன் பத்திக்கண்டு சுளுவா பிரிச்சிவிட்டுட்டுப் போவாக. அஞ்சி பத்து அதிகமாவோ கொறயவோ இருந்தாக்கூட எண்ணிப் பார்த்து அண்ணந்தம்பிக அடிச்சிக்கிற மாட்டாக. ஆனா, நீங்க அப்பிடி பொறுத்துப் பொயிடுவியளா?" என்றார்.

"அதெல்லாம் கூட கொறய வராது. நாங்க ஒண்ணும் குத்தம் கொற சொல்லமாட்டம் நீங்க அப்படியே கம்ப வீசிப்பிரிச்சிருங்க" என்றான் ராமு.

"அது எப்படி ரெண்டாபிரிப்பிய? இவங்க ரெண்டு பேருக்கும் இருக்குற ஆடுகள பிரிச்சிக்குடுத்துட்டா நாங்கள்லாம் என்ன செய்யிறதாம்" என்றாள் குறுந்தாயி.

"அதானே, ஒங்கம்மா கேக்குறத்துக்கு பதில் என்னப்பா" என்றார் காயாம்பு கீதாரி.

"இன்னம் யாரு இருக்காக. அம்மா அப்பா தங்கச்சிதானே என்னயைகூட அம்மாவும் அப்பாவும் இருந்தாகண்டா, தங்கச்சிய சின்னாளு வச்சி பாத்துக்கட்டும். அம்மாவும் அப்பாவும் சின்னாளுகூட இருக்குறண்டாகன்னா. தங்கச்சிய நான் எங்கூட வச்சிருந்து பார்த்துக்கிர்றன்."

"எம்புட்டு பொண்ணுகளுக்கு நான் நகநட்டு எதுவும் செய்துபோட்டு கட்டிக்குடுக்கல. பொண்ணு புடிக்கிதேன்னு கேட்டாக. நானும் பொண்ணுக கன்னிகழிஞ்சா போதுமுண்டு புடிச்சிக்குடுத்துட்டன். இப்பயாச்சிம் அதுகளுக்கு ஏதாவுது நான் செய்தாத்தான் செத்தாக்கூட நல்ல கெதிக்கு போகமுடியும்."

"எப்பயோ கட்டிக்குடுத்தவுளுக்கு இப்ப என்ன? என்றார்கள் அண்ணன் தம்பி இருவரும்.

"பொறந்த பொண்ணுக கண்ண கசக்குனா நம்ம நல்லாருக்கு முடியாதுடாலே. ஒங்கம்மா ஆசப்படுற மாதிரியே அதுகளுக்கும் ஆடுகள பிரிச்சிற வேண்டியதுதான்" என்றான் சாத்தையா. சாத்தையாவே இப்படிச் சொல்லியதைக் கேட்டவுடன் குறுந்தாயிக்கு இன்னும் கொஞ்சம் தெம்பாகிவிட்டது.

"எப்பா.. பத்தாடும் நாளு புள்ளைகளுமா மேமங்கலத்த விட்டு கெளம்பி வந்தம். வந்த வழியில் பெருகுனதுதான் இத்துன உருப்புடிகளும். ஆணோ பொண்ணோ எம்புட்டு வயத்துல பொறந்ததுக அஞ்சி இருக்கு. நிக்கிற ஆடுகள அஞ்சிக்கிம் சரிசமமா பிரிச்சிறணும்" என்றாள் அவள்.

"அது எப்படி? கட்டிக்குடுத்த கையோட பிரிச்சிக் குடுத்து ருந்தாலும் ஒத்துக்கிறலாம். இம்புட்டு நாளும் அவுக புருசன்மாருக வீட்டுக்கு வேலவெட்டி செய்து அவுக குடும்பத்துல இருந்த மகளுகளுக்கு இப்ப எப்புடி ஆடுகள குடுக்கமுடியும்?" என்றாள் மருமகள் பாப்பம்மா.

“நீ எவடி குறுக்கால பூந்து ஞாயம் பேசுறவ?” என்றாள் குறுந்தாயி.

“நானும் இந்த வூட்டுக்கு வாழ வந்தவதேன். எனக்கும் பேச உரிம இருக்கு.”

“உரிமய உட்டுத்தள்ளுங்க. பேசுறத்துக்கு யாருக்குத்தான் உரிமயில்ல. ஞாயத்த பேசுங்க மொதல்ல” என்றான் சாத்தையா.

“சின்னாளுந்தேன் இத்தன வருசமா மாமனாரு வூட்டுல இருந்து ஆடு மேச்சிக்கிட்டு இருந்தான். அப்புடின்னா அவனுக்கிமில்ல பங்கு இல்லண்டு சொல்லிறணும்.”

“எனக்கு எப்படி இல்லம்பிக. நான் நானாவேத்தான் மாமனாரு வூட்ட தேடிக்கிட்டு போனேனாக்கும். கூலியாடு மேய்க்க அப்பாதான காண்டுபோயி விட்டாக. கூலி பணத்த வாங்கியாந்து மகளுகளுக்குத்தான செலவு செய்தீக” என்றான் சேது.

“ஆடுக அத்தனையும் மேய்ச்சவளுக்குத்தேன் சொந்தம். மொறயாப் பாத்தா இந்த ஆடுக அத்தனையும் எம்மக பொன்னாச்சரத்திற்குத்தான் சொந்தமாகும்” என்றாள் குறுந்தாயி.

“நல்லா சொல்லுவியே... நீயும் ஒம்மகளுகளும் மட்டுந்தேன் வாழணுமுண்டு நெனச்சிகளா. அதுனாலத்தேன் திட்டம்போட்டு என்னய ஊரோட இருந்து மொளகா கொல்லய வெட்டச்சொன்னிகளோ”

“அன்னிக்கி நெலம அப்புடி, விட்டுட்டோம்.”

“எங்கயாச்சிம் கூலியாடு மேச்சி இருந்தாக்கூட இன்னக்கி எனக்கெண்டு ஒரு துண்டு ஆடுகள பெருக்கி வச்சிருப்பனே. என்னய பழிவாங்கிட்டியே நீயெல்லாம் ஒரு தாயா” என்றான்.

“சரிதேன் விடுறாப்பு. ஏதோ வாய் வந்த வாக்குல பேசிட்டுது ஓம் அம்மா.”

“இல்லய்யா... இந்த பொம்புளக்கி மயங்கங்கிற பாசம் கொஞ்சம்கூட இல்லய்யா. அம்புட்டயும் மகளுகளுக்கே அள்ளிக்குடுத்துட்டு போகணுமெண்டு நெனக்கிது.”

“அப்புடியெல்லாம் செய்வாகளா? நாங்கள்லாம் இல்ல. விட்டுருவமா? பொறுமையா இருடாப்பு.”

இதற்குமேல் ஒவ்வொருவரையும் பேசவிட்டால் பிரச்சினை பெரிதாகிக்கொண்டே போகும் என்பதை உணர்ந்த காயாம்பு கீதாரி, எல்லோரையும் கையமர்த்தினார்.

“இது மாதிரியெல்லாம் பிரச்சன வருமுண்டு எனக்கு முன்னமே தெரியும். அதாலதேன் போன வருசமே பிரிக்கணுமுண்டு நின்னவன பொறுக்க வச்சன். இப்ப அவனுக்கும் ஆட்டப்பத்துன அருமயும் ஆடுமேய்க்கிற செருமயும் தெரிஞ்சிருக்கும். நான் ஞாயமாத்தேன் செய்வண்டு ஒங்க எல்லாருக்கும் நம்பிக்கயிருந்தா சொல்லுங்க. நான் மேக்கொண்டு ஆக வேண்டியத செய்யிறன்” என்றார் காயாம்பு கீதாரி.

“ஒங்க வார்த்தக்கி மறுவார்த்த இல்ல மாமா. நீங்க சொல்லுங்க” என்றான் சாத்தையா.

“நீ சொல்லிருவப்பு. இதுல ஒனக்கு மட்டுமா பிரச்சனை. ஓம் மகய்ங்க, மகளுக, பொண்டாட்டி எல்லாருக்கும் பிரச்சனையில பங்கிருக்கில்ல” என்றவாறு எல்லோரையும் பார்த்தார். எல்லோரும் அவரது பேச்சை ஆமோதிப்பது போல தலையாட்டினார்கள்.

“செம்புலியாட்டாங்குட்டி தலயாட்டுற கணக்கா தலயாட்டி யெல்லாம் இங்க புண்ணியப்படாது. ஒவ்வொருத்தரும் வாயத்தொறந்து சொல்லுங்க.”

“அய்யா என்ன சொன்னாலும் ஏத்துக்கிறன்” என்றான் ராமு.

“நானும் அய்யா வார்த்தைய ஏத்துக்கிருவன்” என்றான் சேது.

குறுந்தாயியும் பெண் பிள்ளைகளும்கூட சம்பிரதாயமாய் சம்மதம் சொல்லிய பிறகே காயாம்பு கீதாரி பேச ஆரம்பித்தார்.

“அண்ணந்தம்பி அக்கா தங்கச்சின்னு ஒரே வயத்துல பொறந்துருந்தாலும் ஒரே மாதிரி இருந்தர்றது இல்ல. ஒருத்தருக்கு ஒருத்த எப்படியோ வித்தியாசப்பட்டு பொயிடுறம். நம்மளுக்கு ரெண்டு கையி இருக்குது. ரெண்டும் நம்ம கையிதான். ரெண்டயும் ஒரே மாதிரியாவா பயன்படுத்துறம். ஒரு கைய அன்னம் அள்ளி வாயில போடச் சொல்லுறம். இன்னொரு கைய குண்டி கழுவச்சொல்லுறம். அன்னத்துல பெரலுற கையின்னு அத ஒசத்தியா பாக்குறதுமில்ல குண்டி கழுவுற கையிங்குறத்தால அத ஒதுக்குறதுமில்ல. பெரியவங்கள ஆத்தா அப்பன பாத்தா, ரெண்டு கையயும் ஒண்ணுபோல சேத்துவச்சிதான் கும்புட்டுக்கிடுறம். அது மாதிரிதேன் பெத்தவுகளுக்கு எல்லா புள்ளைகளும் ஒண்ணுதேன். பள்ளங்கண்ட எடம் தானாவுல ஓடி நெரம்பும் தண்ணி. பாசமும் அந்த மாதிரிதேன். எம்மேல பாசம் கொறச்ச அவகமேல பாசம் அதிகமுண்டு நீங்களா நெனச்சிக்கிறக்கூடாது” காயாம்பு கீதாரியின் பேச்சில் யாரும் குறுக்கிடவில்லை. என்னதான் சொல்லப்போகிறார் என்பதுபோல அவரையே எல்லோரும் பார்த்துக் கொண்டிருந்தார்கள்.

“எப்பு சாத்தையா.. மொத்தம் எம்புட்டு ஆடுக நிக்கிது. சரியாச் சொல்லு பாப்பம்”

“குட்டிகளோட சேத்து மொத்தம் நூத்தி அறுவத்தெட்டு ஆடுக இருக்கும் மாமா.”

“கிடாய் எத்துன நிக்கிதுக?”

“வெற கிடா மூணு நிக்கிதுக. வெற புடிக்காத கிடா ஒண்ணயும் கெடைக்காவ வுட்டுருக்குறன்.”

“அதயும் கணக்குல வச்சிக்க மொத்தம் நாலுகிடான்னே வச்சிக்குவம்.”

“ஏண்டாப்பு சேது. என்ன யோசனையில இருக்குற. பிரிச்சதும் ஆட்ட பத்திக்கிட்டு மாமனாருகூட போகலாமெண்டு இருக்கிறாயா, இல்ல இங்கயே இருக்குறதெண்டு முடிவு பண்ணிருக்கியா?” என்றார் சின்னவன் சேதுவைப் பார்த்து.

காயாம்பு கீதாரி திடுதிப்பென்று இதுபோல் ஒரு கேள்வியைக் கேட்டவுடன் அவனுக்கு என்ன பதில் சொல்வதென்று தெரியவில்லை. அவன் தன் பெண்டாட்டி முத்தம்மாளின் முகத்தைப் பார்த்தான்.

“இங்கயேத்தான் இருக்கப்போறம்” என்றும் சொல்லச் சொல்லி சாடை காட்டினாள் அவள்.

“இவ்வளவு காலமா மாமனாரு வூட்டுல ஆடுமேச்சிக்கிட்டு இருந்தாயில்ல, அவுக எம்புட்டு ஆடுக பிரிச்சி விட்டுருக்காக” என்றார் கீதாரி.

“எங்கப்பன் ஆத்தா எனக்கு எம்புட்டு ஆடுகள பிரிச்சி விட்டிருந்தாலும் அதுக்கும் இதுக்கும் சம்மந்தமில்ல. அதப்பத்தி எதுக்காவ இப்ப விசாரிக்கிறிய” என்றாள் முத்தம்மாள்.

“அதயும்தான் விசாரிக்கிறனும். சின்னாளுக்கு மாமனார் வூட்டுலேருந்து ஆடுக பிரிச்சிக் குடுப்பாகண்டு நெனச்சி கொறச்சலா குடுத்துட்டமுன்னு வச்சிக்க. நாளக்கி அங்கயும் ஏதோ ஒரு பிரச்சனையில ஆடுக இல்லயிண்டு சொல்லிட்டாகண்டே வச்சிக்கயேன். அவன நம்மளும் ரெண்டகம் செஞ்சமாதிரி ஆயிருமில்ல.”

“எங்கப்பாவும் ஆத்தாவும் எங்கள அப்படியெல்லாம் ஏமாத்த மாட்டாக. எங்க அண்ணமார்களவிடவும் எனக்கு பத்தாடு கூடத்தேன் குடுப்பாக” என்றாள் ரோஷம் வந்தவளாக.

“இதுக்காகந்தேன் நாங்க கேட்டது. இப்ப ஓம்புட்டு வாயாலயே சொல்லிட்டாயில்ல. இனிமே மனசு கொறயில்லாம பிரிச்சிறலாம்த்தா.”

“ஞாயமா பாத்தா பொண்ணுகளுக்குத்தேன் அதிக ஆடுக விடணும். அதுதேன் நம்ம பாட்டன் காலத்துலேருந்து வழிவழியா வர்ற பழக்கம். அப்பம் ஆத்தா தேடுனது பொண்ணுகளுக்குத்தேன். ஆம்புளப் பயலுகளுக்கு யாரும் சொத்து சேத்து வைக்கிறது கெடயாது. அவனுகளுக்கு நல்ல சுழியிருந்தா பொண்ணு கட்டுற வழில வந்து சேருமுண்டு சொல்லுவாக.”

“..........”

“அப்புடியெல்லாம் ஒரு வழக்கம் இருந்தாலுங்கொட, இன்னக்கி இருக்குற நெலமயில கட்டிக்குடுத்த பொண்ணுக ரெண்டும் யாதொரு கொறயுமில்லாம நல்லாத்தேன் வாழுதுக. அதுனால அதுக ரெண்டுத் துக்கும் ஆளுக்கு இருவத்தஞ்சி இருவத்தஞ்சி ஆடு. கட்டிக்குடுக்காத தங்கச்சிக்கும் அதே ஆடுதான். அதுக்கும் ஒரு இருவத்தஞ்சிய விட்டுறணும்”

“..........”

“மூத்தாளு ராசுவுக்கு பொண்ணடி சொத்துன்னு எதுவுமில்ல. அப்புடியே பொண்டாட்டி வழி வந்து சேர்ந்தாலும் ஒரு துண்டு மொளாக்கொல்லயோ கரம்போதான் பங்கா கெடைக்கும். அதவச்சிக்கிட்டு மத்தவுக மாதிரி அவனால குடும்பம் பண்ண முடியாது. அதுனால அவனுக்கு நாப்பது ஆடுக. சின்னாளு சேதுக்கு ஆடுகள பங்காக் குடுக்கணுமுண்டு தேவையில்ல. இருந்தாலும் அவன பதினேழு வயசிலயே கூலியாடு மேய்க்கவுட்டத்துக்காவ அவனுக்கு முப்பதாடு விட்டுறணும். மிச்சமிருக்குது ஆத்தா அப்பனச் சேரும்.”

“..........”

“இதுல நிக்கிற நாலு கிடாயில் ஒரு கிடாயும் வெற புடிக்காத சின்னகிடா ஒண்ணும் பெரியவனோட விட்டுற வேண்டியது. ஒரு கிடா சின்னாளுக்கு. இன்னொன்னு ஆத்தா அப்பனுக்கு. பொண்ணுகளுக்கு யாருக்கும் கிடா கெடையாது.”

“..........”

“ஆடுகள பிரிக்கும்போது. மொதல்ல தாயி புள்ளய சேத்து பிடிச்சி விடணும். அடுத்தது மூவட்டப்பிருவக்குட்டிக. அடுத்தது கன்னிப்பிருவ குட்டிக. கடைசியா ஈத்தாடு.” சாத்தையாவுக்கு காயாம்பு கீதாரி சொன்னது சரி என்றே தோன்றியது.

பஞ்சவர்ணத்திற்கும் அன்னபூரணிக்கும் ஆடு கிடைக்குமென்று அவர்கள் எதிர்பார்த்திருக்கவில்லை. கிடைத்தது மகிழ்ச்சியாயிருந்தது.

ஆடுகளை இரண்டாய்ப் பிரித்து நிறைய ஆடுகளுக்குக் கீதாரியாக லாமென்று நினைத்திருந்த ராமுவுக்கும் சேதுவுக்கும் சற்று ஏமாற்றமாக இருந்தது என்றாலும்கூட வழக்கம் இப்படித்தான். இதை ஏற்றுக்கொள்வதுதான் ஞாயம் என்பதுபோல பேசாமல் இருந்துவிட்டார்கள்.

பொன்னாச்சரத்தைப் பொறுத்தவரை இப்படியெல்லாம்தான் பங்கு பிரிப்பார்களா என்று அதையெல்லாம் ஒரு வேடிக்கையாகத்தான் பார்த்துக்கொண்டிருக்கத் தோன்றியதே தவிர, வேறு எதுவும் நினைக்கத் தோன்றவில்லை.

எல்லாரையும்விட தன் அப்பா அம்மா இருவருக்கும் சேர்த்து எல்லோரைவிடவும் மிகவும் குறைவாக ஆடுகளைக் கொடுப்பது எப்படி ஞாயமாகும் என்பதைத்தான் அவளால் புரிந்துகொள்ள முடியவில்லை.

அக்காள்கள் இருவரும் தங்களுக்குக் கொடுத்த ஆடுகளைப் பத்திக்கொண்டு போய்விட்டார்கள். இங்கேயே தங்கி விடப்போவதாய்ச் சொன்ன சேதுவும் தன் ஆடுகளோடு மாமனார் இருந்த பகுதிக்குப் போய்ச் சேர்ந்துவிட்டான்.

பெரியவன் ராமு, தன் ஆடுகளைத் தனியாய் மேய்த்து வந்தான். பொன்னாச்சரத்தின் ஆடுகளும் அவளுடைய அம்மா அப்பாவுக்கு ஒதுங்கிய ஆடுகளும் ஒன்றாய் நின்றன. வழக்கம்போல சாத்தையாவும் பொன்னாச்சரமும் ஆடுகளை மேய்த்து வந்தார்கள். குறுந்தாயி வலசையில் இருந்து சோறாக்குவது போன்ற வேலைகளைச் செய்து வந்தாள்.

குறுந்தாயியால் முன்புபோல ஆட்டோட அலைய முடியவில்லை. அவளாக ஆட்டுக்குப் போகிறேன் என்று சொன்னாலும் அவளை பொன்னாச்சரம் போக அனுமதிப்பதில்லை. சாத்தையாவையுமேகூட அவள் அதிகம் அலையவிடுவதில்லை. எந்தப் பக்கம் ஆடு போனாலும் தானே ஓடி ஓடி வளைத்து வருவாள்.

இந்தப் பகுதிக்கு பயணம் வந்து தங்கியதிலிருந்து வேறெங்கும் போகவில்லை. தை மாதம் தொடங்கி ஆடுகளுக்கு நல்ல மேய்ச்சலும் கிடைக்கும். கட்டி காசுவாங்க கெடையும் கிடைக்கும். மறுபடியும் ஆடியில் அணை திறந்துவிடப்பட்டு ஆற்றில் தண்ணீர் வந்தால்தான் பிரச்சினை ஆரம்பமாகும். ஆடியில் நாற்றுவிட ஆரம்பித்துவிடுவார்கள். நாற்று விட்டதுபோகவும் தரிசாய் கிடக்கும் வயல்களிலும் ஓரம் ஒண்டுகளிலும் ஒரு மாதம்வரை மேய்க்கலாம். எங்கும் நடவு நட ஆரம்பித்துவிட்டால் ஆடு மேய இடமிருக்காது.

புரட்டாசி மாதம் தொடங்கி தை பிறக்கும் வரை தோப்புக் காடுகளில்தான் ஆடுகளை மேய்த்து வந்தார்கள். இரண்டு வருடமும் மழைக்காலத்திற்கு தோப்புக்காடுகளில் ஆடுகளை மேய்த்தும் தொழுபோட்டும் நாட்களைக் கடத்திவிட்டார்கள். ஆனால், இந்த வருடம் தோப்புக்குள் தொழுபோடக்கூடாது என்பதில் உறுதியாய் இருந்தார்கள் கீதாரிகள்.

தென்னை மரங்கள் அடர்ந்த தோப்புகளில் ஆடு வைத்திருப்பது நல்லதுதான். மணல் பாங்கான மேட்டுப்பகுதி என்பதால் மழைநீர் தேங்காது. ஆடுகளின் கால்களில் கோமாரி நோய் ஏற்படாது. தவிரவும் பலவகையான செடிகளும் கீரைகளும் புல்லுமாய் மேட்டு நிலப்பதியான தோப்புகளில் நிறைய மேய்ச்சலும் இருக்கும். இருந்தபோதும் இங்கிருந்தவரை குட்டிகள் சாவது அதிகரித்துக் கொண்டேதான் இருந்தது. செத்துப்போன குட்டிகளின் வயிற்றை அறுத்துப்பார்த்தால் முழுவதும் மணல் செறுகிப்போயிருக்கும். புல் பிடிக்காத குட்டிகள் மணலை நக்கி நக்கித் தின்றுவிட்டு செரிக்காமல் செத்துப்போய்க்கொண்டிருந்தன.

அது மட்டுமல்லாமல், தென்னை மரங்களுக்குள் கீழே ஆடுகள் மேயும்போது அவ்வப்போது பழுப்பு மட்டைகளும் அணில் கடித்த குறும்பைகளும், குடுவு தேங்காய்களும் ஆடுகளின் மீது விழுந்து ஆடுகளுக்கு சேதத்தை ஏற்படுத்திக்கொண்டிருந்தன.

இதுபோன்ற சூழலில் ஒவ்வொரு வருடமும் ஆடுகளை வைத்திருப்பது முட்டாள்தனம் என்று நினைத்த காயாம்பு கீதாரி, மழை நாட்களில் ஆடுகளை வேறு எங்கு கொண்டுபோய் வைத்துப் பாதுகாக்கலாமென்று பலவாறு யோசித்தபடி பல இடங்களையும் சுற்றிவந்தார். கடற்கரையை ஒட்டிய காட்டுப் பகுதிகளில் அலைந்து திரிந்து பலரிடமும் விசாரித்தவருக்கு சீக்கிரத்திலேயே ஒரு நல்ல தகவலும் கிடைத்தது. ஓடவுக்குள் இருக்கும் சிறுசிறு தீவுகளில் மழைக்காலத்தில் தங்கிக்கொள்வதற்கு ஏற்ற சூழல் இருக்கும் என்பதைத் தெரிந்துகொண்டார். தன்னுடன் சாத்தையாவையும் காளியையும் அழைத்துக்கொண்டு மீன்பிடிப் படகில் சென்றார். அவர் எதிர்பார்த்ததைவிடவும் நன்றாக இருந்தன தீவுகள். சில தீவுகளில் ஊற்று தோண்டினால் குடிப்பதற்கு ஏற்ற நல்ல தண்ணீரும் கிடைத்தது. மழை நாட்களில் குழிகளிலும் பள்ளங்களிலும் தேங்கிக்கிடக்கும் மழைத்தண்ணீரைக்கூட ஆடுகளைப்போலவே தாங்களும் குடித்துவிட்டுக் கிடந்துவிடக்கூடியவர்கள்தான் கீதாரிகள். அவர்களுக்குத் தண்ணீர் ஒரு பிரச்சினையே இல்லை. இருந்தபோதிலும் ஊற்று தோண்டினால் நல்ல தண்ணீர் கிடைக்கிறது என்பது கூடுதலான மகிழ்ச்சியைக் கொடுத்தது. இவ்வளவு நீண்டதூரம் ஓடவுக்குள் ஆடுகளைக் கொண்டுவந்து

சேர்க்கவேண்டுமே என்பதுதான் ஒரே தயக்கமாக இருந்தது. அதற்கும்கூட நல்லதொரு வழி கிடைத்தது. மீனவர்கள் தங்களது நாட்டுப்படகுகளில் ஆடுகளை ஏற்றிக்கொண்டுவந்து தீவுகளில் விட்டுவிடுவதாய்ச் சொல்லியிருந்தார்கள்.

காயாம்பு கீதாரி அங்கு தங்கியிருந்த பத்து குடும்பத்து ஆடுகளையும் தீவுகளுக்குக் கொண்டுபேய் சேர்த்துவிடுவதுபற்றி எல்லோரிடமும் கலந்து பேசினார். ஆடுகளோடு தீவுக்குள் வந்து தங்கியிருக்க சில குடும்பத்துப் பெண்கள் பயந்தார்கள். சிறு பிள்ளைகளையும் கைக்குழந்தைகளையும் வைத்துள்ள பெண்கள் தீவுக்குள் வந்து தங்கியிருக்கப் பயந்து, வரவே முடியாதென்று மறுத்துவிட்டார்கள்.

இறுதியில், வலசையையும் பெண்டுகள் பிள்ளைகளையும் இங்கேயே விட்டுவிட்டு, தேவையான பொருட்களை எடுத்துக்கொண்டு ஆடுகளோடு ஆண்கள் மட்டும் போவது என்று முடிவானது.

கைப்பொங்கலாய் பொங்கித்தின்பதோ கஞ்சியாய் காய்ச்சிக் குடிப்பதோ கீதாரிகளுக்கு ஒன்றும் புதிதில்லை. ஆடுகளை அடை மழையில் நனையவிடாமல் பாதுகாக்கக் கூடாரம் அமைக்கும்படியான சௌத்தாள் பாய்களை அவரவரும் வாங்கிக்கொண்டார்கள். சோறாக்கவும் குழம்பு வைக்கவும் அரிசியும் மிளகாய் சார்ந்தும் பாத்திரப் பண்டங்களுமாய் ஆண்கள் அத்தனைபேரும் கிளம்பியபோது பொன்னாச்சரத்தால் மட்டும் அதை வேடிக்கையாகப் பார்த்துக் கொண்டிருக்க முடியவில்லை. ஆடுகள் இல்லாமல் இங்கே என்னால் இருக்கமுடியாது என்று அழுதாள். நானும் கூடவேதான் வருவேன் என்று அடம்பிடித்தாள். சாத்தையாவும் காயாம்பு கீதாரியும் அவளுடைய அண்ணன் ராமுவும்கூட எவ்வளவோ எடுத்துச் சொல்லிப் பார்த்தார்கள். ஆனால் பொன்னாச்சரம் அதையெல்லாம் காது கொடுத்துக் கேட்பதாயில்லை. அவளுடைய பிடிவாதத்தைப் பார்த்த காயாம்பு கீதாரி, வந்தால் வரட்டும் என்று தலையாட்டினார்.

மகள் போகும்போது நான் மட்டும் இங்கே இருந்து என்ன செய்யப்போகிறேன், நானும் வந்துவிடுகிறேன் என்றாள் குறுந்தாயி.

“எம் பொண்டாட்டி புள்ளைகள யார நம்பி நான் விட்டுட்டுப்போறது. எந்தங்கச்சியும் அம்மாவும் இங்கயே இருப்பாங்கன்னு நெனச்சித்தான நான் துணிச்சலா கௌம்புனன். இப்ப இவங்களும் வந்திட்டா அவகளுக்கு யாரு தொண?” என்று ராமு கவலைப்பட ஆரம்பித்தான்.

“எண்ணா நீ வேணுன்னா இங்கயே இருந்துக்கண்ணா. ஓம்புட்டு ஆடுகளயும் சேத்து நானே மேச்சிக்கிர்றன்” என்றாள் பொன்னாச்சரம்.

“என்னத்தா சொல்ற நீ. எம்புட்டு ஆடுகளயும் நீயே மேய்க்கிறியா?”

“ஆமாண்ணே. எல்லாத்தயும் சேத்தா ஒரு துண்டு ஆடுகதானே இருக்குதுக. இதுகள மேய்க்க முடியாதா என்னால. நீ ஒம்புட்டு புள்ளைகளுக்குத் தொணயா இங்கயே இருண்ண.”

“பாவந்த்தா நீ எனக்காவ எதுக்கு செருமப்படணும்?”

“என்னண்ணே இப்படிச் சொல்லிட்ட. ரெண்டு வயசுலேருந்து என்னைய நீதான வளத்துவிட்ட. வெனவு தெரியாதப்ப என்னைய குளிப்பாட்டி விட்டுருப்ப. குண்டிகழுவி விட்டுருப்ப. அளுக்குத்துணிய தொவச்சிக்குடுத்துருப்ப. ஒனக்கு நான் இதுகூட செய்யக்கூடாதாக்கும்" என்றாள். அவள் அப்படிச் சொன்னதைக் கேட்டு உருகிப் போய்விட்டான் ராமு.

“என்னத்தா... இப்படியெல்லாம் பேசுற. ஒனக்கு வெனவு தெரியாத வயசுல செஞ்சதெல்லாம் ஒரு ஒதவியா. அத கணக்குல வச்சிக்கிட்டு இப்ப ஒன்னய நான் கஷ்டப்படுத்தலாமா?”

“இல்லண்ண. இதுல ஒண்ணும் கஷ்டமில்லண்ணே. நீ இங்கயே இருந்துக்க. அம்மாவும் அப்பாவும் இருக்கக்குள்ள எனக்கென்ன செரமம்?”

பொன்னாச்சரம் வற்புறுத்திச் சொன்னாலும்கூட ராமுவுக்கு அதை ஏற்றுக்கொள்ள மனம் ஒப்பவில்லை. காயாம்பு கீதாரியும் சாத்தையாவும் சமாதானப்படுத்திய பிறகுதான் அவன் ஒத்துக்கொண்டான். இருந்தபோதும் தன் ஆடுகளையும் தங்கை மற்றும் அம்மா அப்பாவின் ஆடுகள் அனைத்தையும் கால்களைக் கட்டிப்போட்டு மூன்று வத்தைகளில் வரிசையாய் அடுக்கி, தீவில் கொண்டுபோய் பத்திரமாய் இறக்கி, ஒருநாள் மேயவிட்டு பார்த்த பிறகுதான் அவனுக்கு ஓரளவு மனம் ஒப்பியது. இரவு ஆடுகளை அடையப்போட்டுவுட்டு எல்லோரும் கும்பலில் ஒரேயிடத்தில் படுத்தார்கள். புதிதாய் ஆடுகளின் வாசனையும் மனித அரவமும் கேட்டு கலவரமடைந்ததாலோ என்னவோ தீவின் இன்னொரு பகுதியிலிருந்து இரண்டு மூன்று நரிகள் ஊளையிடும் சத்தம் கேட்டது.

நரியின் ஊளைச் சத்தத்தைக்கேட்டு திடுக்கிட்டார் காயாம்பு கீதாரி.

“எலேப் பாத்தியளாடா மனுச இல்லாத எடத்துல கெடந்து நரிக ஊளையிடுறத்த?”

“ஆமாம் மாமா. எப்புடி இதுக இங்க கெடக்குதுக?” என்றான் சாத்தையா.

"நண்டு புடிச்சித் திங்கிற நரிக போலருக்குடோய். நம்ம ஆடுகள கண்டுகிச்சிதுகண்டா நல்ல வேட்டதான் அதுகளுக்கு."

"என்ன மாமா செய்யிறது."

"விடிஞ்சதும் வர்ற வந்தயப்புடிச்சி கரைக்கிப்போகணும் யாராவுது ஒருத்த."

"..........."

"பத்து வெங்காய வெடிய வாங்கியாந்து வச்சி நரிகளோட பல்ல கரிக்கிடணும் மொதல்ல" என்றார்.

"நானே போயி வாங்கியாந்து குடுத்துட்டுப்போறன் அய்யா" என்றான் ராமு.

"எண்ணா நீ கரக்கிப்போயிட்டு இன்னொரு தடவ திரும்பி வர்றதாயிருந்தா எனக்கு ஒரு ஒதவி செய்யிறியாண்ண? என்றாள் பொன்னாச்சரம்.

"என்னத்தா செய்யணும் சொல்லு. எதுவும் வாங்கியாறணுமா?"

"அதெல்லாம் ஒண்ணுமில்லண்ண. எல்லாரும் மழைக்கி கொங்காணியத்தான எடுத்தாந்துருக்காக."

"ஆமாந்தா.. ஒனக்கும் இருக்குல்லத்தா தங்கச்சி"

"கொங்காணி இருக்குண்ணா. ஆனா, அட மழைக்கெல்லாம் அதப்போட்டு மூடிக்கிட்டு ஒரே எடத்துல கெடக்க முடியுமாண்ண?"

"வேற என்னத்தா செய்யச்சொல்ற?"

"நான் வந்ததுமே இந்தத் தீவுல பாத்தண்ணே- பூலாங்கழி மாதிரிக்கே நீட்டு நீட்டு கழி குச்சியெல்லாம் நெறயாக் கெடக்குண்ணே. கவக்கம்பும் வெட்டிக்கிறலாம்."

"சொல்லுத்தா"

"கூண்டு கட்டிக்கிட்டா தேவலாண்ண. அடுத்த அடுத்த வருசமும் இங்க வந்துதானே ஆகணும். ஒரு வருசம் கட்டி வச்சிட்டமுண்டா ரெண்டு மூணு வருசத்துக்கு தாங்குமுண்ணே."

"அதுக்கு மட்ட கயிறெல்லாம் வேணுமேத்தா."

"அதாண்ணே சொன்னே. ஒனக்கு கூண்டு கட்டுறத்துக்காக பன மட்டய வெட்டி செறவு புடுச்சிவச்சிருக்கியில்ல."

"ஆமாந்தா...."

“அந்த மட்டயோட கொஞ்சம் கயறும் வாங்கிக்கொண்டாந்து குடுத்துட்டுப் போறியாண்ண.”

“அதுக்கென்னத்தா தாராளமா கொண்டாந்து தாறன். எனக்கும் புள்ளைகளுக்கும் தனியா கூண்டு கட்டணுமிண்டுதான் மட்டய வெட்டிப்போட்டு செறவு புடிச்சன். இப்பத்தேன் நீங்களல்லாம் இங்க வந்துட்டியளே. பழய கூண்டுகள்ல நாங்க இருந்துக்கிர்றம். மட்டய நான் கொண்டுவந்து குடுத்துட்டுப்போறன் தங்கச்சி. நீ கவலப்படாதத்தா.”

“எப்பா.. அண்ணங்கிட்ட மறக்காம பணம் குடுத்துவிடு கயிறு வாங்கியாற” என்றாள் பொன்னாச்சரம். அவளுக்கு தீவுக்குள் கூண்டு கட்டப்போகிறோம் என்று நினைக்கவே மகிழ்ச்சியாக இருந்தது. மறுநாள் மீன்பிடி வத்தை வருவதைப்பார்த்து கையசைத்துக் கூப்பிட்டு அதில் ஏறிக்கொண்டு போனான் ராமு. மறுநாளோ அதற்கு அடுத்த நாளோ கூடிய சீக்கிரமே தான் மட்டையோடும் கயிற்றோடும் வெங்காய வெடியோடும் வந்துவிடுவதாய் கூறிவிட்டுப் போனான்.

எப்படியும் அண்ணன் இன்று வந்துவிடும் என நினைத்த பொன்னாச்சரம், அவன் வருவதற்குள்ளாக கூண்டிற்குத் தேவையான குச்சிகளை வெட்டிக் கழித்து, தீயிலிட்டு வாட்டி பதப்படுத்தி வைத்துவிட வேண்டுமென்ற எண்ணத்தோடு வெட்டிக்கொண்டிருந்தாள்.

தீவு ஓரளவு பரப்பளவில் பெரியதாய் இருந்தது. ஆங்காங்கே ஐம்பதுக்கும் மேற்பட்ட தீவுகள் இருந்தபோதும் எல்லோருடைய ஆடுகளும் ஒரே தீவில்தான் நின்றன.

கந்தக் குறிச்சான் ஆற்று வழியாகத்தான் தெற்கே ஓடவுக்குள் வந்து கடல்வழியாக கிழக்கேயுள்ள தீவுக்கு வந்திருக்கிறார்கள். கிழக்கேயுள்ள செல்லக்கன்னி ஆற்றிலிருந்து வந்தால் நேராக தீவுக்கு சீக்கிரமாகவே வந்துவிட முடியும். ஆனால் தம்பிக்கோட்டை, மதுக்கூர் பகுதிகளில் கிடைகட்டிவிட்டு சாம்புவனோடை தோப்புக்குள் இரண்டு வருடங்களாகத் தங்கியிருந்ததனால் ஆடுகள் முத்துப்பேட்டையைத் தாண்டி கிழக்கே போகவில்லை. சாம்புவானோடையில் கந்தக்குறிச்சான் ஆற்றங்கரைகளில் உள்ள தோப்புகளில்தான் அவர்களின் வலசைகளும் இருந்தன. அங்குள்ள மீன் பிடிப்பவர்களின் உதவியோடுதான் தீவுக்கு வரவும் ஏற்பாடு ஆனது. ஆதலால் கந்தக்குறிச்சான் ஆற்று வழியாகத்தான் பயணம் செய்துகொண்டிருந்தார்கள்.

கந்தக்குறிச்சான் ஆற்றுக்கு நேராகவும் கடலுக்குள் தீவுகள் ஓரிரண்டு இருக்கின்றன. ஆனால் அவைகளில் தங்குவது ஆபத்தானது என்று எல்லோரும் எச்சரித்துவிட்டார்கள்.

சிலிப்பபடி என்று ஒரு தீவு இருக்கிறது. எந்தக் காலத்திலோ வந்த ஆங்கிலேயரின் கப்பல் மூழ்கிவிடவே, அதன்மீது மணல் படிந்து பெரிய தீவுபோல இருக்கிறது. அதில் ஆயிரம் ஆடுகளைத் தொடர்ந்து மேய்க்கமுடியாது. மணக்கட்டை என்று இன்னொரு தீவும் இருக்கிறது. இதுவும் தீவு கிடையாது. எதிலோ மணல்படிந்து ஏற்பட்ட மணல் மேடுதான். இதுபோன்று அலைகளால் உருவான தீவுகளில் மீனவர்கள்கூட அச்சமற்று தங்கமாட்டார்கள்.

ஆனால் கிழக்கே செல்லச் செல்ல நிறைய தீவுகளும் தீவுகள் நிறைய காடுகளுமாய் அடுத்தடுத்து இருக்கின்றன. இவற்றில் எவ்வளவு நாட்கள் தங்கினாலும் பயம் ஏற்படாது. கடல் கொந்தளித்தால்கூட பயமின்றி இருக்கலாம்.

பலவற்றைப்பற்றியும் தெளிவாய் விசாரித்துப் பார்த்துவிட்டுத்தான் இந்தத் தீவிற்கு வந்திருக்கிறார்கள் கீதாரிகள். இந்தத் தீவிற்கு மன்னாரம் என்று பெயர். இதைச் சுற்றிலும் சந்திரமதித்தீவு, முனியந்தீவு, சல்லித்தீவு, கிடாமாட்டுத்தீவு, நெடுந்தீவு, பாம்புத்தீவு, வள்ளித்தீவு, கோவைத்தீவு குட்டிக்காட்டுதீவு, பழையாத்துத்தீவு, கூட்டத்தீவு, குருவித்திட்டு, கரைஞ்சத்தீவு, பிசாசுத்தீவு, மூணுமாத்தீவு, செண்பகத்தீவு என்று ஏகப்பட்ட தீவுகள் இருக்கின்றன. செண்பகத்தீவில் பருவகாலத்திற்கேற்ப செண்பகப்பறவைகள் நிறைய வந்து தங்கி இனப்பெருக்கம் செய்யுமாம். இப்படி ஒவ்வொரு தீவிற்கும் காரணத்தோடு ஒவ்வொரு பெயர் ஏற்பட்டுள்ளது.

பொன்னாச்சரம் கழிகளை வெட்டி கழித்துப்போடுவதும் உயர்ந்த மரமொன்றில் ஏறி நின்று தீவை நோக்கி ஏதாவது வத்தை வருகிறாதா என பார்ப்பதுமாக இருந்தாள்.

சுற்றிலும் தெரியும் தண்ணீரும் அலைகளும் ஆங்காங்கே தெரியும் தீவுகளும் அவற்றில் தங்கிப்பறக்கும் பறவைகளும் எங்கோ தூரத்தில் கொடியசைய நகரும் படகுகளும் என தீவுக்குள் நின்று எந்தப் பக்கம் நோக்கினாலும் கண்களுக்குள் அடக்கிக்கொள்ள முடியாத காட்சியாக நீண்டுகொண்டே போயின அந்த அழகுகள்.

11

ஐப்பசி மாதம் அடைமழை விடாது பெய்துகொண்டிருந்தது. தீவில் ஆடுகள் மேய்வதற்கேற்றபடி கொடிகொடியாய் உப்பருவும், கொடிகளும் தழைத்தாம்புகளும் எங்கும் கிடந்தபோதும் கொட்டும் மழையில் மேய்வதற்கு முடியாமல் குன்னிப்போய் நின்றன ஆடுகள் அனைத்தும். கொஞ்சநேரம் மழைவிட்டாலும் போதும் பரபரவென்று

மேய்ந்து வயிற்றை ரொப்பிக்கொள்ளும். ஆனால், உடலை உதறிக்கொண்டு மேய்ச்சலில் வாய் வைக்கக்கூட அவகாசம் அளிக்காதபடி பாட்டம் பாட்டமாய் அடித்துக் கொட்டிக் கொண்டிருந்தது மழை.

தீவில் தங்கியிருந்த கீதாரிகள் அத்தனை பேரும் ஆடுகள் மேயமுடியாமல் போகிறதே என்று கவலையிலிருக்க, பொன்னாச்சரமும் அவள் அம்மா குறுந்தாயியும் ஆடுகளோடு சாத்தையாவுக்காகவும் சேர்த்து கவலைப்பட்டுக்கொண்டிருந்தார்கள்.

சாத்தையாவுக்கு இரண்டு நாட்களாய் வயிற்றுப்போக்கு நிற்கவில்லை. இரண்டு நாளில் உடல் உடைந்து பாதியாளாய் போய்விட்டான். கைவைத்தியமாய் ஏதேதோ செய்து பார்த்துவிட்டார்கள். வயிற்றுப்போக்கு நின்றபாடாய் இல்லை.

குடலேத்தமாய் இருக்குமென்று குடல் தட்டிப் பார்த்துவிட்டார்கள்.

"கொடல் பெரச்சன எதுவாருந்தாலும் கழுத்தமுறுச்சிப் பார்த்தா சரியாப்பெயிரும்" என்று சொல்லி குறுந்தாயி வெறும் வயிற்றில் கழுத்தும் முறித்துவிட்டுப்பார்த்தாள். அதிலும் நிற்கவில்லை. குறுந்தாயிக்கே இது ஆச்சரியமாக இருந்தது. குடலில் ஏதாவது சிக்கல் ஏற்பட்டாலோ திங்கக்கூடாதவைகளைத் தின்று செறுகல் ஏற்பட்டிருந்தாலோ மேமங்களத்தில் இருக்கும்போதும் சரி ஆட்டுக்கெடை கிடக்கும் நக்கிலும் சரி எப்படியாவது குறுந்தாயி கழுத்து முறிப்பது குறித்துத் தெரிந்துகொண்டு அவளிடம்தான் வருவார்கள்.

தன் முந்தானைத் துணியின் ஒரு நுனியைப் பிடித்து முறுக்குவாள். கயிறுபோல இரண்டு முழ நீளத்திற்கு இறுக்கமாக முறுக்கிக் கொண்டதும் கழுத்து முறிக்க வேண்டியவர்களை கிழக்கு நோக்கி உட்காரவைப்பாள். வலப்பக்கமாய் உட்கார்ந்து இடப்பக்கக் கழுத்தில் முறுக்கிய துணியைப்போட்டு அவர்களின் காதோரம் தன் நெற்றியை வைத்துப் பொறுத்திக்கொள்வாள். துணிக்கயிற்றை இந்தப் பக்கமும் அந்தப் பக்கமும் மெதுவாய் இழுத்து இழுத்து சமன்பார்த்து, சிறிதும் எதிர்பார்க்காத சமயத்தில் வெடுக்கென்று வெட்டியிழுத்து முறிப்பாள். வலதுபக்கக் கழுத்தை முறித்ததுபோலவே இடது பக்கக் கழுத்தையும் முறித்துவிடுவாள். தீராத குடல்நோய்கள்கூட சில சமயம் இதில் தீர்ந்து போய்விட்டதாய் சொல்லியிருக்கிறார்கள்.

எத்தனையோ பேருக்கு கழுத்து முறித்துவிட்டு புண்ணியத்தைக் கட்டிக்கொண்ட குறுந்தாயியால் இரண்டு நாட்களாய் தொடர்ந்து வெறும் வயிற்றில் முறித்துவிட்டும்கூட தன் கணவனின் நோவை

போக்கமுடியவில்லை. அழுதபடியே, எழும்பி உட்காரவும் நாடியற்று சுருண்டு கிடக்கும் சாத்தையாவைப் பார்த்துக்கொண்டு உட்கார்ந்திருந்தாள். பொன்னாச்சரம் மழையில் நனைந்தபடியே வயிற்றுப்போக்கால் நனைந்த சாத்தையாவின் வேட்டி துணிகளையும் நாற்றமற துவைத்து அலசிக்கொண்டு வந்து கொடிக்கழியில் போட்டாள். ‘மிச்சம் சொச்சம் நாத்தமடிச்சாலும் மழையில கெடந்தா எல்லாம் எடுபட்டு பொயிரும்’ என தனக்குள்ளே சொல்லிக்கொண்டாள். மழையில் போடுவதைத் தவிரவும் வேறு வழியில்லை.

பொன்னாச்சரம் பிடிவாதத்தில் கூண்டு கட்டிக்கொண்டது எவ்வளவு நல்லதாய்ப் போய்விட்டது என நினைத்தாள் குறுந்தாயி. அவள் சொல்லாமலிருந்தால் நிச்சயமாய் கூண்டு பற்றி யோசித்திருக்கவே மாட்டார்கள். இப்போது வயிற்றுப்போக்கால் கண்விழிக்காமல் கிடக்கும் சாத்தையாவை மழையில் வேறு போட்டுவைத்திருந்தால் இன்னேரம் விரைத்துப்போயிருப்பான். யாரு செய்த புண்ணியமோ பொன்னாச்சரத்துக்கு இப்படியொரு யோசனை வந்ததே என்று நினைத்துக்கொண்டாள்.

கூண்டு இருந்தது பாதுகாப்பாகிவிட்டது என்று நிம்மதியடைந்த போதும் சாத்தையாவின் நிலமை வரவர மோசமாகிக்கொண்டிருப்பதைப் பார்த்து அழுதுகொண்டே உட்கார்ந்திருந்தாள் குறுந்தாயி. அவளுக்கு சாத்தையாவைத் தவிர வேறெதையும் பற்றி யோசிக்கக்கூட தோன்ற வில்லை. பொன்னாச்சரம்தான் தன் அம்மாவுக்கும் அப்பாவுக்கும் வெந்நீர் வைத்துக்கொடுப்பது. கஞ்சிகாய்ச்சிக் கொடுப்பது போன்ற வேலைகளுடன் ஆட்டையும் பார்த்துக்கொண்டாள்.

ஊர் புறங்களில் ஆடுகளை வளைத்து மேய்ப்பதுபோல இங்கு வளைத்துவிட வேண்டுமென்று எந்த அவசியமும் கிடையாது. கிடையில் வழிகாட்டுதலுக்கென்று விடப்பட்டிருக்கும் வெள்ளாட்டின் வழிகாட்டுதலுடன் தீவின் எந்தப் பகுதிக்கு வேண்டுமானால் போய் மேய்ந்துவிட்டு தொழுவுக்குத் திரும்பி வந்துவிடும். திருடர்கள் பற்றிய பயமோ நரிகள் பற்றிய பயமோகூட இல்லை. தீவிற்கு வந்தபோது ஊளையிட்டுக்கொண்டிருந்த நரிகளை இரண்டு நாட்கள் அதே வேலையாய் இருந்து வெங்காய வெடி வைத்துக் கொன்றுவிட்டார் காயாம்பு கீதாரி. நண்டு பிடித்துத் தின்றுகொண்டிருந்த நரிகளை செத்த ஆட்டுக்கறியில் போட்ட உப்புக்கண்டத்தின் வாசனை வெகுவாக ஈர்த்துவிட்டது. அதிக சிரமமில்லாமல் உப்புக்கண்டத்திற்குள் வெங்காய வெடியை வைத்து நரிகளைக் கடிக்கவைத்து, அத்தனை நரிகளையும் சாகடித்துவிட்டார்.

ஆதலால் ஆடுகள் போன போக்கில் போய் மேய்ந்துவிட்டு, தானாகத் திரும்பி வந்துவிடுமென்று அதுபற்றிகூட அதிகம் அக்கறைபடாமல் தன் அப்பாவையே அதிகமாய் கவனித்துக் கொண்டிருந்தாள் பொன்னாச்சரம்.

மழையோடு காற்றும் வேகமாய் வீசத்தொடங்கியது. கடலில் ஆர்ப்பரித்த அலைகள் மடார் மடார் என்று தீவுகளில் மோதியது. கடலின் இரைச்சல் கூடிக்கொண்டே போனது. சாத்தையா பலவீனத்தால் மெதுவாய் முணக ஆரம்பித்தான். அதைப்பார்த்த குறுந்தாயியால் தாங்க முடியவில்லை. பெரும் குரலெடுத்து அழ ஆரம்பித்தாள். கடலின் பெரும் இரைச்சலை மீறியும் கேட்ட குறுந்தாயியின் அழுகுரலுக்குப் பயந்துபோன கீதாரிகள் அத்தனை பேரும் அவசர அவசரமாய் ஆடுகளைத் தொழுவுக்குள் அடைத்துவிட்டு, சாத்தையா இருந்த கூண்டுக்கு வந்து சேர்ந்தார்கள். காற்று பூத்துப் பூத்தென்று வீசிக்கொண்டிருந்தது.

சாத்தையா வயிற்றுப்போக்கால் நிதானம் தவறிப்போகும் அளவிற்கு பலவீனப்பட்டு போயிருந்தான். இவ்வளவு மோசமாகும் என்று யாரும் நினைத்துப்பார்க்கவில்லை. குறுந்தாயியின் ஒப்பாரிவேறு எல்லோரையும் கலங்கடித்துக்கொண்டிருந்தது.

இதற்குமேல் போட்டுவைத்திருக்கக்கூடாது. தூக்குங்க எங்குட்டாவது கொண்டுபோயி பார்ப்பம் என்றான் காளி.

“எங்கப்பு தூக்குறது. காத்து மழையில் கண்ணுமண்ணு தெரியல எங்கப்பாத்தாலும் ஒரே வெள்ளக்காடா இருக்கு. ரெண்டு நாளா நானும்தான் சுற்று முற்றும் பார்த்துகிட்டு இருக்குறன். மீன்புடிக்க வர்ற ஆளுக ஒருத்தக்கூட கடலுக்குள்ள வரல்ல. வத்த வந்தாத்தான் தூக்கிப்போட்டுக்கிட்டு போயிறலாமே” என்றார் காயாம்பு கீதாரி.

சாத்தையாவின் கிட்டே வந்து உட்கார்ந்து அவனது நாடியைப் பிடித்துப் பார்த்தார். அவர் முகம் வாடி சோர்ந்துபோனது.

“என்னண்ண நாடி நல்லாத்தானே இருக்கு” என்றான் பெரியசாமி.

“நல்லாத்தேன் இருக்கு” என்று இழுத்தார் குறுந்தாயியைப் பார்த்தவாறே.

“என்ன கோளாறா இருக்கும்? இப்படி போட்டு வாட்டிட்டுதே”. என்றான் காசிநாதன்.

“கரயில இருந்திருந்தா இந்நேரம் ஆஸ்பத்திரிக்குக் கொண்டு போயி சரி பண்ணி இருக்கலாமே. நடுக்கடலுக்குள்ள வந்து இப்புடி

மாட்டிக்கிட்டமே. மனுசன இனிமே மறுபடியும் உருவா கொண்டுவர முடியுமா?" ஆற்றாமை தாங்காமல் குப்புசாமி சொல்லியதைக் கேட்டு,

"அய்யோ.. அய்யோ.." என்று வயிற்றிலும் வாயிலும் அடித்துக் கொண்டு அழ ஆரம்பித்துவிட்டாள் குறுந்தாயி.

"எத்தா.. அழுவாத. ஒண்ணும் செய்யாது ஓம்புட்டு புருசன உருவாக்கொண்டு வந்துரலாம். ஏதோ வாய் தவறி சொல்லிப்புட்டன்" என்று வருந்தி குறுந்தாயியைத் தேற்ற ஆரம்பித்தான் குப்புசாமி.

"இல்லண்ண ஏஞ்சாமி கெடக்குறத்தப் பாருங்க.. என்னால தாங்க முடியலண்ண. எப்புடியாவது இவுகள எனக்கு காப்பாத்திக் குடுங்கண்ண." என்று குப்புசாமியின் கால்களைக் கட்டிப்பிடித்துக் கொண்டு அழுதாள்.

"ஆஸ்பத்திரி வைத்தியத்துக்கெல்லாம் கட்டுப்படுற நோவாத் தெரியல. கொடப்பெரட்டி அம்மன் மாதிரி இருக்குது. அதுனாலத்தேன் எந்த கைவைத்தியத்துக்கும் கொஞ்சம்கூட கொறயாம போவுது."

"கொடப்பெரட்டி அம்மன்னாக்க வண்ணான் வூட்டுல நீராரத்தண்ணியும் சோறுமா வாங்கிக் குடுத்தாத்தான கொணமாக்க முடியும்."

"ஆமாமாம் வண்ணான்வூட்டு நீராரத்தண்ணீக்குத்தேன் அம்மன் எறங்கும்பாக. இப்ப வண்ணான்வூட்ட எங்கன்னு கண்டு தேடுற."

"அதையெல்லாம் யோசிச்சிக்கிட்டுருந்தா முடியாது. யாராவுது கரைக்கிப்போயி வாங்கிட்டு வர்றதுக்கு வழியப்பாக்கணும்."

"மீன்புடி வத்த எதுவுமே வல்ல. பொயல் மழையில யாரும் கடலுக்குள்ள போவக்கூடாதெண்டு தண்டரா போட்டுருப்பாகளோ என்னவோ, சொல்லி வச்ச மாதிரி ரெண்டு நாளாள வத்த எதயுமே காணும்" என்றான் காசி.

"வத்த வருமுண்டு நெனச்சி ஒக்காந்திருந்தா கரைக்கிப்போக முடியாது."

"பெறவு எப்படிபோறது?

நீஞ்சி கீஞ்சி போக வேண்டியதுதான். கரைக்கிப்போயி சேந்துட்டாப் போதும் வரும்போது வத்தகாரனுங்க காலுல கையில வுழுந்து அழச்சிக்கிட்டு வந்திறலாம்."

"யாரு போறது?"

"நாம் போயி வாறன்" என்றான் காளி.

"பொழுது போயி ஒக்காந்துட்டுது. இருட்டுல திக்கு தெவத்தெரியல. காத்து மளவேற நிக்கல. இதுல நீ போறது மட்டும் சரியாவுமாடா?" என்றார் காயாம்புக் கீதாரி.

"போயித்தானேண்ண ஆவணும். போக மலச்சா உசிரு போயிடும் போலருக்கே" என்றான் பெரியசாமி. காளியையும் பெரியசாமியையும் தனியே அழைத்துப்போனார் காயாம்பு கீதாரி. சாத்தையாவுக்கு நாடி கொஞ்சம் கொஞ்சமா அடங்கிக்கிட்டே வருது. இவன் போயி வண்ணான்வூட்டு நீராகத்தண்ணிய வாங்கியாந்தாலும் காப்பாத்த முடியாது போலருக்கு" என்று சொல்லிவிட்டு கண்கலங்கினார் அவர்.

"என்னண்ணே இப்புடிச் சொல்றிய. நெசமாத்தானா? சாத்தையா பொழக்கமாட்டானா? அய்யய்யோ" என்று தலையிலடித்துக் கொண்டான் பெரியசாமி.

"மயங்காரங்க எல்லாம் நல்லாருக்குக்குள்ள பாக்க நாதியில்லாம பெயிட்டுதேண்ண."

"நம்ம மட்டும் பாக்கமாட்டமுன்னா சொன்னம். நெலம அப்புடி ஆயிட்டுது கழுத்தபுடிச்சமேரி காத்து மள நாளுல முடியாம பொயிட்டுது. வயத்துப்போக்கு ஆரம்பிச்ச அப்பயே கரயகொண்டு போயிருக்கணும். அவனும் அலட்சியமா இருந்துட்டான். ஆட்டுக் காரவுகளுக்கு வராத நோவாண்டு நம்மளும் அலட்சியமா இருந்துட்டம். மயங்காரங்க கிட்ட இருந்துருந்தாலும் இப்புடித்தேன் விட்டுருப்பாய்ங்க. என்ன செய்யிற விதி கெட்டியா இருக்கு போலருக்கு" என்றார்.

"எதுக்கும் நான் இப்பவே போறன். வண்ணான் வூட்டு நீராரத்தயும் கொண்டாந்து நம்ம ஆசக்கிக் குடுத்துப்பாத்துருவமே" என்றான் காளி.

"போவணுங்குற உசுரு புடிச்சி வச்சாலும் தங்காது. சாத்தையாவெ காப்பாத்தணுமுண்டு ஒன்னய அனுப்பி, இந்த காத்து மளயில ஒனக்கு ஏதாவது ஆயிட்டுதெண்டா ஓம் பொண்டாட்டி புள்ளைகளுக்கு நான் என்ன பதில் சொல்லமுடியும்" என்றார்.

"அதுக்காக உசுரு போறத்த வேடிக்க பார்த்துக்கிட்டு நிக்க முடியுமா?"

"விடியிற வரைக்கிம் பொறுத்துப் பார்ப்பம். பொழச்சிக்கெடந்தா காலயில் எது செய்யணுமோ செய்வம்" என்றார் மனத்தை கல்லாக்கிக்கொண்டு.

இயற்கையே சாத்தையாவின் உயிரைக்குடிக்க சூழ்ச்சி வலையை வரித்துவிட்டதுபோலத் தோன்றியது. அவனை எந்த வகையிலும் யாரும் காப்பாற்றிவிடக்கூடாது என்பதுபோல கிடுக்குபிடி போட்டுவிட்டது சூழ்நிலை. இயற்கையையும் சூழலையும் புறந்தள்ளி விட்டு யாரால் என்ன செய்துவிட முடியும். இருந்தும்கூட இரவு முழுவதும் யாரும் தூங்காமல், கொட்டும் மழையில் கொங்காணியை தலைக்குப்போட்டுக்கொண்டு சாத்தையாவுக்கு காவலாய் உட்கார்ந்திருந்தார்கள். அவன் உள்ளங்கை உள்ளங்கால்களில் வேப்பெண்ணெய் காயவைத்து தேய்த்துவிட்டுக்கொண்டிருந்தாள் குறுந்தாயி.

“செம்புலியாட்டுப் பாலுல கசகசாவ அரச்சிப்போட்டு உள்ளுக்குக் குடுத்துப்பாப்பமா” என்றான் காசிநாதன். “அது வயத்துக்கடுப்புக்குக் குடுக்கிறது. வயத்தால போறதுக்கெல்லாம் குடுத்து புண்ணியப்படாது” என்றான் குப்புசாமி.

“எதுக்கும் குடுத்துப்பாக்கலாமேன்னு தான் சொன்னன்.”

“மனசுல ஒரு ஆச வந்தா எதுக்கு அத வேண்டாங்கணும். போயி கொஞ்சம் பாலுகறந்து கொண்டாங்க. அதயும் குடுத்துதேன் பாத்துருவமே” என்றார் காயாம்பு கீதாரி.

காளிதான் ஒரு டம்ளரை வாங்கிக்கொண்டு ஓடினான். இளம் ஆடுகளில் கரந்துகொண்டு, போனவேகத்தில் வந்தும் சேர்ந்தான். யாரிடமும் கசகசா இருக்கவில்லை.

“வெறும் பாலையே ஊற்றிப்பாருங்கள் என்றான் காசிநாதன். பால் ஊற்றவே காசிக்கும் கீதாரி பெரியசாமிக்கும் பயமாக இருந்தது.

மகனுக்கு ஆள்போய் எப்படியாவது அவன் மட்டுமாவது வந்து உயிரோடு ஒருமுறை முகத்தைப் பார்த்துவிட்டால் தேவலாமே என்பதுபோல யோசித்தார்கள் அவர்கள். ஆனால், அது குறுந்தாயிக்கும் பொன்னாச்சரத்திற்கும் புரிந்துவிடக்கூடாது என்பதிலும் கவனமாய் இருந்தார்கள். குறுந்தாயிதான் பாலை மெதுவாய் சாத்தையாவின் வாயில் ஊற்றினாள். சாத்தையா நாவசைத்து பாலை விழுங்குவான் என்று எதிர்பார்த்தாள். ஆனால், அவன் அவ்வாறு விழுங்காததால் கடைவாய் வழி வழிந்தது.

சாத்தையாவின் தலையைத் தூக்கி மடியில் கிடத்திக்கொண்டாள். தலையை அன்னாத்திப்பிடித்து வாயில் பாலை ஊற்றினாள். வாயில் ஊற்றிய பால் கடகடவென்ற சத்தத்தோடு ஓடி பின்வழியாக அப்படியே கீழிறங்கியது.

அதைப் பார்த்தவுடன் ஓவென்று தலையிலடித்துக்கொண்டு அலறினாள் குறுந்தாயி. பொன்னாச்சரம், "அய்யய்யோ அப்பா" என்று அலறினாள்.

"கொடல் தொறந்துபோச்சி. ஏதாவது வாயசச்சி சொல்கிறானான்னு பாருப்பு" என்று காளியை ஏவிவிட்டார் காயாம்பு கீதாரி.

சீழ்க்கை அடித்து ஆடு விரட்டுவதற்குச் செய்வதுபோல லேசாய் உதடு நெளிந்து குவிந்தது. அவ்வளவுதான். சாத்தையா அடங்கிப் போய்விட்டான். குறுந்தாயி மழையிலும் தண்ணீரிலும் விழுந்து புரண்டு கத்தினாள் கதறினாள். இனிமேல் எப்படி அழுதாலும் புரண்டாலும் போன உயிர் திரும்பி வரவாப்போகிறது.

சாத்தையாவுக்கு வந்த சாவுபோல் யாருக்கும் வராதென்று பேசிக்கொண்டார்கள். சாத்தையாவின் உடலை நெடுநேரம் அப்படியே போட்டுவைக்கக்கூடாது என்றார் காயாம்பு கீதாரி. மகனுக்கு ஆள்விட்டு அனுப்பவும் வழியற்றுப்போய்விட்டது. இரவோடு இரவாக கொட்டும் மழையில் தீவின் ஒரு மூளையில் குழிதோண்டிப் புதைப்பதைத்தவிர அவர்களுக்கு வேறு வழியொன்றும் தெரிந்திருக்கவுமில்லை.

12

தம்பிக்கோட்டை ராமன் கோட்டகத்தில் இருந்தது குறுந்தாயியின் வலசை. மழைக்கு மார்கழி வரை மன்னாரம் தீவில் கூட்டாடு மேய்த்துக்கொண்டிருந்தவர்கள் மார்கழி கடைசியில் கரைக்கு வந்ததும் கதிர் அறுக்கும் இடங்களைப் பார்த்துக்கொண்டு ஆளுக்கு ஓர் ஊராய் பிரிந்து தத்தமது ஆடுகளை ஓட்டிக்கொண்டு போய்விட்டார்கள்.

சாத்தையா செத்துப்போய்விட்டதால் குடும்பப் பொறுப்பு முழுவதும் இப்போது மூத்தவன் ராமுவினுடையதாகிவிட்டது. அவன் உள்காட்டுப் பக்கம் ஆடுகளை ஓட்டிச்செல்லக்கூடாது என்று நினைத்தோ என்னவோ தம்பிக்கோட்டைப் பக்கம் திரும்பிவிட்டான். ராமன் கோட்டகத்தில் ஆங்காங்கே மார்கழி பதினைந்து முதற்கொண்டே அறுவடையாகிக்கொண்டிருந்தது.

ஆறு, வாய்க்கால்களில் கிடக்கும் தண்ணீர் இன்னும் இரண்டு மாதங்களுக்குள் வற்றிப்போகாது. ஆவணி, புரட்டாசியில் பெருமழை பெய்து வாய்க்காலில் ஓடுவதுபோல இப்போது ஓட்டத்தண்ணீர் கிடையாது. மேல்மட்டத்தண்ணீர் மாத்திரம் லேசாய் ஓடுவதுபோலத் தெரியும். குளத்துத்தண்ணீரைப் போல கிடைதண்ணீர்தான். கோரைப்புற்களும் வள்ளைக்கொடிகளும் படர்ந்துள்ள இந்த வாய்க்கால் தண்ணீரைக் குடித்தால் ஆடுகளுக்கு நல்ல சத்து என்று

எண்ணினான் ராமு. தாளடி புல்தான் என்றாலும் அருகம்புல்லும் உப்பருவும் கரணைக்கட்டைப் புல்லும் ஆடுகளுக்கு நல்ல மேய்ச்சலாய் இருந்தது.

மாசி பங்குனி வரைக்கூட இப்பகுதியிலேயே இருந்துவிட்டு சித்திரை வைகாசியில் அத்திவெட்டி, மதுக்கூர் பகுதிகளுக்குப் பயணம் போய்விடலாம் எனத் திட்டமிட்டிருந்தான். ராமன் கோட்டகத்தில் மையத்தில் வலசையைப் போட்டிருந்தான். ஊரைவிட்டு ஒதுங்கி யிருந்தது கோட்டகம். ஊர்க்காரர்கள் கோட்டகத்திற்குள் வந்தாலன்றி வேறு எந்த வகையிலும் எட்டாத தூரமாய் இருந்தது இவர்கள் தங்கியிருந்த இடம்.

குறுந்தாயி, சாத்தையா செத்த கவலையிலேயே எப்போதும் அழுது கண்ணீர் வடித்தபடி முடங்கிக்கிடந்தாள். பொன்னாச்சரம்தான் தன் அண்ணன் ராமுவோடு ஆடு வளைத்து மேய்த்துக்கொண்டிருந்தாள். ராமுவின் பெண்டாட்டி, நிலைமையை உணர்ந்து மாமியார் மீதோ நாத்தனார் பொன்னாச்சரத்தின் மீதோ துவேசம் பாராட்டாமல் ஆறுதலாய் நடந்துகொண்டாள். சோறாக்குவது முதற்கொண்டு வலசையில் செய்ய வேண்டிய எவ்வேலையிலும் மாமியார் செய்தால் என்ன நாத்தனார் செய்தால் என்ன என்று போட்டிபோடாமல் எவ்வளவு வேலையாக இருந்தாலும் தானே செய்துவந்தாள்.

இரண்டு ஆண் மூன்று பெண் என ஐந்து பிள்ளைகளைப் பெற்ற சாத்தையா, பொன்னாச்சரத்தைத் தவிர மற்ற தன் நான்கு பிள்ளைகளும் என்ன ஏதென்று அறியாத நேரத்தில் செத்துப்போய்விட்டதும், கொள்ளிபோட பிள்ளையிருந்தும் கொள்ளிபோட முடியாதபடிக்கு அம்மையில் செத்துப்போனதும் பெண்டாட்டி பாப்பம்மாளையும் நிறையவே பாதித்துவிட்டிருந்தது.

இப்போகூட வலசையில் செய்யவேண்டிய வேலைகளைச் செய்துவிட்டு மேய்ச்சல் கடைக்கு வந்துவிட்டாள். தன் அண்ணனோடு ஆடுமேய்த்துக்கொண்டிருந்த பொன்னாச்சரத்தை வலசைக்குப் போகும்படி அனுப்பி வைத்திருக்கிறாள்.

"நானே நிண்டுகிறன் அண்ணி. நீங்க வலசைக்குப் போங்க" என்று பொன்னாச்சரமும் மறுத்துப் பார்த்தாள்.

"எட்டியளே பொன்னாச்சரம். நீயே வலசக்கிப் போடி. கஞ்சி காச்சி வச்சிருக்குறன். நொம்மா பச்சத்தண்ணி பல்லுல ஊத்தாம கெடக்குறாக. அவுகள கஞ்சிகுடிக்க வைக்கிறதுக்கு ஒன்னாலத்தேண்டி முடியும்."

"கஞ்சி ஊத்திக்குடுத்திட்டு திரும்பவும் வரட்டுமாண்ணி."

"வேணாமுண்டி பொன்னாச்சரம். நீ வலசயிலேயே இருந்து நொண்ணன் பெத்ததுகள பாத்துக்க. சின்னது எழஞ்சிக்கிட்டே எங்கிட்டாவுது பொயிடப்போகுது. நொம்மாவ நம்ப முடியாது. பித்துப்புடிச்சவுக மாதிரி ஒக்காந்துருக்காக. சுத்தியிலும் கொளக் காயாவுல்ல இருக்குது. தவறிப்போயி எறங்கிருச்சின்னா என்னாவுறது. ஊறுபட்ட சேறு. உள்ளவாங்கிச்சின்னா எங்குட்டு பொதஞ்சிச்சிண்டு தண்ணி வத்துற வரைக்கும் கண்டுபிடிக்க முடியாது."

"சரிண்ணி, நான் பார்த்துக்கிர்றன்" என்றபடியே வலசையை நோக்கி நடந்தாள்.

"பாவம், வருசம் முச்சூடும்தான் ஒங்க தங்கச்சி ஆட்டோட கெடந்து அலயிது. ரெண்டுநாளு வலசயில ஒக்காந்து களயாறட்டுமே" என்று பாப்பம்மாள் ராமுவிடம் சொல்வது காதில் விழுந்தது பொன்னாச்சரத்திற்கு. மேய்ச்சல் கெடைக்கும் வலசைக்கும் இடையே கொஞ்ச தூரம்தான். மூச்சைப்பிடித்துக்கொண்டு குறுக்கே விழுந்து நடந்தால் வலசையில் வந்து மூச்சுவிட்டுக்கொள்ளலாம். ஆனால் பொன்னாச்சரம் அப்படி செய்யாமல் ஒவ்வொரு வரப்பாக சுற்றிச் சுற்றியே நடந்துவந்தாள்.

அறுப்பு அறுத்த வயல்களில் ஈரம் காயாத பசுந்தட்டைத் தாள்களாயிருந்தன. அவற்றில் இறங்கி நடந்தால் கால்களை அவை குத்திக்கிழித்து காயப்படுத்திவிடும். ஆடு வளைக்கும்போது வேறு வழியில்லாமல் தாளுக்குள் ஓடவேண்டியதாகிவிடுகிறது. இப்போதும் அப்படிப்போக வேண்டுமென்று என்ன அவசியம். கால்கள் நோகாமல் வரப்பு சுற்றியே போவோமே என்று வரப்பின் மீதே நடந்தாள் பொன்னாச்சரம். வரப்பு ஓரங்களில் நெடுகிலும் நண்டு வளைகள் இருந்தன. வளைகளை விட்டு வெளியே வந்து உலாத்தும் சிறு நண்டுகள் இவளின் காலடிச்சத்தம் கேட்டு பதறியபடி உள்ளே ஓடி ஒளிந்துகொண்டன. அவற்றை வேடிக்கைப் பார்த்தபடியே நடந்தாள். வழியில் சூரை விழுந்த வயல் ஒன்றில் சூரையான அவ்விடத்தில் வெடிக்கோரைகள் பத்தை பத்தையாய் முளைத்து வளர்ந்திருந்தன. அவற்றைப் பார்த்தவுடன் சிறிதும் யோசிக்காமல் சடக்கென்று வரப்பைவிட்டு இறங்கிவிட்டாள். நசுக்கிவிடாமல் ஒவ்வொரு கோரையாக அடியோடு பிய்த்து எடுத்தாள். கைநிறைய சேர்ந்தவுடன் மறுபடியும் வரப்பைப் பிடித்து நடந்தாள். ஒவ்வொரு கோரையாக எடுத்து கையால் உருவி வெடித்துக்கொண்டே வந்தவளுக்கு தன் அண்ணன் பிள்ளைகளின் நினைவு வரவே, தான் வெடிப்பதை நிறுத்திக்கொண்டாள். தன் அண்ணன் பிள்ளைகளுக்காக கோரைகளை ஒரே பிடியாய்ப் பிடித்து வெடித்து, காற்றுப்போன கோரையால் கட்டிக்கொண்டாள். அண்ணன் பிள்ளைகளின் நினைவு

வந்ததும் நண்டுகளையும் நத்தைகளையும் வேடிக்கை பார்ப்பதை விட்டுவிட்டு வேகவேகமாய் நடந்தாள். அவள் அவ்வாறு வேகமாய் நடந்துவந்தது எவ்வளவு நல்லதாய்ப்போய்விட்டது என்பதை வலசைக்கு அருகில் வந்தபோதுதான் அவள் உணர்ந்தாள்.

பொன்னாச்சரத்தின் அண்ணன் மகள் விளையாட்டுப் பொருள்போல நினைத்து, இவள் பாதுகாப்பாய் குட்டானுக்குள் போட்டு வைத்திருந்த கொட்டாங்கச்சி குடுவையை எடுத்துக்கொண்டுவந்து வலசைக்கு வெளியே வைத்து உருட்டி விளையாடிக்கொண்டிருந்தாள். அதற்கு திறப்பாய் இருந்த ஒரு கண்ணையும் குச்சி வைத்து கெட்டியாய் அடைத்து வைத்திருந்தாள் பொன்னாச்சரம். சிறுமியால் குச்சியை இழுத்துத் திறக்க முடியவில்லை. திறந்திருந்தால் இந்நேரம் அதிலிருந்த தன் அப்பாவின் உயிர்மண் எல்லாம் கொட்டி உருத்தெரியாமல் போயிருக்குமே என்று பதறியபடியே அந்தக் கொட்டங்கச்சியை சிறுமியிடமிருந்து பிடுங்கி, வெளிப்புறம் ஒட்டியிருந்த மண்ணை யெல்லாம் தட்டித் துடைத்து பொன்னைப்போல கையில் ஏந்தி அதனைப் பார்த்தாள். கொட்டங்கச்சி பெரிதாய் கனமாய் இருந்தது. வெளிப்புறம் முழுவதும் ஒரு சிறு நார்கூட இல்லாமல் மழுமழுவென்று செதுக்கப்பட்டு வழுவழுப்பாய் உறுதியாய் இருந்தது கொட்டங்கச்சி. ஆட்டுக்காரர்கள் பெரும்பாலும் அரிசியையும் மற்ற பண்டங்களையும் குட்டானில் கொட்டிவைப்பார்கள் அல்லது துணியில் முடிந்து வைத்துக்கொள்வார்கள். உப்பை அப்படி முடிந்து வைத்துக்கொள்ளவோ குட்டானில் கொட்டிவைத்துக் கொள்ளவோ முடியாது. உப்பு மரைபோன்று மரத்தாலான பொருளை செய்வதும் அவர்களைப் பொறுத்தவரை நடக்காத காரியம். சுலபமாய் வலசைக்கூடைக்குள் போட்டுக்கொள்வதுபோல உப்பு கொட்டங்கச்சிகளை வீட்டிற்கு ரெண்டோ மூணோ செய்து வைத்துக்கொள்வார்கள். இதையும்கூட அவர்கள் அலைந்து திரிந்து காசுகொடுத்து வாங்கிவந்து சேர்ப்பதில்லை. மேய்ச்சல் வெளியில் உள்ள தென்னை மரங்களிலிருந்து நெற்றுத் தேங்காய்கள் விழுந்து கிடந்தாலோ அல்லது மரத்துக் காரர்களிடம் கேட்டோ தெரியாமலோ நல்ல பெரிய அளவிலான கொட்டங்கச்சியிருக்கும். தேங்காயை வீட்டிற்குக் கொண்டுவந்து சேர்த்துவிடுவார்கள். அதை கத்திமுனையால் குத்திக் கீறிவிடாமல் வாகாய் உரித்து, குடுமியைப் பிய்த்துவிட்டு, மூன்று கண்களில் சற்று பெரிதாய் இருக்கும் ஒற்றைக்கண்ணை மட்டும் ஓட்டைபோட்டுத் திறந்து, உள்ளேயிருக்கும் தேங்காயை குச்சியால் குத்திக் குத்தி சுரண்டி சுத்தம் செய்வார்கள். உள்ளேயிருக்கும் தேங்காய்பூ அழுகியாவது முற்றிலுமாக வெளியே வந்த பின்பு நன்றாகக் கழுவி, காயவைத்து, மேற்புறமிருக்கும் நார்களையும் சுத்தமாய் சுரண்டி வழுவழுப்பாக்கிவிடுவார்கள். குறவன் கொண்டுவந்து விற்கும் உப்பை வாங்கி அதற்குள் கொஞ்சம்

கொஞ்சமாய்க் கொட்டி அடைத்துவைத்துக்கொள்வார்கள். கண்ணை அடைக்க திட்டமான சிறிய குச்சியைப் பயன்படுத்திக்கொள்வார்கள்.

தீவுக்குப் போனவுடனேயே பொன்னாச்சரத்திற்கு இதுவரை அவள் பார்த்திராத அளவில் மிகப்பெரிய தேங்காய் ஒன்று கிடைத்தது. யாழ்பாணத்து தேங்காய் அது. கடலோர தோப்பில் காய்த்திருக்க வேண்டும். கடலில் விழுந்து மிதக்க, அலைகள் கொண்டுவந்து அதை தீவில் கரை ஒதுக்கியிருந்தது. அதைப் பார்த்தவுடன் பொன்னாச்சரத்திற்கு அளவில்லாத மகிழ்ச்சி. ஒருபடி உப்பை அப்படியே கொட்டி வைக்கலாம் போல இருக்கிறதே என்று நினைத்தவள், அதை எடுத்துக்கொண்டு போய் தன் அப்பாவிடம் கொடுத்து உரித்துத் தரச் சொன்னாள். உப்பு கொட்டிவைக்க என்று நினைத்துத்தான் சாத்தையா அதை பொன்னாச்சரத்திற்கு உரித்துக்கொடுத்தான். ஆனால், தன்னுடைய ஆஸ்திகளை வைத்துப் பாதுகாக்க தன் மகளுக்கு அது ஆகப்போகிறது என்று அப்போது அவன் நினைத்திருக்கமாட்டான். அதன் உட்புறமும் கொஞ்சம் கொஞ்சமாய் அழுகி சுத்தமாகிக் கொண்டிருக்கும்போதே சாத்தையா படுக்கையாகிவிட்டான்.

பொன்னாச்சரத்திற்கு அந்த யோசனை எங்கிருந்து வந்ததென்று தெரியவில்லை. தன் அப்பா இனி பிழைக்கப்போவதில்லையென்று அவளுக்கு இரண்டு நாட்களுக்கும் முன்பே தெரிந்துவிட்டதுபோல இருந்தது அவளது செய்கை.

சாத்தையா சிரைத்துப்போட்ட தாடி மயிர், கடித்து விட்டுப்போட்ட உப்புக்கண்டத்தின் மிச்ச எலும்பு, காரித்துப்பிய கோழை, கட்டிக்கிழித்த வேட்டியின் கிழிசல், என்று கிடைப்பதையெல்லாம் சிறுகச் சிறுக கொட்டங்கச்சி ஓட்டை வழியே உள்ளே போட்டுக் கொண்டிருந்தாள். அப்பா எங்களவிட்டு நீ போயிடக்கூடாது என்று அவன் தலை மாட்டில் உட்கார்ந்து அழுதுகொண்டிருந்தாள். பயந்ததுபோல இறுதியில் நடந்துபோய்விட்டதே என்று துன்பப்பட்டவள், பால்தெளிக்கும் முன்பாக யாருக்கும் தெரியாமல் சாத்தையாவின் புதைகுழி மண்ணையும் அள்ளி கொட்டங்கச்சி முழுவதும் நிறையும்படி நிரப்பிக்கொண்டு வந்துவிட்டாள். தன் அப்பா செத்துப்போய்விட்டாலும் கொட்டங்கச்சியைப் பார்க்கும் போதெல்லாம் அவர் தன்னுடனேயே இருப்பதுபோல தோன்றியது அவளுக்கு. அவள் இதுபற்றி இதுவரை தன் அம்மாவிடம்கூட ஒரு வார்த்தையும் சொல்லவில்லை. துணியில் முடிந்து கூண்டு கவைக்காலில் தொங்கவிட்டிருந்தாள். அவளின் அம்மாவுக்கு அதுபற்றி கேட்கத் தோன்றியதில்லை. அண்ணன் அண்ணிகூட அதுபற்றி பெரிதாய் எதுவும் கண்டுகொள்ளவில்லை. உப்போ வேறு ஏதேனும் தானியமோ கொட்டி வைத்திருக்கிறாள் என்று அவர்கள்

நினைத்திருக்கலாம். ஆனால், தூங்கி எழுந்தவுடன் தினம்தோறும் ‘அப்பா’ என்றபடி அதை தொட்டுக் கும்பிடாமல் என்றும் இருந்ததில்லை பொன்னாச்சரம். ‘இந்த விடுத்தான் இன்னக்கி இதக்கண்டுபுடிச்சி எடுத்தாந்து வச்சிக்கிட்டு வெளையாடுதே’ என்று நினைத்தவள், “நல்லவேள ஒண்ணும் ஆகல” என்றபடியே வலசைக்குள் கொண்டுபோய் பத்திரப்படுத்திவிட்டு வந்தாள்.

அறியாமல் செய்துவிட்ட தன் அண்ணன் மகள் மீது அவளுக்கு கோபம் எதுவும் ஏற்படவில்லை. வெடிக்கோரையைக் கொடுத்து வெடிக்கச் செய்து, மூன்று பிள்ளைகளுக்கும் விளையாட்டு காட்டினாள். பிள்ளைகள் மூவரும் விளையாடுவது, சிரிப்பது குறித்தெல்லாம் எந்தவித உணர்ச்சியையும் காட்டாமல் சோர்ந்துபோய் உட்கார்ந்திருந்தாள் குறுந்தாயி.

‘கொட்டங்குச்சிக்குள்ள அப்பா இருக்குதுன்னு நான் நிம்மதியா இருக்குறன். பாவம் இந்த அம்மா. என்னமா உருகி உருக்கொலஞ்சி போயி கெடக்கு. செத்து நூறு நாளாவப்போகுது. இன்னமும் மறக்கமுடியாம தவிக்குதே’ என்றவளுக்கு தீவில் அன்று நடந்தது நினைவுக்கு வந்தது.

காற்றுமழை நேரத்தில் பாதுகாப்பாற்ற சூழலில் வயிற்றுப்போக்கு அம்மையில் செத்துப்போய்விட்ட சாத்தையாவின் உடலை மகன்கள் வரும்வரை போட்டு வைப்பது நல்லதல்ல. ஏதாவது நோய்த்தொற்று ஏற்பட்டு எல்லோரையும் பாதித்துவிட்டால் என்ன செய்யமுடியும் என்று எண்ணிய காயாம்பு கீதாரி, “மயனாவுது மகளாவுது சொந்தஞ்சோளியெல்லாம் காரியத்துக்கு வந்து சேந்துகிறட்டும். இப்ப நம்ம ஒடம்ப அடக்கம் பண்ணிருவோம்” என்று கூறினார்.

காயாம்பு கீதாரியின் வார்த்தையில் இருக்கும் ஞாயத்தைப் புரிந்துகொண்டவர்கள், தீவின் ஒரு பகுதியில் குழிவெட்டி அடித்த மழையையும் காற்றையும் பொருட்படுத்தாமல் அந்த அகால வேளையில் அடக்கம் செய்துவிட்டு வந்துவிட்டார்கள்.

அதற்குப் பிறகும்கூட இரண்டு நாள் கழித்துத்தான் மீனவர்களின் வத்தைகள் ஒடவுக்குள் வந்தன. மூன்றாம் நாள் பால்தெளிக்குத்தான் மகன்கள் இருவரும் வந்து சேர்ந்தார்கள்.

பதினாறாம் நாள் காரியத்திற்கு மகள்களும் உறவினர்களும் மன்னாரத்திற்கு வந்து சேர்ந்திருக்கிறார்கள். ‘சாவுக்குப் புடிக்காத கொடய மானம் கருமாதிக்காவுது புடிக்கிதே’ என ஆறுதல் பட்டுக்கொண்டார் காயாம்பு கீதாரி.

"ஆமாண்ணே இல்லையெண்டா இவ்வள பேரும் தீவுக்கு வந்து சேந்துருக்கமுடியுமா?" என்றான் குப்புசாமி.

"சாத்தையன் செத்தத இன்னமும் என்னால நம்ப முடியலடா. கனவு மாதிரி நடந்துபோச்சிது எல்லாமே."

"ஆமாண்ணே, இன்னமும் மனுசன் கண்ணுமுன்னால ஆடோட்டிக் கிட்டு போறமாதிரியே இருக்குதுண்ண."

"இவ்வள நாளும் எப்படியெப்புடியோ கஷ்டப்பட்டான். கடைசியில பெத்த புள்ளக மொகத்தப் பாக்கமுடியாம பொண்டாட்டி புள்ளைகளுக்கு ரெண்டு நல்ல வார்த்தைகூட சொல்லாம பொயிட்டான் பாருடா."

"……….."

"மனுச வாழ்க்கை இம்புட்டுத் தாண்டாலே."

"ஆமாண்ணே. நெனச்சா நெஞ்சு திக்குங்குது. இந்தத் தீவுக்கு வரும்போது சாத்தையா நெனச்சிருப்பாராண்ண. நாம்ம இங்கேயிருந்த திரும்பிப் போகப்போறதில்லயிண்டு. இங்கதான் நமக்கு சாக்காடு எண்டு."

"பாவண்டா குறுந்தாயி. மயன் மக எல்லாருங்கூட எட்டு நாள் பத்துநாள் அழுதுட்டு, அப்பன் சாமியாயிட்டாருண்டு தண்டாபோட்டு கும்புட்டுட்டு தத்தம் வேலய பாக்கப்போயிடுவாக, ஆனா குறுந்தாயியால தாண்டாலே மறக்க முடியாது"

"……….."

"இத்துன வருசமா அவங்கூட இருந்து வாழ்ந்து எட்டுபுள்ள பெத்து, அவகள ஆளாக்கி கஷ்ட நஷ்டமா, பங்கு பகையா பயணம் போகணுமா எல்லாத்துலயும் கூட இருந்து பழக்கப்பட்ட புள்ள இனிமே அவன மறந்துட்டு எப்புடித்தான் இருக்குமோ."

"ஏண்ண. சாத்தையா சாகக்குள்ள நம்மகிட்ட எல்லாம் எதுவும் பேசலயில்ல."

"ஆமாம், அவன் என்னத்த பேசினான். கடைசியா ஒதடு நெளியி தேண்டு கிட்ட போயி கேட்டா ச்கூ... ச்கூண்டு ஆடுதேன் வெரட்டுறான்."

"சாத்தையன் அவரு பொஞ்சாதி குறுந்தாயிகிட்டயாவது ஏதாவது சொல்லிருப்பாராண்ண?"

“அதெல்லாம் ஒண்ணும் சொல்லலயாண்டா. நெதானம் தப்புனது லேருந்து கெடந்த கொஞ்சநேரம் முச்சூடும் ஆடு வளைக்கிறது மாதிரியே கைய சுண்டுறதும் ச்சூ... ச்சூண்டு வெரட்டுறதுமாவேத்தேன் கெடந்துருக்குறான்...”

“மனுசனுக்கு உசுரு முளுக்க ஆட்டு மேலயேத்தான் இருந்துருக்கும்போல.”

“சாத்தையாவுக்கு மட்டுமில்லேடா நம்மளுக்கும்கூட அப்புடித்தேன் இருக்கும். பொறந்து குப்புற விழுந்தத்துலேயிருந்து அதுகளோடத்தேன் நம்ம வளருரம். நம்ம குடிக்கிற தண்ணியும் வாயில் அள்ளிப்போடுற அன்னமும் ஆடுக போடுறதுதானே. நம்ம வேற எந்த மசுருமேல உசுர வைக்கிற?”

கீதாரிகள் இப்படி பேசிக்கொண்டிருக்கும்போதுதான் வலசையி லிருந்து பித்துப்பிடித்தவளைப் போல எழுந்து ஓடினாள் குறுந்தாயி. அதுவரை அழுதபடியே முடங்கிக்கிடந்தவள், இப்படி எழுந்து ஓடுவாள் என்று யாரும் எதிர்பார்க்கவில்லை. மகள்களும் மருமகள்களும் சத்தம் போட்டவாறே அவளின் பின்னால் ஓடினார்கள்.

“மனம் போன ராசனே. என்ன வுட்டுட்டு எங்குட்டு பொயிட்டிய இந்தா வாறன் என்னையும் கூட்டிப்போங்க...'' ஏதேதோ சொல்லி புலம்பியவாறு ஓடினாள். சாத்தையாவின் புதைத்த இடம்கூட இதுவரை குறுந்தாயிக்குத் தெரியாது. ஆனால், அந்த இடத்தைத் தேடிக் கொண்டுதான் அவள் ஓடுகிறாள் என்பதை உணர்ந்தவர்கள், அவளைப் பிடித்து இழுத்துவந்து வலசைக்குள் உட்கார வைத்தார்கள். பொன்னாச்சரம் குறுந்தாயியின் கைகளைக் கெட்டியாய் பிடித்துக் கொண்டாள். அவளிடம் “விடிஞ்சி எழுந்தா கஞ்சி ஊத்தும்பாகளே ஒங்கப்பா பயிஞ்சி நாளா யாருகிட்டத்தா கேக்குறாக.”

“அப்பாபெயிட்டாக. நீயும் அழுதழுதே ஆவிய விட்டுறதம்மா” என்றாள் பொன்னாச்சரம். “என்ன விடுத்தா நான் நொப்பன பாக்கணும். ஒனக்கொரு பந்தபோட்டு பாப்பாகண்டு நெனச்சிருந்தேனே. இப்புடி பாடயில பொயிட்டாகளே” என்று பொன்னாச்சரத்தை கட்டிப் பிடித்துக்கொண்டு அழுதது நினைவுக்கு வந்தது.

‘அளுது அளுது கவலய தீப்பாகண்டு பேரு. ஆனா, நம்ம அம்மா அளுது அளுது ஆவியா கரஞ்சிரும் போலருக்கே. அம்மாவ என்ன சொல்லி தேத்துற அப்பா நம்மகூட இருக்கிற விசயத்தச் சொல்லலாமா’ என்று நினைத்தவள், ஒரு பாத்திரத்தில் கஞ்சியை ஊற்றி எடுத்துக் கொண்டு வந்து குறுந்தாயியின் எதிரே உட்கார்ந்தாள்.

'அப்பாமேல எவ்வளோ பாசம் வச்சிருந்தா இந்த அம்மா இப்புடி கெடந்து பரிதவிக்கும். உசுரா இருந்தவுகள எமன் இப்புடி அநியாயமா பிரிச்சுப்புட்டானே. இனிமே இவுக ஒண்ணுகூடி வாழமுடியுமான்னு நெனக்க நமக்கே நெஞ்சுகூடு நொறுங்குறமாதிரி இருக்குதே. அம்மாவுக்கு ஏன் இருக்காது' என நினைத்துப் பெருமூச்சுவிட்டாள். தங்களுடைய அப்பத்தாவை சாப்பிடும்படி உசுப்பிவிட ஆரம்பித்தன ராமுவின் பிள்ளைகள் மூன்றும்.

13

கோவிலூர், மருதங்காவெளி பகுதிகளில் கிடை கிடந்தன ஆடுகள். தம்பிக்கோட்டை ராமன் கோட்டகத்திலேயே ஆடுகளை கோடை முச்சூடும் வைத்திருக்கலாம் என்றுதான் ராமு நினைத்திருந்தான். இரண்டு குளங்களில் தண்ணீரும் கிடந்தது. கருவைக்காடுகள் நிறைந்திருந்த பகுதி என்பதால் கோடையில் மேய்ச்சலும் காட்டுக்குள் போதுமான அளவு கிடக்கும். தவிரவும் பழுத்துவிழும் கருவைப் பழங்களையும் ஆடுகள் நன்றாகத் தின்னும். மகசூல் எதுவும் இல்லாத பகுதி என்பதால் மேய்ப்பதிலும் சிரமம் இருக்காது. அசந்து தூங்கிவிட்டாலும்கூட பாதகம் எதுவும் ஏற்படாது என்று பலவற்றையும் யோசித்துப் பார்த்தவன் இங்கேயே இருந்துவிடலாம் என்று முடிவு செய்தான். ஆனால், தன் அண்ணன் ராமுவின் திட்டம் பொன்னாச்சரத்திற்கு கொஞ்சம்கூட பிடிக்கவில்லை. ஆடுகளை வடக்கே ஓட்டவேண்டும் என்று வற்புறுத்தினாள்.

"இல்லத்தா இங்கயிண்டா நீயும் ஆட்டுக்கு வரத் தேவயில்லை; ஒங்கண்ணியும் வரவேண்டாம். நானே வளச்சி கொண்டாந்துருவன். பயிர்பச்ச மகசூல் எதுலயும் ஆடுக வாய வச்சிடுமோண்ட பயமில்லாம இருக்கலாம். மேய்ச்சலும் கெடக்குது. கெடயும் கட்டலாம். ஆட்டுக்கு தண்ணிலேருந்து தலதாம்பு எதுவெண்டாலும் சமாளிச்சிக்கிரலாம்" என்றான்.

"அதெல்லாம் சரிதாண்ண. வருசா வருசம் சித்திர வைகாசில உளுத்தஞ்செடி பயத்தஞ்செடி மேச்சி ருசிகண்ட ஆடுக நம்ம ஆடுக. அதுகள வடக்க ஓட்டாம இங்கயே வளச்சிப்போட்டு வச்சிருந்த மெண்டா அதுக ஏமாந்து போயிருமுண்ண. பாவம் வாயில்லா சீவனுகள ஏமாத்திறக்கூடாதுண்ண."

"இதுக்குத்தான் சொல்றியாத்தா?"

"ஆமாண்ண. செடி மேயிறதும் ஆடுகளுக்கு நல்ல வலுதாண்ண. பில்லு புடிச்சி, குட்டியெல்லாம் செடிமேஞ்சாத்தாண்ணே ஐப்பசி மாச

மளயில தாங்கி நிக்கிம். நம்ம ஆடுகள வடக்க பத்திக்கிட்டு போவமுண்ண."

"வலசய பிரிக்கணும். தூக்கணும். அங்கனக்குள்ள போயி மறுபடியும் வலச போடணுமேண்டு பாத்தன். ஒரே அலச்சலா இல்ல இருக்குது."

"அலச்சல பாத்தா ஆடு மேய்க்க முடியுமாண்ண. நம்ப அப்பா பாத்துப் பாத்து மேய்ப்பாகண்ண. பத்து நாளு மேய்ச்சலுக்காகக்கூட எடம்மாத்தி ஆடுகள பத்திக்கிட்டு போயிருக்காக. வேலைக்கு சளைக்கக்கூடாதுண்ண. மலச்சா ஆடுக என்னாகுறதுண்ண."

"சரித்தா தங்கச்சி, நீ சொல்றபடியே செய்வம். சாமிக்கண்ணு தேவரு சொல்லயில பத்துநாளு கெட போடச்சொன்னாரு. இன்னையோட எட்டு நாளாவுது இன்னம் ரெண்டு நாளு கெடபோட்டு கெடக்கூலிய வாங்கிக்கிட்டு ஆட்ட பத்திக்கிட்டு போவம்."

"அப்பன்னாக்க நாங்க இன்னக்கே கூண்டு தூக்கிக்கிட்டு போகட்டு மாண்ண?"

"கூண்ட யாருத்தா தூக்குறது. அம்மாவ தூக்க சொல்ல முடியாது. ஒன்னாலயும் முடியாது. ஒங்கண்ணி தூக்குவாளோ என்னமோ" என்றான் தயங்கியபடியே.

"நானும் அண்ணியுமே தூக்கிருவமுண்ண. அம்மா இப்ப கொஞ்சம் மாறிட்டுது. வலச கூடய அது தூக்கிக்கிரும். நாங்க ரெண்டு தடவ மூணு தடவ நடந்தாலும் பரவால்ல. எல்லாத்தயும் கொஞ்சம் கொஞ்சமா கொண்டு போயி சேத்துருவமுண்ண."

"இல்லத்தா தங்கச்சி... நீ அம்மாவ கூட்டியாந்து ஆடு வளச்சிக்கிட்டு இரு. நானும் ஒங்கண்ணியும் தூக்கிப்போறம்."

"இல்லண்ண. நல்ல எடமாப்பாத்து வலச போடணும். ஒனக்கும் தெரியாது அண்ணிக்கும் ஆட்டுக்கெட புதுசுதான். அதுனால நான் போறன். அம்மா அதெல்லாம் கூடவந்து இன்ன எடத்துல போடலாம் போவலாமெண்டு சொல்லும். நாங்களே பாத்துக்கிருவமுண்ண. நீ ரெண்டு நாளு கெடய போட்டுட்டு ஆட்ட பத்திக்கிட்டு வந்தா போதும்."

"ஆட்ட தனியாளா பத்திக்கிட்டு வரமுடியுமாத்தா தங்கச்சி."

"அதெல்லாம் கவல படாதண்ண. நான் ஒனக்கு கஞ்சி குடுக்க வருவேன்ல்ல. எந்த வழியா ஆடுகள பத்திக்கிட்டுப் போவலாம், எங்க தண்ணி காட்டலாமெண்டு எல்லாத்தயும் பாத்துக்கிட்டு

வந்தர்றன். ஆடு பத்துறப்ப நானும் வந்தர்றன். ரெண்டு பேருமாவே ஓட்டுவம்'' என்றாள் பொன்னாச்சரம்.

ஆட்டுக்கெடை வாழ்க்கையில் தனக்கு போதுமான அனுபவமில்லா விட்டாலும்கூட, அப்பாவோடு இருந்து ஆடுமேய்த்து நன்கு அனுபவப்பட்ட தன் தங்கை தன்னோடு இருப்பது எவ்வளவு நல்லதாய் இருக்கிறது என்று நினைத்தான்.

“தங்கச்சிக்கு ஒரு கொறயும் இல்லாம சீரு செனத்தியெல்லாம் செய்துபோட்டு நல்லபடியா கல்யாணம் செய்துகொடுக்கணும்' என்று நினைத்தான். அவளுக்கு சீர்செய்ய தன் கையை வெட்டிக்கொள்ள வேண்டியதில்லை. அவளுக்கென்று ஒதுக்கிய ஆடுகளும் அப்பா அம்மாவின் ஆடுகளுமே போதும். அவைகளைக்கொண்டு அவளை கரையேற்றிவிடலாம் என்றும் நினைத்தான்.

தூக்குவது சிரமமாக இருந்தபோதும் பொன்னாச்சரமும் அவளுடைய அண்ணன் பெண்டாட்டி பாப்பம்மாளும் ஆளுக்கொரு கூண்டாகத் தூக்கிக்கொண்டு வந்தார்கள். மருதங்காவெளியில் சனங்கள் குடியிருக்கும் தெருக்களைத் தாண்டி கொஞ்சம் வடக்கே ஒதுக்காய் இருந்த இடத்தில் வலசையை போடச்சொல்லி இடம் காட்டிவிட்டாள் குறுந்தாயி.

கோவிலூர் கோட்டகத்திற்கு ஆடு ஓட்டிக்கொண்டு வந்தும் பதினைந்து நாட்களுக்குமேல் ஆகிவிட்டது. ஆடுகளுக்கு நல்ல மேய்ச்சலும் தண்ணீரும் இருந்தது. கோட்டகமெங்கும் ஆங்காங்கே திடலும், திடலில் மரங்களுமாய் வெயிலின் தாக்கம் கொஞ்சமும் தெரியாத இடமாயிருந்தது.

பொன்னாச்சரமும் ராமுவும்தான் ஆடுமேய்த்துக்கொண்டிருந்தார்கள். குறுந்தாயி கஞ்சி குடிக்கவும் குளித்து துணிமணி துவைத்துக் கட்டிக்கொள்ளவுமாய் கொஞ்சம் தெளிந்திருந்தபோதும் அவள் சாத்தையாவை நினைத்து ஒரு நாளைக்கு ஒரு பாட்டமாவது அழுதுதான் ஓய்ந்தாள்.

தம்பிக்கோட்டை கோட்டகத்தில் உப்புச்சூட்டில் இத்தனை நாட்களும் இருந்துவிட்டு இதுபோன்ற குளுந்த இடத்திற்கு மாறியதாலோ என்னவோ ராமுவின் சிறிய மகளுக்கு உறுப்பிதள்ளும் பிரச்சினை ஏற்பட்டிருந்தது. வெளிக்குப் போகமுடியாமல் சிரமப்பட்டாள். முதலில் கொஞ்சமாய் ஏற்பட்டிருந்தது. நாளடைவில் பெரிதாகி மலத்துளையை முழுவதுமாக அடைத்துக்கொண்டது. பாப்பம்மாவுக்கு இதுபற்றி எதுவும் தெரியாததாலோ என்னவோ இரண்டு மூன்று

நாட்கள் அழும்பிள்ளைக்கு சிறிது விளக்கெண்ணெய்யைத் தடவிவிட்டு வெளிக்குப் போகவைத்து சமாதானப்படுத்திக்கொண்டிருந்தாள். பிறகுதான் இந்தப் பிரச்சினை குறுந்தாயிக்குத் தெரியவந்தது.

“அடக்கடவுளே. இத ஏண்டி முண்ட என்னக்கிட்ட இத்தன் நாளா சொல்லல? புள்ளக்கி உறுப்பிதள்ளுது. புளுக்கபீ இருக்குறத்துக்குள்ள புள்ளக்கி உசிருபோயி உசுரு வருமாச்சே. எப்புடி தாங்கிக்கிர்றாளோ தெரியலையே எம்பேத்தி” என்று சிறுமிக்காக தவித்தவள்.

“எட்டியே. எம்மவனுக்கு வாழவந்தவளே கொட்ட எல எங்கயாச்சிம் கெடந்து பாத்தியாடி” என்றாள்.

“கொட்ட எலயா?”

“ஆமாமுடி கொட்ட எலதான் வேணும்.”

“எதுக்கு?”

“உறுப்பி தள்ளுறத்துக்கு அதாண்டி வைத்தியம். எலய நல்ல வெளக்குல காட்டி உறுப்பிமேல போட்டா அது கொஞ்சம் கொஞ்சமா சுருங்கி உள்ள மறஞ்சி போயிருமுடி.”

“அப்படியாத்த. இது எனக்குத் தெரியாமப் பொயிட்டுதே” என்றவள், “எங்கயிருந்தாலும் நான் தேடி கண்டுபுடிச்சி பறிச்சியாறந்த்த” என்றபடியே ஊர் தெருவை நோக்கி ஓட்டமும் நடையுமாய் ஆமணக்குச் செடி எங்கே இருக்கிறதென்று தேடிக்கொண்டு போனாள். அவள் அதிகம் அலையத்தேவையில்லை என்பதுபோல நிறைய இடங்களில் ஆமணக்கு நன்றாக வளர்ந்து செழித்து இருந்தது. கை நிறைய காம்போடு இலைகளைப் பறித்துக்கொண்டு வந்தாள்.

சிறுமியை குப்புற படுக்கவைத்து, பறித்துவந்த இலைகளை வாட்டி, உறுப்பி தள்ளியிருக்கும் இடத்தில் இளம் சூட்டோடு எடுத்துப் போட்டாள் குறுந்தாயி.

“எட்டியளே.. பாப்பம்மா. ஒரு நாளோட போதுமுண்டு விட்டுறக் கூடாதுடி. தெனமும் ரெண்டு நேரமும் இது மாதிரியே செஞ்சாத் தாண்டியளே சரியாவும்” என்றாள் குறுந்தாயி.

“சொல்லிட்டியல்லத்த இனிமே செய்யாம விட்டுருவனாக்கும் நான்” என்றாள் மருமகள்.

“இன்னொண்ணுடி எட்டி. முள்ளெலி பாத்துருக்கிறியா?”

“முள்ளெலியா? நான் கண்டதில்லயே.”

"மேச்ச கெடயில நிக்கிற ஓம்புட்டு நாத்தியாள கேட்டுப் பாரு சொல்லுவா."

"சரிதேன் சொல்லுங்க. முள்ளெலிய என்ன செய்ய."

"முள்ளெலிய அடிச்சி. அதுமேல இருக்குற முள்ள ஒண்ணு ஒண்ணா எடுத்துக் காயப்போட்டு அந்த முள்ள சாம்புராணி பொகையோட போட்டு குண்டியில் காட்டலாமுடி."

"நெசமாவத்த சொல்லுறிய."

"ஆமாமுடி உறுப்பி தள்ளூறது ஒடனே சரியாயிடுமுடி."

"இப்பயெல்லாம் முள்ளெலி புடிச்சாற முடியுமாத்த."

"ஓம்புட்டு புருசங்கிட்டாயும் நாத்துனாக்கிட்டாயும் சொல்லிப்பாரு."

"அதுபோட்டா, புடி புடின்னு கையில புடிச்ச மாதிரி ஒடனே தேவலயாயிருமுடி."

"நான்னா இப்பயே மேச்சகெடைக்குப் போயிட்டு வரட்டுமாத்த."

"போயித்தேன் பாறேன்" என்றவள், கொட்டை ஒத்தடத்தில் தூங்கிப்போன பேத்தியை மெதுவாய் நிமிர்த்து மள்ளாத்திப் போட்டாள். பக்கத்திலேயே தானும் படுத்துக்கொண்டாள். குறுந்தாயி இதுபோல் பகல் நேரத்தில் படுப்பதெல்லாம் சாத்தையா செத்த பிறகுதான். இது போன்றதொரு பழக்கம் குறுந்தாயிக்கு அறவே இருந்ததில்லை. குறுந்தாயிக்கு என்று மட்டுமில்லை எந்த ஆட்டுக் காரப்பெண்ணும் பகலில் தலைசாய்த்துத் தூங்கமாட்டார்கள். கீதாரிகளுமேகூட இரவு முழுவதும் கண்விழித்து பாரா காத்திருந்துவிட்டு பகலில் ஆடு வளைத்துக்கொண்டு மேய்ச்சல் கெடையில் நிற்பார்கள். தூக்கம் கண்களை இழுக்க ஆடுகளைக் கவனமாய் பார்ப்பது போல கைக்கம்பை ஊன்றி நேராய் நிற்பார்கள். அப்படி நின்றபடியே நன்றாகத் தூங்குவார்கள். மற்றவர்கள் பார்ப்பதற்கு ஆடுவளைத்துக்கொண்டு நிற்பது போலவேதான் தெரியும். ஆனால் இரவு தூங்கவேண்டிய தூக்கத்தையெல்லாம் தூங்கித் தீர்த்துவிடுவார்கள்.

மேய்ச்சல் கெடையில் ஆடு திருட வருபவர்கள், கம்புடன் நிற்கும் கீதாரியைப் பார்த்துவிட்டு ஆடுகளைத் தொடாமலே போய்விடுவார்கள்.

இப்படித்தான் ஒரு முறை கோவிந்து கீதாரி தான்மட்டும் ஆடுகளைத் தனியாய் வளைத்து மேய்த்துக்கொண்டு இருந்திருக்கிறார். வழக்கம்போல கைக்கம்பை ஊன்றி நின்றபடியே தூங்கியிருக்கிறார்.

ஆடு திருட வந்தவன் கீதாரி நிற்பதைப்பார்த்து விட்டு தயங்கியிருக்கிறான். ஆட்டின் மீது கைவைக்கவும் பயம். கையும் களவுமாய் பிடித்துவிட்டால் என்ன செய்வது என்று பலவாறும் யோசித்தபடி நின்றவன், ஆடுகள் அங்குமிங்கும் ஓடியும்கூட அசையாமல் சிலைபோல் நிற்கிறாரே என்று சந்தேகப்பட்டிருக்கிறான். கீதாரியை நம்பி ஆட்டைப் பிடிக்கவும் முடியவில்லை. அதே சமயம் ஆட்டைப் பிடிக்காமல் வெறுங்கையோடு போகவும் மனம் வரவில்லை. கீதாரி ஏன் இப்படி நிற்கிறார் என்பதை அவரது பெண்டாட்டியிடமே கேட்டுதெரிந்துகொள்ள வேண்டியதுதான் என நினைத்தவன் கீதாரியின் வலசை இருந்த இடத்திற்குப் போனான். கிழவி வேப்பமுத்துக்களை அலசி காயப் போட்டுக்கொண்டிருந்தாள்.

"ஆட்டுகார ஆத்தா.. ஒனக்கு சேதி தெரியுமா தெரியாதா?"

"என்னப்பு சொல்றிய? என்ன சேதியெண்டு சொன்னாத்தான தெரியும்" என்றாள் கிழவி.

"கீதாரி, ஆட்டுக்கெடயில ரெண்டு குட்டிய காணுமுன்னு தேடிக்கிட்டு நிக்கிறாரே அதத்தேன் கேட்டன்."

"போச்சா... போச்சா.. கெழப்பயலுகிட்ட தலயால அடிச்சிக்கிட்டன். இது திருட்டுப்பய ஊரா இருக்குது. மேச்சகெடயில நட்டமா நிண்டுக்கிட்டு தூங்காதய்யா தூங்காதய்யாண்டு கேட்டாகளா இன்னக்கி ரெண்டு குட்டி போச்சா."

"சும்மா ஏந்த்தா கீதாரிய ஏசுற. குட்டிக எங்குட்டாவது மேச்சலுக்காகக் காட்டுக்குள்ள தெசமாறி போயிருக்கும். ஆடுமேச்சிக்கிட்டே கீதாரி தூங்குவாறாக்கும்" என்றான் கீதாரிமீது கரிசனம் கொண்டவனப் போல.

"ஒனக்கு தெரியாதுப்பு. கீதாரிக எல்லாருமே நின்னுக்கிட்டே தூங்குறத்துல சூரனுங்க. ஊண்டுன கைக்கம்பு ஊண்டுன படிக்கேதேன் இருக்கும். கைக்கம்பு மொவத்துல தாடைய வச்சி மவராசன் கணக்கா தூங்குவாங்க. ஆடுக அதுக போக்குக்கு மேயும். பாக்குறவுக கீதாரி நட்டமா நிண்டுகிட்டே ஆடுமேய்க்கிறாரு எண்டுதேன் நெனப்பாக."

"ஓ அப்படியா சங்கதி" என்று உள்ளுக்குள் சிரித்துக்கொண்டவன் மேய்ச்சல் கெடைக்குப்போய் நின்று நிதானமாய்ப் பார்த்து வாளிப்பான குட்டிகள் இரண்டு மூன்றைப் பிடித்துக்கொண்டு போய்விட்டானாம்.

பாப்பம்மா, தன் கணவன் ராமுவும் பொன்னாச்சரமும் எங்கு ஆடுமேய்த்துக்கொண்டு நிற்கிறார்கள் என மேடான ஓரிடத்தில் நின்று பார்த்தாள்.

தூரத்தில் ஆடுகள் மேய்வது தெரிந்தது. அங்கே போய்ப் பார்த்த பிறகுதான் அது தங்கள் வீட்டு ஆடுகள் இல்லை என்பது தெரிந்தது. பக்கத்து ஊரில் வலசை போட்டிருக்கும் கீதாரியின் ஆடுகள் அவை. பிச்சைமுத்துக் கீதாரியும் அவருடைய பெண்டாட்டி கண்ணாத்தாளும் ஆடுவளைத்துக்கொண்டு நின்றார்கள். கண்ணாத்தாள் பாப்பம்மாவுக்கு ஒரு வகையில் அம்மா வழி சொந்தம். அவளைப் பார்த்தவுடன் "கும்புடுறன் அத்த" என்றாள் பாப்பம்மா.

"நல்லாருத்தா... நல்லாரு" என்றவள்.

"கும்புடுறத்துக்காக மேச்சகெடைய தேடிவந்தியாக்கும்" என்றாள் சிரித்தபடியே.

"இல்லத்த. எங்க ஆடுகதான் நிக்கிதுண்டு வந்தன். எந்த எடத்துல பாத்தாலும் கும்புட்டுக்கிற வேண்டியதுதான?"

"நல்லா... அதுக்கொன்னுமில்ல. சும்மாத்தேன் கேட்டன். ஆட்டுக்கா போற."

"ஆமாத்தே எங்க ஆடுக எங்க மேயிதுண்டு தெரியுமாத்த"

"ந்தோ ஒரு தோப்பு தெரியுது பாத்தியா..."

"ஆமா"

"அதுக்கு பின்னால தரவா மாதிரி மண்ணும் தண்ணியுமா தரிசி கெடக்குது. ஒங்க ஆடுக அந்தப் பக்கம் தேன் போயிருக்கணும்."

"அப்படியாத்த நான் போயி பாக்குறன்" என்று புறப்பட்டவளை

"எத்தா பாப்பு செத்த நில்லுவேன்."

"என்னத்த?"

"இப்ப ஆட்டுக் கெடையில யாராரு நிக்கிறாக."

"எம் புருசனும் நாத்தினாளும்தேன் நிக்கிறாக. ஏன் என்னத்துக்குத்த கேக்குறிய?"

"சும்மாத்தேன் கேட்டன்."

"........."

"நான் வாறந்த்தே" என்றபடியே திரும்பி நடந்தவளை மறுபடியும் அழைத்தாள்.

"எத்தா பாப்பு."

“என்னங்கத்தே. என்னமோ சொல்ல வாற மாதிரி கூப்புடுறிய பெறவு ஒண்ணுமில்லண்டு சொல்றிய?”

“அது ஒண்ணுமில்லத்தா.”

“தொண்டைக்குள்ள சூராம்முள்ளு சிக்கிக்கிட்ட மாதிரி கூப்புடுறிய பெறவு ஒண்ணுமில்லண்டு சொல்றியளே?”

“அந்தப் புள்ள, அதான் ஒம்புட்டு நாத்துனா, ஆட்டுக்கெடயில நிக்கிறாளே அவ பெரிசாயிட்டாளாத்தா?”

“இன்னும் இல்லத்த. அந்தப் புள்ள ஈட்டு பொம்புளப் புள்ளைகல்லாம் பெரிசாயிட்டுதுகதேன். இந்தப் புள்ளக்கும் வயசெல்லாம் ஆயிட்டுது. ஆனாக்க இன்னும் வல்ல. ஒடம்புல நல்ல சத்து, நல்ல ரெத்தம் இருந்தாத்தானே காலாகாலத்துல அததும் நடக்கும்.

“குட்டி சூனிபுடிச்சவளா இருப்பாளோ.”

"அதெல்லாம் இல்லத்தே. எம்புட்டு பெரிய நாத்துனா நடு நாத்துனாக்கிட்ட இருக்குற சூனி சுக்குராட்டுத்தனம் எதுவும் இதுகிட்ட கெடையாது. கவடு சூதத்த குட்டிதேன்.”

“.....”

“எதுக்காவத்த இப்புடி கேக்குறீக?”

“தெரங்கி போயி இருக்குண்டு சொன்னாயில்ல. அதேன் கேட்டன்.”

“அது என்னவோத் தெரியலத்த சின்ன வயசுலேருந்தே அது அப்புடித்தேன். சோவையும் வீங்களுமா கொஞ்ச நாளு வெளுத்துப் போயி கெடந்துச்சி. அப்புறம் காக்காகறி எல்லாம் ஆக்கிப்போட்டாக. இப்ப சோவதெளிஞ்சி போச்சி. இருந்தாலும் ஒடம்புல நல்ல சத்து இல்ல.”

“பாக்க அந்துசா இருப்பாளாக்கும்.”

“ஆட்டுகெடயில கெடந்து ஆட்டோட அலஞ்சிவாற பொண்ணுக எம்புட்டு அந்துசா இருந்துடப்போகுதுக. ஏதோ இருக்கும். பாக்குற கண்ணு பரிதவிக்காத மேனிக்கு இருக்கும்.”

“மூத்த குட்டிக ரெண்டு நல்ல அந்துசுதேன். அதுல பாதியாவுது இருப்பாத்தானே.”

“இப்புடியெல்லாம் கேக்குறீகளே. எம்புட்டு நாத்துனாளுக்கு மாப்புள்ள ஏதாவுது தோதுல இருக்குதாக்கும்.”

"நல்ல கதய கெடுத்தே போ. ஒன்னய கொஞ்சம் முழிப்பா இருப்பாயெண்டு உசுப்பிவிடப் பாத்தா, நீ மாப்பிள்ள கொண்டு வரச்சொல்றே."

"எதுக்காவந்த நான் முழிப்பா இருக்கணும்?"

"அண்ணன் தங்கச்சியா இருந்தாலும் ஆணயும் பொண்ணயும் எந்த நேரமும் தனியா விட்டுட்டு நம்ம பாட்டுக்கு இருந்துடக்கூடாதுல்ல."

"என்னத்த சொல்றிய?"

"நம்ம ஊருல கோடியன் கதய சொல்லி கேட்டிருக்கிறாயா?"

"இல்லயேத்த"

"இப்ப நாலஞ்சி வருசத்துக்கு மின்னாடி நடந்ததுதேன்."

"எனக்குத் தெரியாதுத்த."

"ஒலகமே அறிஞ்ச கத ஒனக்கு தெரியாம போயிட்டுதா."

"நெசமாவே தெரியாதுத்த."

"கோடியன் கருவகாட்டுக்குள்ள கொண்டுபோயி ஆளவச்சி தம் பொண்டாட்டிய கொண்டு போட்டான்னு ஊரே பேசிகிட்டுதேத்தா."

"எனக்கும் லேசா கேட்டதுமாதிரித்தேன் இருக்கு. ஆனா என்ன ஏதுன்னு முழுசும் தெரியலத்த."

"கோடியன் கல்யாணத்த பண்ணி மூணுமாசமோ ஆறு மாசமோதேன் அவகூட இருந்துருக்குறான். வெளிநாடு போறத்துக்கு வாய்ப்பு கெடச்சிருக்கு. பொண்டாட்டிய கொண்டுபோயி மாமியாவூட்டயே வுட்டுட்டு வெளிநாடு போயிட்டான்.

பொண்ண பெத்த அப்பனும் ஆத்தாளும் நல்ல வசதி பட்டவுகதேன். மருமகன் வெளிநாட்டுலேருந்து வாற வரைக்கும் பொண்ண பத்தரமா வச்சிருக்கணுமெண்டு நெனச்சிருந்தாக. ஒருநாள் அப்பங்காரன் குடிச்சிட்டு வந்தானோ என்னமோ ஆத்தாளும் மகளும் ஒரே எடத்துல ஒண்ணாப்படுத்திருந்திருக்கா. அப்பங்காரன் பொண்டாட்டிதேன் எண்டு நெனச்சி மக பக்கத்துல வந்து படுத்திருப்பாம்போல. புருசன் சொகத்த அனுபவிச்சிட்டு அது இல்லாம கெடந்த பொண்ணு, தூக்கக் கலக்கத்தில தாம்புட்டு புருசன்ந்தேன்னு நெனச்சோ என்னமோ எல்லாத்துக்கும் அசஞ்சி கொடுத்துட்டா. எல்லாம் கனவுல நடக்குற மாதிரிக்கே இருந்துருக்கு அவளுக்கு. எல்லாம் முடிஞ்ச பெறவுதேன் ரெண்டு பேருக்குமே சொயநெனவு வந்துருக்கு.

அவமானத்துல அப்பம் மொவத்த மக பாக்காமயும் மக மொவத்த அப்பம் பாக்காமயும் வாரம் பத்து நாளு இருந்துருக்காக. ஆத்தாகாரிக் கிட்ட மக சொல்லிடுவாளோண்டு பயந்துக்கிட்டே இருந்துருக்கிறான் அப்பன். ஆனா, அவ எதுவுமே மூச்சு விடல. இதப்போயி எப்புடித்தேன் சொல்லுவா பெத்த தாயிக்கிட்ட. புருசன் வூட்டுக்குப் போயிட லாமாண்டுகூட யோசிச்சிருக்கா. ஆனா, ஆத்தாகாரிக்கிட்டயும் ஊர்சனம் ஒறவு சனத்துக்கிட்டயும் என்ன சொல்லமுடியும். அப்புடியே இருந்துட்டா. பத்துநாளு தாண்டிச்சி. அப்பங்காரனுக்கு அப்பங்குற சொரண அத்துபோச்சி. ஒருதரம் பண்ணுனாலும் தப்புதேன். தெனந்தோறும் செய்தாலும் தப்புதேண்டு நெனச்சவன் மறுபடியும் ராத்திரியிலே போயி மககூட படுத்துருக்கிறான். அவளும் மறுக்கல வேற என்ன செய்யிறது. தின்னுபுட்டு திமுக்கு திமுக்குன்னு ராங்கிக்கார குட்டியாவேற இருந்துருக்குறா. மண்ண அள்ளி திங்கிற வயசி. அவள குத்தம்சொல்ல முடியாது."

வாயடைத்துப்போய் கேட்டுக்கொண்டிருந்தாள் பாப்பம்மா. இப்படியெல்லாம்கூட நடக்குமா என்றிருந்தது. ஒரு கணம் ஏனோ அவள் தன் அப்பாவை நினைத்துக்கொண்டாள்.

"ச்சே... இதெல்லாம் என்ன கொடும? எந்த சென்மத்துல செஞ்ச பாவமோ" என்றாள்.

"ம். நீ பாவங்குற. ஆனா அதுக்குப் பெறவு அப்பனுக்கும் மகளுக்கும் கொண்டாட்டமால்ல இருந்துருக்கு. ஆத்தாகாரி மொளகா கொள்ளக்கிம் பருத்திக் கொல்லக்கிம் போயிட்டா அப்பனுக்கு மகளுக்கும் அந்தப்பொறமாயில்ல இருந்துருக்குது அவக வூடு."

"........."

"இது இதோட போச்சிண்டு நெனச்சியா?"

"........."

"வெளிநாட்டுக்குப் போன மருமகன் வந்துட்டான். மகள் புருசன்கூட விட்டாச்சி. மகக்காரியும் புருசன் மொவத்தப் பாத்து நடந்ததயெல்லாம் மறந்துட்டு இருந்துட்டா."

"........."

"ஆனாக்க இந்த அப்பங்காரன் சும்மா இருந்தானா. இருக்கலயே. ருசி கண்ட பூனை உறியயே பாக்குங்கிற கணக்கா மூணாம் நாளு மூணாம் நாளு காயையோ கெழங்கயோ வாங்கி எடுத்துக்கிட்டு மகள் பாக்குறுத்துக்கெண்டு போயிருவானாம்.

ஆரம்பத்துல மகமேல உள்ள பிரியத்துனாலதேன் நம்ம மாமனாரு அடிக்கடி வாறாருண்டு நெனச்சிருக்கான் கோடியன். ஆனாக்க கொஞ்ச நாளுலயே அவன் நொப்பம் தெரிஞ்சி போச்சி மருமகனுக்கு. இருந்தாலும் எதயும் கண்ணால பாக்காம பொம்புளப்புள்ளமேல சந்தேகப்பட்டுறக்கூடாதுண்டு சொல்லியிருக்குறான் அவம்புட்டு கூட்டாளி. ரெண்டுபேருக்குமா சேந்து இதுல உள்ள உண்ம பொய்ய கண்டு புடிக்கிறதுக்காக வேண்டி மதுரைக்கிப் போறமாதிரிக்கே திட்டம் போட்டுருக்காய்ங்க.

மாமனாரு வந்துருக்குறநேரமாப்பாத்து மருமயங்காரன் சொல்லி யிருக்கான். மாமா நான் மதுரை வரைக்கிம் போயி வரணும். திரும்பி வர்றதுக்கு ரெண்டு நாளாகும். ஊரு கெட்டுபோயி கெடக்குது. எம்புட்டு பொண்டாட்டி வேற நகநட்டெல்லாம் நெறயா போட்டுருக்கா. அவள தனியா வுட்டுட்டுப்போக பயமாருக்கு எனக்கு. நான் வாரவரைக்கும் எம்புட்டு பொண்டாட்டிக்குத் தொணயா இங்கயே இருங்க" எண்டு சொல்லிப்புட்டு ரெண்டுபேரும் மதுரைக்குப் போறது மாதிரிக்கே கெளம்பி அங்கனக்குள்ளயே எங்கயோ மறைஞ்சிருந்திருக்காய்ங்க.

"அப்பறம்?"

"அப்பறம் என்ன? திருடவந்தவனுக்கு திண்ணயில எடமும் கொடுத்த மாதிரிக்கேத்தேன்"

"கையும் களவுமா அம்புட்டுக்கிட்டாங்களாத்த?"

"கையும் களவுமா புடிச்சா நமக்குத்தேன் அவமானம். வா நாம மதுரைக்கே போயி வந்துருவமுண்டு. சொல்லி ரெண்டுபேருமா மதுரைக்குப் போயிருக்காங்க."

"எதுக்கு?"

"ஆளு அமத்தவா?"

"ஆமே. அப்பறம் கட்டுன பொண்டாட்டிய தாங்கையாலயே கொல்ல மனசு வருமா நல்ல மனுசனுவளுக்கு."

"..........."

"பூ வாங்கிக்குடுத்து. நகநட்டயெல்லாம் போட்டுகிறச் சொல்லி கோயிலுக்குப் போயிவருவமுண்டு கூட்டிப் போயிருக்குறான் பயபுள்ளக்கு கொஞ்சம்கூட சந்தேகம் வரல்ல. ஊருதாண்டி ஊரு பஸ்சுல போனவுக அப்புறமா எறங்கி நடந்துருக்காக. அவன் கூட்டிப்போனது சரியான கருவகாடு. ஒத்தயடிப்பாத. இந்தக்

காட்டுக்குள்ளயா கோயிலு இருக்குன்னு திரும்பத்திரும்ப கேட்டுருக்கா. காடு கொஞ்ச தூரம்தேன். இதத்தாண்டுனாக்க கோயிலுதேன். காவு காவுன்னு கத்தாம வா எம்பின்னாடியேண்டு கூட்டிப்போயிருக்கான். நடுக்காட்டுக்குள்ள போறப்ப வேகமா நடந்துருக்குறான்.

மெதுவா நடங்க என்னால வேகமா வரமுடியலண்டு சொல்லியிருக்கா. அவள் பேச்ச காதுல வாங்காமயே அவன் வேகமா நடக்க, பின்னாலேருந்து மறஞ்சிருந்து வந்தவுக தலையில துணியபோட்டு மறைச்சி கழுத்துல கயித்தப்போட்டு இறுக்கிட்டாய்ங்க."

"........"

"எப்புடி கொன்னாலும் கொன்னுட்டாய்ங்க. போலீசு, விசாரணை எண்டு ஊரே கதிகலங்கிப்போயி கெடந்துச்சி. எல்லாருக்கும் உண்மையும் தெரிஞ்சி போச்சி."

"அந்த ஆள செயலுல போட்டுட்டாங்களாத்த."

"செயிலுல கொஞ்சநாளு கெடந்தான். பணத்த கட்டிட்டு அப்பறமா வெளிய வந்துட்டான்னு பேசிக்கிட்டாக. என்ன இருந்தாலும் போன உசுரு போனதுதேன். எழந்த மானம்மருவாதி எழந்ததுதான்."

சரி, இதையெல்லாம் நம்மிடம் எதற்காக இவள் சொல்கிறாள் என்பதைப்பற்றி பாப்பம்மா இதுவரை யோசித்துப் பார்க்காமலே இருந்துவிட்டாள்.

"எத்த எதுக்காவ இப்ப இந்தக் கதய என்னக்கிட்ட சொன்னிய?"

"ஒவ்வொருத்த கதயிலேருந்தும் ஒரு புத்தி, கருத்த நம்ம கத்துக்கிறனும். அதுக்காவந்தேன் சொன்னன்."

"என்னத்த சொல்றீக நீங்க."

"அப்பனுக்கும் மகளுக்குமே நெலம இம்புடியெண்டா அண்ணந்தங்கச்சிய பத்தி சொல்ல என்ன இருக்குது."

"எம்புட்டு புருசனையும் நாத்தினாளயும் பத்தி தப்பா சொல்றியளா."

"நான் சொல்லலத்தா... எதுவேணுமின்னாலும் நடக்கும். எதுவும் நம்ம கையில இல்ல. காயி முத்துச்சின்னா காஞ்சி போறதுக்குள்ள பதத்தோட பறிச்சிறனும். நெத்து எப்ப வெடிக்கும் முத்து எங்க விழுமெண்டு சொல்லவா முடியும்."

“அது மாதிரி எல்லாம் பேசாதியத்த.”

“இல்லத்தா. ஒம்புட்டு புருசனப்பத்தி நான் தப்பா பேசல. நீ எதுக்காவ ஒண்ணாவச்சி தூக்கி சொமக்குற. தாயும் மகளும் இருக்காகல்ல. ஒம்புட்டு புருசன்கூட நீ இரு. ஆத்தாகாரிகூட மக இருக்கட்டும்.”

“ஆம்புளத் தொண இல்லாம எப்புடித்த தனியா விடுறது?”

“என்னமோ நான் எம்மனசுல பட்டத் சொன்னேன். யோசிச்சிப்பாரு. நான் சொன்னேன்னு மாத்திரம் யாருக்கிட்டயும் எதுவும் மூச்சி விட்டுறாத.”

“நான் சொல்லமாட்டந்த்த” என்றவாறே தன் ஆடுகள் நின்ற இடம் தேடி நடந்தாள். மிளகாய் கொல்லையில் தன்னை வழிக்குக்கொண்டுவர ராமு செய்த வேலைகள் ஒவ்வொன்றாய் நினைவுக்கு வந்தது.

“நம்மக்கிட்ட நடந்துக்கிட்ட மாதிரி ஆட்டுகெடயில தனியா நிக்கிற பொன்னாச்சரத்துக்கிட்டயும் நடந்துக்கிட்டாகன்னா. என்ன செய்யிறது” என்ற பயம் ஏற்பட்டது பாப்பம்மாவுக்கு. யார் மனதையும் குழப்பிவிட கொஞ்சநேரம் போதும். தெளியவைக்கத்தான் தேவைப்படும் பல ஆண்டுகள்கூட என்பதை அறியாத பாப்பம்மாள் நன்றாகக் குழம்பிப்போயிருந்தாள்.

பொன்னாச்சரத்தின் செயல்கள் ஒவ்வொன்றிலும் குற்றம் கண்டுபிடிக்க ஆரம்பித்திருந்தாள். தன் கணவன் ராமு “எத்தா தங்கச்சி” என்று அழைத்தாலேகூட எரிந்து விழுந்தாள்.

மருமகளின் இந்த ஆட்டத்திற்கு எல்லாம் தானும் பொன்னாச்சரமும் அவர்களோடு இருப்பதுதான் காரணம் போலிருக்கிறது. வயதான காலத்தில் அம்மாவை சுமக்கவும் தங்கையைக் கட்டிக்கொடுக்கும் பொறுப்பை ஏற்கவும் தன் தலையில் மட்டுமே விடிந்துவிடுமோ என்ற பயத்தில் மகன்தான் பெண்டாட்டியிடம் சொல்லிக்கொடுத்து பேசச்சொல்கிறான் என்றுதான் ஆரம்பத்தில் நினைத்தாள் குறுந்தாயி. ஆனால் பாப்பம்மா அப்படி பேசுவதற்கும் நடந்துகொள்வதற்குமான உண்மையான காரணத்தைத் தெரிந்துகொண்டபோது குறுந்தாயி அவமானத்தாலும் வேதனையாலும் குன்றி மனம் வெந்துபோனாள். இனியும் ஒரு நாள்கூட இவர்களுடன் இருந்து சோத்தை அள்ளி வாயில் போடக்கூடாது என்று வைராக்கியம் ஏற்பட்டிருந்தது அவளிடம்.

மகனைக்கூப்பிட்டு தான் தனியே ஆடுகளைப் பற்றிக்கொண்டு போக விரும்புவது குறித்துப்பேசினாள். எண்ணியதை நான்கே நாட்களுக்குள் செய்தும் காட்டினாள்.

14

பங்குனி பாதிக்குமேல் கழிந்துவிட்டது. ஆனால் மன்னன் கோட்டகம், புத்தன் கோட்டகம் பகுதிகளில் இன்னும் செடி அறுவடையாகவில்லை. காய் முற்றும் தருவாயில் இருந்தது. எப்படியும் சித்திரை பதினைந்து ஆகிவிடும் முற்றிலும் அறுவடையாக. அதுவரை பயிர்பச்சைகளில் ஆடு இறங்கிவிடாதபடி கண்ணில் எண்ணெய்யை ஊற்றிக்கொண்டு ஆடு வளைக்கவேண்டும்.

பொன்னாச்சரத்தோடு குறுந்தாயியும் மேய்ச்சல் கெடைக்கு வந்திருந்தாள். மொத்தமாய் கெடையில் ஐம்பது ஐம்பத்துரெண்டு ஆடுகள் இருக்கும். அதற்கு இரண்டுபேர் தேவையில்லை என்றபோதும் தினந்தோறும் பொன்னாச்சரத்துடன் குறுந்தாயியும் வந்துகொண்டிருந்தாள். கோட்டகமெங்கும் பயறும் உளுந்தும் விதைத்திருந்ததனால் ஆடுகளைத் தனியாக பொன்னாச்சரத்தால் வளைக்க முடியாது என்பது ஒரு காரணம். என்றாலும்கூட முக்கியமாக பொன்னாச்சரத்தைத் தனியாக காடுகரைகளில் திரிய விடக்கூடாது என்பதும் ஒரு காரணமாக இருந்தது.

மூத்த மருமகள் பாப்பம்மா யாரோ சொல்லிக்கொடுத்த வார்த்தைகளை நம்பி அண்ணனும் தங்கச்சியும் முறைகெட்டு நடந்துவிட்டால் என்ன செய்வது என்று கேட்டபிறகு ஆடுகளைப் பிரித்து ஓட்டிக்கொண்டு குறுந்தாயியும் பொன்னாச்சரமும் தனியாக வந்துவிட்டார்கள். தனியாக வந்தும் இரண்டு வருடங்கள் ஓடிவிட்டன. இப்படி வந்துவிட்ட பிறகு குறுந்தாயிக்கு பயம் அதிகமாகிவிட்டது. ஆம்புள தொண இல்லாம தனியா இருக்குறம். நம்ம மகக்கிட்ட யாராவது ஆசவார்த்த பேசி ஏமாத்திட்டா என்ன செய்யமுடியும் என்று பயந்தாள். எப்போதும் பொன்னாச்சரத்தை விட்டு விலகாமல் அவளது கண்பார்வையிலேயே மகளை நடமாட விட்டு பார்த்துக்கொண்டாள்.

பொன்னாச்சரத்திற்கு வயது பதினைந்து பதினாறு ஆகிவிட்டபோதும் அவள் இன்னும் பெரிய மனுசியாகவில்லை என்பது ஒருபுறம் குறுந்தாயிக்கு கவலையை உண்டாக்கியபோதும் இன்னொருபுறம் சற்று நிம்மதியாகவே இருந்தது. வயசிக்கு வராத இருசிகிட்ட யாரும் தப்புத்தண்டா பண்ண நெனக்க மாட்டாக என ஆறுதல் பட்டுக் கொண்டாள்.

கோட்டகமெங்கும் நீரோடிய, அகன்ற வாய்க்கால்கள் இப்போது வற்றிப்போய் கொஞ்சமாய் தண்ணீர் கிடந்தது. கரையோரம் வெடிப்பு ஏற்பட்டிருந்தபோதும் இருந்த ஈரத்தைக்கொண்டு புதிய புற்கள்

தளிர்விட்டு துளிர்த்துக்கொண்டிருந்தன. வாய்க்காலுக்குள் படர்ந்து கிடந்த வள்ளைக்கொடிகளின் வேருக்கு தண்ணீர் கிடைத்துக் கொண்டிருந்ததாலோ என்னவோ அவை மேலும் படர்ந்து கரைமீது ஏறி பூத்துக்கிடந்தன. கார்த்திகை ஐப்பசி மாத அடைமழைக் காலங்களில் கோட்டகத்தில் தேங்கிநின்ற தண்ணீரைத் தாண்டியும் தலைகாட்டி வளர்ந்திருந்த கோரைப்புற்கள் இப்போது கொஞ்சம் கொஞ்சமாக பசுமை இழந்து பழுத்து சருகாகிக்கொண்டிருந்தன. நெஞ்சுயரம் வளர்ந்திருந்த கோரைப் புற்களுக்கு நடுவே ஆங்காங்கே குருவிகள் முட்டையிட்டிருந்தன.

ஆடுகள் வாய்க்கால் நெடுக இரு மருங்கிலும் ஓடி ஓடி தளிர் புற்களையும் வள்ளைக்கொடியின் தழைகளையும் மேய்ந்துகொண்டிருக்க, பொன்னாச்சரம் கோரைகளுக்கு நடுவே குருவி முட்டைகளைத் தேடினாள். கிடைத்த முட்டைகளை மடியில் பத்திரப்படுத்திக்கொண்டாள். கோரைகளையும் புற்களையும் வளைத்துப்போட்டும் சிறு புற்களை மெத்தைபோல் பிய்த்துப்போட்டும் குருவிகள் கட்டியிருந்த சிறு கூடுகள் அழகாய் இருந்தன. ஒவ்வொரு கூட்டிலும் மூன்று, நான்கு, ஐந்து முட்டைகள் வரை இருந்தன. குஞ்சி பொறிப்பதற்காக இட்டுள்ள அம்முட்டைகள் அனைத்தையும் எடுக்க பொன்னாச்சரத்திற்கு மனம் வரவில்லை குருவிகள் ஏமாந்து போய்விடாதபடி இரண்டு முட்டைகளையாவது வைத்துவிட்டு மீதமுள்ளவைகளை எடுத்துக் கொண்டாள். பத்து முட்டைகள் போல சேர்ந்ததும் அதை உடனே சுடவேண்டும் எனவும் ஆசைப்பட்டாள்.

குறுந்தாயி உடம்பில் முன்புபோல வலுவில்லை. அதோடு அல்லாமல் மேய்ச்சல் கெடைக்கு இருவருக்குமே கஞ்சி எதுவும் எடுத்துக்கொண்டு வரவில்லை. பொழுதுபோகும் நேரத்தில் ஆட்டை அடையப்போட்டுவிட்டு அதற்குமேல் போய் சோறு ஆக்கி ஆனம் ஏதாவது செய்து சாப்பிடும்வரை குறுந்தாயியால் பசி பொறுத்து இருக்க முடியாது என நினைத்தாள் பொன்னாச்சரம். தனக்காக இல்லாவிட்டாலும் தன் அம்மாவுக்காகவேணும் குருவி முட்டைகளைச் சுட்டுக்கொடுக்க வேண்டும் என்று நினைத்தாள்.

“அம்மா.. நெருப்பெட்டிய எடுத்து மடில சொறுவிக்கிட்டு வரச்சொன்னனே. எடுத்தாந்தியா?” என்றாள் குறுந்தாயியிடம்.

“ந்தா ... இருக்குத்தா...” என்றவள்,

“இப்ப எதுக்குத்தா நெருப்பெட்டி” என்றாள்.

“குருவிமுட்ட எடுத்துவச்சிருக்குறன். சுடப்போறன்.”

“எத்துன முட்டத்தா இருக்கு?”

“அது இருக்கு. பத்து தேறும்.”

“எத்தா, கூடுல இருந்த எல்லா முட்டயும் எடுத்திட்டியாத்தா.”

“இல்லம்மா. எனக்குத் தெரியாதா. ரெண்டு ரெண்டு முட்ட வச்சிட்டுத்தேன் எடுத்தன்.”

“அதான பாத்தன். குருவி முட்டய எடுத்தாக்க குருவியோட பாவம் வந்து கொழந்த தலய சுத்துமுன்னு பாட்டா பாடுவாக.”

“நான் முழுசுத்தயும் எடுக்கலம்மா.”

“செரிசெரி சுட்டு எடுத்தா. அதயாவது தின்னுபாப்பம்.” என்றபடியே ஆடுகளை நோட்டம் விட்டாள். ஆடுகள் வாய்க்காலுக்குள் நல்ல மேய்ச்சல் கிடக்கவே பயிர் பச்சைகளைத் தேடி ஓடுவதை மறந்துவிட்டு அமைதியாய் மேய்ந்துகொண்டிருந்தன.

‘கொஞ்ச ஆடா இருக்குறதும் நல்லதாத்தேன் தெரியுது. ஓரம் ஒண்டுலகூட வுட்டு மேய்ச்சிறலாம். ஒரு துண்டு ஆடு ரெண்டு துண்டு ஆடுகள ஒண்ணா வச்சிக்கிட்டு இதுமாதிரியெல்லாம் மேய்க்க முடியுமா?’ என நினைத்தாள் குறுந்தாயி.

மகனைவிட்டு பிரிந்து வந்துவிட்ட இந்த மூன்று வருடங்களும் குறுந்தாயியும் பொன்னாச்சரமும் இதுபோல ஓரம் ஒண்டுகளில் மேய்த்தேதான் ஆடுகளை நன்றாக வைத்திருக்கிறார்கள். மழைக் காலங்களில் எல்லோருடைய ஆடுகளும் தீவுகளுக்குப் போய் விட்டபோதும் ஒட்டியுள்ள சிறு சிறு திட்டுகளில் கடைபோட்டு அங்கேயே மேய்த்துக்கொண்டு இருந்துவிட்டார்கள். குறைவான ஆடுகள் என்பதால் மேய்ச்சல் நிலம் அதிகமாய் தேவைப்படுவதில்லை. தனியே ஒதுங்கிப்போய் மேய்ப்பதால் போட்டிக்கும் ஆடுகள் வருவதில்லை. ஆடுகளுக்குப் பரவும் நோயும் இவர்களின் ஆடுகளை அதிகமாய் தொற்றுவதில்லை. இந்த மூன்று வருடங்களில் மழைக்காலங்களில் வரும் படுசாவு எதுவும் குறுந்தாயியின் ஆடுகளுக்கு வரவில்லை. அவ்வப்போது மண்ணைத் தின்பதாலும் பாலை அதிகமாய் குடித்துவிட்டு செரிமானம் ஆகாமலும் ஓரிரண்டு குட்டிகள் செத்தபோதும் ஆடுகளால் பெரிதாய் இழப்பு எதுவும் ஏற்படவில்லை.

குறைவான ஆடுகளைத் தனியாய் மேய்ப்பதாலும் நல்ல மேய்ச்சல், நல்ல தண்ணீர், சுத்தமான தொழு என பார்த்துக்கொள்ள முடிவதாலும் இப்படி ஆடுகளை சாகக்கொடுக்காமல் நிம்மதியாய் இருக்க முடிகிறது என்பதை குறுந்தாயி அடிக்கடி பொன்னாச்சரத்திடமும் சொல்லிக் கொண்டிருப்பாள்.

மாதக்கணக்கில் குழம்புக்கு உப்புக்கண்டம்கூட இல்லாமல் போய்விட்டிருக்கிறது குறுந்தாயிக்கு. கீதாரிகள் வீடுகளில் எப்போதும் பானை குறையாமல் உப்புக்கண்டம் இருந்துகொண்டே இருக்கும். செத்துப்போகும் ஆடுகளின் குடலையும் தலைக்கறியையும் உடனே சமைத்துவிட்டு ஏனைய கறிகளையெல்லாம் உப்புக்கண்டமாகப் போட்டு காயவைத்து வைத்துக்கொள்வார்கள். தினந்தோறும் குழம்புக்கும் பழைய சோத்துக்கும் சுட்டு தொட்டுக்கொள்ளவும் உப்புக்கண்டம் இருந்துகொண்டே இருக்கும்.

ஆனால், அதிசயமாய் குறுந்தாயி பொன்னாச்சரத்திற்கு மட்டும் குழம்பு வைக்கக்கூட உப்புக்கண்டம் இல்லாமல் போய்விட்டிருக்கிறது. உப்புக்கண்டம் சாப்பிட்டு பழக்கப்பட்டுவிட்ட இருவருக்கும் அது இல்லாமல் சோத்தை உள்ளே இறக்குவதும் சிரமமாகவே இருக்கும்.

பொன்னாச்சரம்கூட ஒருமுறை சொன்னாள். “நம்ம நடக்காக்கிட்ட சொல்லி உப்பு கண்டம் கொண்டாந்து குடுக்கச் சொல்லுவமாம்மா” என்று. ஆனால் குறுந்தாயி அதற்கும் மறுத்துவிட்டாள். “உப்புக்கண்டம் எறவ கேக்குறது தரித்திரியம். அக்கா தங்கச்சி அண்ணந்தம்பியா இருந்தாலும் எறவ கேக்கக்கூடாது. நம்மகிட்டயும் ஆடுக இருக்கு. ஆடு இல்லாதவுக கேட்டா அதப்பத்தி ஒண்ணும் குத்தமில்ல. ஆடு வச்சிருக்கிற நம்ம ஒரு துணுக்கு உப்புகண்டத்த எறவ வாங்குனாலும் மறுநாளே நம்ம ஆடுக சாவ ஆரம்பிச்சிரும். உப்புகண்டம் இல்லாது போனாக்க கெடந்துட்டுப்போகுது. வியாழக்கெழம முத்துப்பேட்டயில சந்தயாம், நாம் போயி காசி போனா போகுதெண்டு பாக்காம கொஞ்சம் கருவாட்டுபொடி வாங்கியாந்து போட்டர்றன். பொம்புளைங்க நம்ம. கஞ்ச குடிச்சான்ன கழனிய குடிச்சான்ன... யாரு கேக்கப்போறாக. காலம் ஓடுனாச்செரிதேன்” என்றாள்.

பொன்னாச்சரம் தீப்பெட்டியை வாங்கிக்கொண்டு ஆட்டு சாணியைத் தேடி கொஞ்சம் பொறுக்கிக்கொண்டாள். ஆட்டுப் புழுக்கையை நன்றாகப் பிசைந்து இளக்கமாய் வைத்துக்கொண்டாள். ஒவ்வொரு முட்டையாக எடுத்து சாணிக்குள் வைத்து முட்டை வெளியே தெரியாதபடி நன்றாகப் புதைத்து வைத்தாள். முட்டை சிறியதாக இருந்தபோதும் சாணியை மேலேவைத்து உருட்டியபோது முட்டை பெரிதாய் பச்சையாய் இருந்தது. சாணி முட்டை ஒவ்வொன்றும் வாத்து முட்டையை விட பெரிதாய் இருந்தது. காய்ந்த சறுகுகளையும் குச்சிகளையும் பொறுக்கி எரியவிட்டு, அதில் முட்டைகளைப்போட்டு சுட்டாள்.

உள்ளே இருக்கும் முட்டை முற்றிலுமாக வேகும்படி திருப்பித் திருப்பிப்போட்டு நன்றாகச் சுட்டாள். சாணியின் ஈரப்பதத்தைக்

கொண்டே முட்டை வெந்துவிடும். இதுபோல் பலமுறை அவள் சுட்டுத்தின்றிருக்கிறாள். மேலேயிருந்த தடிமனான சாணிப் படலம் முழுவதுமாக வெந்து கருகிய பதத்தைப்பார்த்து முட்டை வெந்திருக்கும் என்பதைத் தெரிந்துகொண்டாள். அப்படியேகிடந்து தானாக ஆறட்டும் என அவற்றைப் போட்டுவிட்டு ஆடு வளைப்பதில் தலைப்பட்டாள்.

சிறிது நேரம் கழித்து முட்டை நன்றாக ஆறிய பிறகு எடுத்து ஒவ்வொரு முட்டையாக உரித்தாள். முட்டை நன்றாக வெந்து போயிருந்தது. வாசனையாய் இருந்தது.

குறுந்தாயிக்கு ஐந்து முட்டைகளைக் கொடுத்துவிட்டு தானும் ஐந்து முட்டைகளைத் தின்றாள். மத்தியான சாப்பாட்டுக்கு போதுமான அளவு வயிற்றை நிறைத்துவிட்டதாகத் தெரிந்தது.

முட்டை தின்றதில் களையாறியதைப் போல எழுந்து ஓடி ஓடிச் சென்று ஆடுகளை வளைத்துக்கொண்டிருந்தாள் குறுந்தாயி.

“மீனு, கருவாடு, குருவிமுட்ட, வெள்ளாட்டாம் பாலுண்டு நல்ல சத்தாத்தேன் திங்கிது. இருந்தும் நம்ம மகளுக்கு ஏன் மேனி தெளியாமலேயே இருக்குது. எப்ப வயசிக்கி வரப்போகுது. வயசிச்கி வந்துட்டா போனாப்போகுது கழுதயிண்டு பத்தாட்ட வித்துட்டாவுது கட்டிக்குடுத்துறலாமே” என்று பலவாறும் எண்ணமிட்டவளாக ஆடு வளைத்துக்கொண்டிருந்தாள் குறுந்தாயி.

‘நம்ம நல்லா இருக்கும்போதே இந்த மகளுக்கும் கல்யாணத்தப் பண்ணி பாத்துட்டமுன்னாக்க நிம்மதியா கண்ண மூடலாம். அக்காமார்க அண்ணன்மார்க இருந்து என்ன பிரயோசனம். அவுக அவுக வேலையத்தேன் பாக்கணுமுண்டு நிப்பாக. நம்மளப்பத்தி கவலப்பட யாரு இருக்குறாக.’

‘நாலுல எட்டுல வந்து எப்புடி இருக்குறிகன்னு கேக்க மாட்டுறாக. ஆம்புளத் தொலையத்து தனியா ஆட்டுக்கெடையில கெடக்குறாக அவுகள கூப்புட்டு நம்மகூட வச்சிக்கிருவமுண்டு நாம் பெத்துப்போட்ட ஆம்புளப்புள்ளைகளுக்கும் அக்கறயில்ல பொம்புளப் புள்ளைகளுக்கும் அக்கறையில்ல.’ தனக்குள்ளே புலம்பிக்கொண்டாள் குறுந்தாயி.

இதுபற்றிய எந்தச் சிந்தனையும் கவலையும் அற்றவளாக பக்கத்து வயல்களில் காய்த்துக்கிடக்கும் பச்சை பயத்தங்காய்களைக் கொத்துக் கொத்தாய் பறித்து மடியில் சேர்த்துக்கொண்டிருந்தாள் பொன்னாச்சரம். வீட்டில் போய் அவிப்பதற்காக.

15

கந்த குறிச்சான் ஆற்றங்கரைக்கு வந்துசேர்வதற்குள் போதும் போதும் என்றாகிவிட்டது பொன்னாச்சரத்திற்கு. அறுபது அறுபத்தைந்து உறுப்படி ஆடுகளுடன் வலசைக்கூடை மற்ற பொருட்களைக் கொண்டுவந்து சேர்ப்பது ஒருபங்கு கஷ்டமென்றால் உடம்புக்கு முடியாமல் போய் எழும்பி நடக்கமுடியாமல் சுருண்டுகிடக்கும் தன் அம்மா குறுந்தாயியைக் கொண்டுவந்து சேர்ப்பது இன்னும் கஷ்டமாகிவிட்டது. அப்படியும் இதுவரை அவர்கள் இருவரும் வெயிலுக்கும் மழைக்கும் ஒதுங்கிக்கொண்டிருந்த கூண்டை கொண்டுவந்து சேர்க்கமுடியவில்லை.

கடைசியாக வலசை போட்டிருந்த கும்மடித்தெடல் ஆலமரத்தடி திடலிலேயே அது இருந்தது. கும்மடித்தெடலிலிருந்து இவ்வளவு தூரம் பொன்னாச்சரத்தால் கூண்டைத் தூக்கிவருவது முடியாது என்றாலும்கூட அதற்காக அவள் பிரயாசைப் பார்க்கக்கூட இல்லை. எப்படி முடியும். தாயோடு இருந்தாலும் தனியாளாய் நிற்கிறாள். அறுபதுக்கு மேற்பட்ட ஆடுகள். நோயாளியாய் அம்மா. ஆட்டைப் பார்ப்பதா. அம்மாவைப் பார்ப்பதா. பொருள்களை இடம்மாற்றுவதா?

ஆற்றில் தண்ணீர் வருவதற்கு முன்பாகவே இடம் மாறியிருக்க வேண்டும். புதுத்தண்ணீர் வந்ததும் துளிர்விடும் புதுப்புல்லை ஆடுகள் மேய்ந்து பார்க்கட்டுமே, பிறகு ஓட்டிக்கொண்டு போகலாமென்று இருந்துவிட்டாள். அதற்குள்ளாக குறுந்தாயிக்கு முடியாமல் போகுமென்று யார் கண்டது.

இடதுபக்க மார்பில் ஏதோ வலிக்கிறது என்று சொல்லிக் கொண்டுதான் இருந்தாள். ஆனால் இவ்வளவு சீக்கிரமாக அது அவளை முடக்கிவிடும் என்று கொஞ்சமும் நினைக்கவில்லை இருவருமே. நான்கைந்து நாட்கள் கழித்துத்தான் குறுந்தாயிக்கே தெரிந்தது. தனக்கு வந்திருப்பது மார் ஆணி என்று. கைவைத்தியமாய் ஏதேதோ செய்துபார்த்தாள். ஆனால் நோயின் வீரியம் அதிகமாகிவிட்டது. கைவைத்தியம் எதனாலும் வலியைக் கட்டுப்படுத்த முடியவில்லை. வலியாலும் தெறிப்பாலும் எழுந்து நடக்கமுடியாமல் அவதிப்பட்டாள், கூடவே காய்ச்சலும் ஏற்பட்டுவிட்டது.

அம்மாவின் உதவியில்லாமல்தான் ஆடுகளையும் வலசையையும் இடம் மாற்றியாகவேண்டும் என்று தெரிந்ததும் ஆடுகளை அடையப்போட்ட பிறகு சோறு ஆக்கி குறுந்தாயிக்குக் கொடுத்துவிட்டு சாமான்களைப் பொறுக்கி வலசைப்பொட்டியில் போட்டுக்கொண்டு நடக்க ஆரம்பித்தாள் பொன்னாச்சரம். முன்னிரவு நேரம் என்றாலும்

ஆள் அரவமற்ற கோட்டகங்களைக் கடந்து தனியாய் வெகுதூரம் செல்வது சிரமமாகவே இருந்தது பொன்னாச்சரத்திற்கு. இடையில் இருந்த ஊரில் கண்ணுக்குத்தென்பட்ட வீட்டில் சுமையை இறக்கி வைத்துவிட்டு திரும்பி வலசைக்குப்போய் சேருவதற்குள் பாதி சாமம் ஆகிவிட்டதுபோல இருந்தது. அதற்குப் பிறகும் முனகிக்கொண்டு கிடக்கும் குறுந்தாயிக்கு ஏதாவது கைவைத்தியம் செய்துவிட்டு தலைசாய்த்தால், கெடையில் பாலுக்காகக் குட்டிகளும் மடிசுரந்த தாயாடுகளும் கத்த ஆரம்பித்துவிடும்.

அவைகளை ஊட்ட அடித்து, ஆடுகளைப் பற்றிக்கொண்டு மறுபடியும் கிடந்த சொச்ச நச்ச பாத்திரபாண்டங்களை பொறுக்கிக் கொண்டு தாயையும் கைத்தாங்கலாய்ப் பிடித்து அழைத்துக்கொண்டு நடப்பாள். ஆடுகள் மேய்ந்தபடியே பயணம் போகும் குறுந்தாயியை நல்ல இடமாய்ப்பார்த்து ஆங்காங்கே உட்காரவைத்து அழைத்துப் போனாள். இரவானதும் ஆடுகளை அடையப்போட்டுவிட்டு தொழுவோரமாய் கஞ்சி காய்ச்சி குறுந்தாயிக்கு மருந்து மாத்திரை எதையாவது வாங்கிவந்து கொடுத்துவிட்டு மறுபடியும் வலசைக் கூடையை வைத்த இடத்திலிருந்து தூக்கிச்செல்வாள்.

இப்படியே கொம்மடித்திடலிலிருந்து சாம்புவானோடை, கந்தகுறிச்சான் ஆற்றங்கரைக்கு வந்துசேர மூன்று நாட்களாகிவிட்டது. குறுந்தாயி சுகத்தோடு இருந்திருந்தால் ஒரே நாளில் முடிந்திருக்க வேண்டியது.

வந்த இடத்தில் மழை தண்ணீர் என்றால் தலையை நுழைத்துக் கொள்ள கூண்டுகூட இல்லை. இந்த நிலமையில் குறுந்தாயி வேறு காய்ச்சலோடும் மாராணியின் வலியோடும் முனகிக்கொண்டு கிடக்கிறாள்.

முதல் காரியமாக ஒரு கூண்டு கட்டவேண்டும். அதற்கும் முன்னதாக குறுந்தாயியை ஆஸ்பத்திரிக்குக் கூட்டிச்செல்லவேண்டும். கைவைத்திய மெல்லாம் இனிமேல் சரிபட்டு வராது. ஆகாரம் எடுக்காமல் நாளுக்கு நாள் உடம்பு வேறு மெலிந்துபோய்விட்டது. அரசாங்க ஆஸ்பத்திரிக்கு அழைத்துக்கொண்டு போனால்கூட போதும் என நினைத்தாள்.

வலசையையும் தொழுவையும் ஒரே இடத்தில் போட்டுக்கொள்வது போன்ற இடமாகப்பார்த்து வலசைக்கூடையை இறக்கி வைத்திருந்தாள். கல்லைக்கூட்டிவைத்து கஞ்சி காய்ச்சினாள். சோறு வடிக்கலாம் என்று நினைத்தாள்.

ஆனால் குறுந்தாயி வடிச்சசோத்தை மறுபடியும் கஞ்சித்தண்ணியில் அள்ளிப்போட்டு உப்புப் போட்டு குடித்துக்கொண்டிருந்தாள் இரண்டு நாட்களாக. பிறகு எதற்காக வடிக்கவேண்டும் என நினைத்தவளாக வெந்ததும் வடிக்காமல் அப்படியே இறக்கிவைத்தாள்.

கொஞ்சமாய் ஒரு பாத்திரத்தில் மோந்துபோட்டு உப்புப் போட்டு கலக்கிவிட்டு குறுந்தாயியை எழுப்பி குடிக்கச்சொன்னாள். கஞ்சியைக் குடித்துவிட்டு விரித்துப்போட்ட துணியில் சுருண்டுகொண்டாள். அவளால் வலியைத் தாங்கிக்கொள்ள முடியவில்லை. முனகிக்கொண்டே கிடந்தாள்.

“இந்த ராத்திரி ஒரு பொழுதுமட்டும் தாங்கிக்கம்மா. விடிஞ்சதும் ஒன்ன ஆஸ்பத்திரிக்கு அழச்சிக்கிட்டுப் போறன் என்றாள் பொன்னாச்சரம்.

“காலையில் ஆஸ்பத்திரிக்கு கூட்டிச்செல்வதென்றால் ஆடுகளை அதுவரை யார் பார்ப்பது. கோட்டகம் போன்ற பகுதியாயிருந்தால் தாயாடுகள் குட்டிகள் எல்லாவற்றையும் ஒன்றாக விட்டுவிட்டு எங்கு வேண்டுமானாலும் ஓடிவிட்டு வந்துவிடலாம். இங்கு அப்படியில்லை. அடுத்து அடுத்து தோப்புகளும் ஒருசில தோப்புகளில் வீடுகளும் இருக்கின்றன. ஆடுகள் எங்காவது போய்விட்டால் தோப்புக்குள் தேடிக்கண்டுபிடிப்பது சிரமமான வேலையாகிவிடும். அதுமட்டுமல்லாது ஆங்காங்கே கோட்டகங்களில் நடுவதற்கான நாற்றுகளை இங்கே விதைத்து தண்ணீர் ஊற்றிக்கொண்டிருக்கிறார்கள். நாற்றுகளில் ஆடுகள் வாய்வைத்துவிட்டால் அவ்வளவுதான். என்ன செய்வது. எப்படி நிலமையைச் சமாளிப்பது. இதற்கிடையில் கூண்டுவேறு கட்டியாக வேண்டும். அதற்குத்தேவையான கழிகம்புகளை வெட்டிச் சேர்க்க வேண்டும். பனைமட்டையை வெட்டிக்கிழித்து செறவுபிடித்து, ஆண் செறவு பெண்செறவு என தனித்தனியா அடுக்கிப் படியவைக்கவேண்டும். எல்லாவற்றையும் நான் ஒருத்தி மட்டும் எப்படிச் செய்வது? அண்ணன்களுக்கு சொல்லியனுப்பி வரச்சொல்லலாமா? யார் மூலம் சொல்லியனுப்புவது? பெரியண்ணனுக்கு நாம் இப்படிச் செரமப்படுவது தெரிந்தால் என்ன வேலை கிடந்தாலும் அதைப் போட்டுவிட்டு அப்படியே ஓடி வந்துவிடும். ஆனால் அம்மா அதற்கு ஒத்துக்கொள்ளாது. சின்னண்ணனுக்கு சொல்லியனுப்ப நமக்கு யார் இருக்கிறார்கள். அப்பா அண்ணன் என்றால் சந்தைக்கு வரும் ஆட்கள் மூலமாக யாரிடமாவது சொல்லியனுப்புவார்கள். நான்கு காது ஐந்து காது மாறியாவது சேதி அண்ணனின் காதுக்கு எட்டிவிடும். நாம் யாரைக்கண்டு சொல்லியனுப்புவது” என பலவாறாக யோசித்துகொண்டே படுத்திருந்தாள்.

வானம் இருண்டு வருவதுபோல தெரிந்தது. "கடவுளே மள வரும்போலருக்கே. வந்தா அம்மாவ எப்படி நனையாம பாத்துக்கிருவன். பொதுவுடையார் அய்யா... இன்னக்கி ஒருநாளும் மள பெய்யாம பாத்துக்க. அடுத்த வருசம் கெடைக்கிற கெடக்கூலி நெல்லுல ஒனக்கு ஒரு கோட்டகட்டி கொண்டாந்து போடுறன். அடிக்கிற காய்ச்சலோட எங்கம்மா நனஞ்சா செத்தே பொயிரும். மளவராம பாத்துக்க பொதுவுடையாரய்யா" என வேண்டிக்கொண்டாள். பொன்னாச் சரத்திற்கு தூங்கவே பயமாக இருந்தது.

இருந்தபோதும் அலைந்த அலைச்சலின் அசதியில் அவளால் கண்களைத் திறந்துவைத்திருக்க இயலவில்லை. சில்லென்ற கடல்காற்று கந்தக்குறிச்சான் ஆற்று வழியாக வந்து அவளைத் தாலாட்ட, சிறிது நேரத்திற்குள்ளாகவே தூக்கத்தில் ஆழ்ந்துபோனாள். அவளின் வேண்டுதல் குரல் பொதுவுடையாருக்கு கேட்டிருக்கவேண்டும். சாம்புவானோடை தோப்பு தவிர்த்த மற்ற இடங்களில் அன்று இரவு மழை பெய்திருந்தது.

வெள்ளி முளைக்கும் முன்னதாகவே பொன்னாச்சரத்தை லேசாகத்தட்டி எழுப்பிவிட்டாள் குறுந்தாயி.

"என்னம்மா.. சுடுதண்ணி வச்சித்தரணுமா?"

"இல்லத்தா அங்கன போட்டுட்டு வந்த கூண்ட தூக்கிட்டு வா என்றாள்.

"இங்கயே வேற கூண்டு கட்டிக்கிறலாம்மா."

"இல்ல. அதயே போயி தூக்கியா."

"ஆத்துல தண்ணிவந்து எங்கபாத்தாலும் சேரும் தண்ணியுமா இருக்கு. அதக்கொண்டு வந்து சேக்கிறது கஷ்டம்மா."

"எனக்கு ஒடம்புக்கு சொகமில்லாம கெடக்குறன். புதுசாக்கூண்டு வளைக்கிறது செரமமுத்தா."

"ஒனக்கென்ன நானில்ல வளைக்கப்போறன்."

"இல்லத்தா அது நொப்பம் வளச்சக்கூண்டு. அதையேப்போயி தூக்கியாந்துருந்தா, மட்டய மட்டும் பெறவு மாத்திக்கிறலாம்" என்றாள் கெஞ்சுவதுபோல.

"ஆமாம், அது நம்ம அப்பா கட்டுன கூண்டுதேன். எடயில ஒரு தடவ செறவுமட்டும்தான் மாத்துனம்" என்றவள், "உடம்புக்கு முடியாமல் போய்விட்டதால் அப்பா வளைத்த கூண்டு நிழலில் இருக்க வேண்டுமென்று ஆசைப்படுகிறதுபோல என நினைத்தவள்,

"செரிம்மா நான் நாளைக்குப்போயி தூக்கியாறன். இன்னிக்கி நம்ம ஆஸ்பத்திரிக்கு போயிட்டு வந்துருவம்" என்றாள்.

"அதெல்லாம் நாளக்கிப்போயிக்கிறலாம். இப்பயே நீ கௌம்பு னியன்னாக்க பாதி தூரமாச்சிம் கூண்ட தூக்கியாந்து சேத்துரலாந்த்தா."

"செரிம்மா நான் போறன். நா வாற வரைக்கிம் நீ பத்தரமா இரு." என்றவள் சும்மாட்டுக்கு ஒரு கிழிந்த சேலையின் முறுகுத்துணியை எடுத்துக்கொண்டு கிளம்பிவிட்டாள். இவ்வளவு தூரம்போய் கூண்டைத் தூக்கி வரவேண்டுமா என மலைப்பாக இருந்தது. அதுவுமல்லாமல் இங்கே ஒரு கூண்டு வளைத்து அதை இங்கேயே வைத்துக்கொண்டால், ஒவ்வொரு வருடமும் மழைக்காலத்திற்கு வரும்போது இந்தக் கூண்டில் இருந்துகொள்ளலாம். அங்கேயிருக்கும் கூண்டை கோடை நாட்களுக்கு பக்கத்து பக்கத்து ஊர்களுக்குப் போகும்போது இடம் மாற்றிப் போட்டுக்கொள்ளலாம் என்று திட்டமிட்டிருந்தாள். ஆனால் தன் அம்மா அப்பாவின் பெயரைச்சொல்லி கேட்கும்பொழுது எப்படி மறுப்பது என்று நினைத்தவளாக நடந்தாள். விடிவதற்குள்ளாக கும்முடித்தெடல் போய்விட்டால் அங்கிருந்து பாதி தூரமாவது தூக்கிவந்து வைத்துவிட்டு ஆடு விடுவதற்குள் வந்துவிடலாம் என நினைத்தாள். கால்களில் வேகம் கூடியது. இந்த வேகமும் போதாது என நினைத்தவள் சிறிது நேரத்தில் ஓட்டம் பிடித்திருந்தாள்.

பொன்னாச்சரம் நினைத்ததுபோல அன்று கூண்டை பாதி தூரம் கொண்டுவந்து சேர்க்க முடியவில்லை. மூன்றுநாள் மெனக்கெடலில்தான் கொண்டுபோய்ச் சேர்க்க முடியுமென்று நினைத்தவள் கூண்டை பத்திரமான இடத்தில் இறக்கிவைத்தாள். பட்டைகள் எல்லாம் மடித்து உதிர்ந்து போயிருந்தன. புதுக்கூண்டு வளைக்காட்டியும் இந்தக் கூண்டுக்கு மட்ட மாத்தித்தேன் ஆகணும் என நினைத்தாள். சுமை குறைந்தபிறகு வேகமாக நடக்க முடிந்தது. கூண்டைத் தூக்கிக்கொண்டு சேற்றுக்குள் நடந்து வந்தபோது தெறித்த சேறு பாவாடையெங்கும் புள்ளி புள்ளியாய் படிந்திருந்தது. கெண்டைக்கால் வரை சேறு இழும்பியிருந்தது. சேற்றைக் கழுவாமல் நடந்தால் காய்ந்து காலோடு வறவறவென பிடித்துக்கொள்ளும் என நினைத்தவள், ஆமா இப்ப இதயெல்லாம் கழுவிக்கிட்டுருந்தா எப்ப போயிச்சேருவது. ஆடுக அதது போக்குல போயிட்டுதுன்னா என்ன செய்யிறது? முடியாம கெடக்குற நம்ம அம்மாவால எளும்பி ஓடி வெறட்ட முடியுமா என்று நினைத்தவளுக்கு, இன்று அம்மாவை ஆஸ்பத்திரிக்கு அழைத்துப்போக முடியாமல் போய்விட்டதே என்ற நினைவும் வந்தது. ராத்திரியே தூங்க முடியாம கஷ்டப்பட்டுச்சி. இதுல நாளக்கி மறுநாளெண்டு தள்ளிக்கிட்டே போனாக்க என்னிக்கி மருந்து மாத்திர வாங்கிக்குடுக்கிறது

எப்ப சொகமாவுறது என்று நினைத்தாள். போற வழியில ஒரு எட்டு ஆஸ்பத்திரிக்குள்ள போயி மருந்து மாத்திர கேட்டாக்க என்ன என்றும் நினைத்தாள். கேட்டாக்க குடுப்பாகளா? கேட்டுத்தேன் பாப்போமே என நினைத்தவள், இந்த சேத்துக் காலோடயும் கையோடயுமா ஆஸ்பத்திரிக்குள்ள போவமுடியும் என்று நினைத்து பக்கத்தில் கிடந்த வாய்க்கால் தண்ணீரில் கைகால்களைத் தேய்த்துக் கழுவிக்கொண்டாள். முகத்தையும் கழுவி தாவணித்துணியால் அழுத்தித் துடைத்துக் கொண்டாள். நடந்துகொண்டே தலையை அவிழ்த்துப் பிரித்து தட்டி நாடாவில் கட்டிக்கொண்டாள். அவள் நினைத்ததுபோலவே அவ்வளவு எளிதில் ஆஸ்பத்திரியில் அவளால் மாத்திரை வாங்க முடியவில்லை. இளகிய மனதுடைய நர்சாக இருக்கவேண்டும். இவளின் நிலமையைப் பார்த்து பரிதாபப்பட்டு விசாரித்தாள். "எங்கம்மாவுக்கு மாராணி. காய்ச்ச கண்டு எளும்ப முடியாம கெடக்குறாக. மருந்து மாத்துர குடுங்க" கெஞ்சுவதுபோல கேட்டாள்.

"ஒங்கம்மாவ இங்க அழச்சிக்கிட்டு வாயேன்."

"இனிமே போயி என்னால கூட்டிவர முடியாது. சூரியன்மேல வந்துட்டுது. ஆடு கலச்சி விடணும். இனிமே நாளக்கித்தேன் கூட்டியாற முடியும். அதுவரைக்கிம் எங்கம்மாவால தாங்கிக்கிற முடியாது" என்றாள்.

"வேற யாரையாவது கூட்டியாறச் சொல்லேன்."

"எங்கப்பா இல்ல. அஞ்சு வருசத்துக்கு மின்னாடியே தவறிட்டாக. எனக்குத் தொணயா இருக்கிறது எங்கம்மா மட்டுந்தேன். அவுகளுக்கும் ஒடம்புக்கு சொகமில்லாம போயிட்டுது. ராத்திரி முச்சூடும் தூக்கமில்லாம பெணாத்துறாக. நீங்க நல்லாருப்பீக மாத்துர மருந்து குடுங்க' எனக் கெஞ்சியவளால் வந்த அழுகையைக் கட்டுப்படுத்த முடியவில்லை. அதற்குமேல் என்ன சொல்லி கேட்பதென்று தோன்றாதவளாக சடாரென்று அவளின் கால்களில் விழுந்து குலுங்கினாள்.

"எழும்பு பாப்பா" என்று அவளை எழுப்பிவிட்டவளுக்கு பொன்னாச்சரத்தைப் பார்க்க பாவமாக இருந்தது. "நாங்க இதுமாதிரி வாயால கேக்குறவங்களுக்கெல்லாம் மாத்திர மருந்து குடுக்கக்கூடாது. நேரடியா நோயாளியப் பாத்துதான் குடுக்கணும். இதுமாதிரி குடுத்தா எங்கவேல பொயிடும் பாப்பா" என்றவள், ஒரு டப்பாவில் களிம்புபோல் இருந்த மருந்திலிருந்து கொஞ்சம் எடுத்து ஒரு சிறிய டப்பாவில் போட்டுக்கொடுத்தாள். "இத வலிக்கிற எடத்துல தடவிக்கச்சொல்லு."

“சரிம்மா”

ஒரு பெரிய டப்பாவில் இருந்த வெள்ளை மாத்திரைகளில் நான்கை எடுத்து கையில் கொடுத்து, “இந்தா இதயும் கொடுத்து போட்டுக்கச் சொல்லு” என்றாள். மருந்து மாத்திரைகளைப் பார்த்தவுடன் பொன்னாச்சரத்திற்கு தேவலோகத்து அமிர்தமே கையில் கிடைத்துவிட்டதுபோல இருந்தது.

வாசல்வரை வந்தவள் மாத்திரைகளைப் பார்த்தாள். தமிழ்நாடு அரசு என்பதற்காக மாத்திரையில் தஅ என்று எழுதப்பட்டிருந்தது. இதுபோன்ற மாத்திரைகளை முன்பே அவள் நிறைய முறை பார்த்திருக்கிறாள். அவளுடைய சின்ன அண்ணன் சேது, அடிக்கடி ஆஸ்பத்திரிக்கு போய் வாங்கிவந்து காட்டியிருக்கிறான். இந்த மாத்திரை எப்போது உள்ளுக்குக் கொடுப்பது என்பதை நர்ஸ் சொல்லவில்லையே என்பது ஞாபகத்துக்கு வர மறுபடியும் உள்ளே ஓடினாள்.

இரண்டு மூன்று நர்ஸ்கள் அதற்குள் அங்கு வந்து சேர்ந்திருந்தார்கள்.

“அம்மா, இந்த தடி அடி மாத்திரய எப்ப சாப்புடனும்” என்றாள் மாத்திரை பற்றிய விவரம் தெரிந்தவளைப்போல.

“தடி அடி மாத்திரயா?”

“ஆமா இதுல எழுதியிருக்கு பாருங்க” என்றாள் அப்பாவியாக.

“தடி அடின்னா எழுதியிருக்கு?”

“ஆமா. எங்கண்ணன் அப்படித்தானே எழுதியிருக்குண்டு சொன்னிச்சிது.”

“தமிழ்நாடு அரச தடி அடி அரசாக்கிட்டானா ஒங்கண்ணன்” என்றபடியே நர்ஸுகள் சிரிக்க, “வேளக்கி ஒண்ணு குடுக்கணும்” என்றார்கள். “வேளக்கி ஒண்ணு குடுக்கணும் என்று சொல்லிக் கொண்டே வீட்டை நோக்கி ஓட்டமெடுத்தாள் பொன்னாச்சரம். அவள் ஓடுவதை சிரித்தபடியே வேடிக்கை பார்த்துக்கொண்டிருந்த நர்சுகளில் ஒருத்தி சொன்னாள்.

“எங்க ஊரு பிள்ளைங்க எல்லாம்கூட இந்த மாத்திரய தம்பி அண்ணன் மாத்திரன்னுதான் சொல்லுவாங்க.

“அண்ணந்தம்பி மாத்திரன்னு சொன்னாகூட பரவால்ல. சொல்லுறத்துக்கு வாயிக்கி நல்லா வருது. தம்பி அண்ணன்னா சொல்ல நல்லாவா இருக்குது.”

"சொல்லுறதுக்கு நல்லா இருக்குதோ இல்லையோ தமிழ்நாடு அரசுன்னா மொதல்ல தம்பி அப்பறம் அண்ணன். தம்பி அண்ணன்னுதானே வருது."

"தமிழ்நாடு அரசு தடி அடிங்குறீங்க. தம்பி அண்ணங்குறீங்க இன்னும் என்னென்னல்லாம் சொல்லப்போறீங்களோ. எதுக்கும் அக்கம் பக்கம் பாத்து பேசுங்க யாராவுது தப்பா புரிஞ்சிக்கிட போறாங்க. இது மாதிரி நின்னு பேசிக்கிட்டிருக்காம போயி அவங்க அவங்க வேலய பாருங்க" என்றபடியே அவ்விடத்தைவிட்டு நகர்ந்தாள் அந்த நர்ஸ்.

16

ஓரூர் வெள்ளங்கால் பகுதிகளில் தனியாளாய் ஆடு மேய்த்துக்கொண்டிருந்தாள் பொன்னாச்சரம். சித்திரை மாத வெயில் சுள்ளென்று கொளுத்தியது. பயிர் பச்சை எதுவும் இல்லை யென்றாலும்கூட ஆட்டின் பின்னாலேயே அலைந்துகொண்டிருந்தாள். முப்பது ஆடுகள் மட்டுமே இருந்தன கெடையில். இவ்வளவு சிறிய கெடையை இதுவரை மேய்த்ததில்லை அவள்.

இரண்டு துண்டு ஆடுகள் வரை இருந்த கெடையை அப்பாவுடன் சிறு வயதிலேயே மேய்த்துப் பழகியவளுக்கு முப்பது ஆடுகள் மட்டுமே இருந்த கெடையைப் பார்ப்பது கண்ணுக்கு நிறைக்கவில்லை என்றபோதும் இந்த முப்பது ஆடுகளும் நமக்கு மட்டுமே சொந்தமானவை என்பதை நினைக்கும்போது மனதுக்கு நிம்மதியாக இருந்தது. இனிமேல் இந்த ஆடுகளில் யாரும் பங்குகேட்டு வரமுடியாது. நான் விருப்பப்பட்டால் விற்கலாம். யாருக்கும் ஓட்டிவிடலாம். இவை என்னுடைய ஆடுகள் என்று வாயிக்குள் முணகிக்கொண்டாள்.

வெயிலுக்கு தலையில் போட்டிருந்த துணி அவ்வப்போது காற்றில் பறந்து நழுவியது. இறுகப்பற்றி இடுப்போடு செறுகிக்கொண்டாள். துணியின் ஓர் ஓரத்தில் முடிச்சி இருந்தது. முடிச்சியை கையில் எடுத்துப் பார்த்தாள். இது அம்மா முடிந்த முடிச்சு. அப்படியே இருக்கட்டும் என இடுப்பில் செருகிக்கொண்டாள். அம்மாவின் சேலை முருகுத்துணியை கிழித்து தலைக்குப் போட்டுக்கொண்டு வந்திருந்தாள். அப்போது ஆடு கலைத்துவிடும் அவசரத்தில் முடிச்சைப் பார்க்கவில்லை. இது கன்னியாகுறிச்சி மாரியம்மனுக்காக முடிந்துபோட்ட காசு என்பது நினைவுக்கு வந்தது.

கந்தகுறிச்சான் ஆற்றங்கரையில் இருந்தபோது குறுந்தாயியைப் பார்க்க வந்த சாம்புவனோடை கிழவி சொன்னதை பொன்னாச்சரமும் கேட்டுக்கொண்டுதான் இருந்தாள். மாராணியால் வலிகண்டு

காய்ச்சலும் பேத்தலுமாய் கிடந்தபோதுதான் அந்தக் கிழவி ஒரு சிறிய பாட்டிலில் எண்ணெய்யோடு வந்தாள். “இது கன்னியாகுறிச்சி எண்ணெய். அந்த கன்னியாகுறிச்சி அம்மன வேண்டிக்கிட்டு இந்த எண்ணெய தடவிக்க, வலியெல்லாம் கொறஞ்சி போயிரும். சீக்கிரமே சரியாபொயிரும். கோயிலுக்கு வாறன் அத்திக்கா ஆலங்கா புடிச்சி வக்கிறன்னு வேண்டிக்கிட்டு ஒரு ஒண்ணேகால் ரூவாய ஒரு துணியில் முடிஞ்சி போடு” என்று வைத்தியம் சொல்லிவிட்டுப்போனாள், கன்னியாகுறிச்சி எண்ணெய்க்கு நிறைய மருத்துவகுணங்கள் உண்டு. எந்த வலி, சுளுக்கு, புண், கட்டி காயமாக இருந்தாலும் கன்னியாகுறிச்சி எண்ணெய்யைத் தடவினால் சரியாகிவிடும் என்பது உண்மைதான். இருந்தபோதும் குறுந்தாயிக்கு மார்பில் ஏற்பட்டிருந்த ஆணி உள் ஆழம்வரை சென்று புரையோடிப்போயிருந்தது. எந்த மருந்தாலும் குணப்படுத்த முடியாத விதமாய் முற்றிப்போய்விட்டிருந்தது.

எப்படி நோயிலிருந்து விடுபடலாமென்று கவலைப்பட்டுக் கொண்டிருந்தவளுக்கு கிழவி சொன்ன வைத்தியத்திலாவது சரியாகிவிடாதா என்ற நப்பாசை ஏற்பட்டிருந்தது. ஒண்ணேகால் ரூபாயை தலைமாட்டில் கிடந்த சேலை முறுகுத்துணியில் எடுத்து முடிந்து போட்டாள். “கன்னியாகுறிச்சி அம்மா எம்புட்டு ஒடம்புல இருக்கிற நோவ தீத்து வைய்யி. கெழவி சொன்னது போலவே அத்திக்காய் ஆலங்காய் அவுச்சி வைக்கிறேன்” என்று வேண்டிக் கொண்டாள்.

இந்தப் பகுதி சனங்களுக்கு கன்னியாகுறிச்சி மாரியம்மன் கண்கண்ட தெய்வம். குழந்தைகளுக்கு உடலில் சூட்டுக்கட்டி வந்தாலும், தொண்டையில், சூத்தாம்பட்டையில் கட்டி வந்து வேதனை தந்தாலும் சனங்கள் கன்னியாகுறிச்சிக்குத்தான் வேண்டிக்கொள்வார்கள். பிரச்சினை தீர்ந்தபிறகு தமக்கு தோதுபடும் நாட்களில் பச்சரிசி மாவு மற்றும் மற்ற பொருட்களுடன் கோவிலுக்குச் சென்று வேண்டுதலை நிறைவேற்றிவிட்டு வருவார்கள். அத்திக்காய் ஆலங்காய் பிடிப்ப தென்றால் அதையெல்லாம் கோயிலில் போய்தான் செய்யவேண்டும். புதிதாய் சட்டி வாங்கிவந்து அடுப்பு மூட்டுவார்கள். சட்டியில் தண்ணீரை ஊற்றி அதன்மீது வைக்கோலை பரப்புவார்கள். வைக்கோலின் மீது பச்சரிசி மாவில் உப்புப் போட்டு பிசைந்து, சிறுசிறு காய்களைப்போல உருட்டி வைக்கோலின்மீது போட்டு வேக வைப்பார்கள். அவித்த அத்திக்காய், ஆலங்காய் உருண்டைகளை வீட்டுக்குக் கொண்டுவராமல் அங்கேயே செலவழிப்பது வழக்கம். அதேபோல குறுந்தாயியையும் செய்யச்சொல்லியிருந்தாள் கிழவி. மாரில் ஏற்பட்டிருக்கும் ஆணி சரியாகி பழையபடியாகிவிட்டால்

அத்திக்காய் ஆலங்காய் பிடித்து வைப்பதா பெரிது என நினைத்தவள் அதையும் செய்துவிடுவதாய் வேண்டிக்கொண்டாள்.

ஆனால் எந்த வேண்டுதலுக்கும் அடங்காத நோயாய் ஆகிப் போயிருந்தது. வலியால் பசி மறந்து உடல்மெலிந்து படுக்கையில் விழுந்துவிட்டாள். பச்சிலை அரைத்துக்கட்டுவது பாலடித்துப் போடுவது என்று மாற்றி மாற்றிச் செய்த வைத்தியத்தால் மார்பு முழுவதும் வெந்து புண்ணாகிக் கரைந்துபோனது. எப்போதும் ஊணம் வடிந்துகொண்டே இருந்ததால் குறுந்தாயியின் பக்கத்தில் போய் உட்காரமுடியாத அளவுக்கு நாற்றமடித்தது. குறுந்தாயியாலேயே அந்த நாற்றத்தை சகித்துக்கொள்ள முடியவில்லை. ஆஸ்பத்திரிக்குப் போகலாமென்று எவ்வளவோ வற்புறுத்திக் கூப்பிட்டுப் பார்த்துவிட்டாள் பொன்னாச்சரம். இவ்வளவு புண்ணோடு எப்படிப் போவது. நர்சு, டாக்டரா இருந்தாலும் புண்ணப்பாத்துட்டு கொமட்டத்தானே செய்வாக. நான் இப்படியே கிடந்துவிட்டுப் போகிறேன். என்னைக் கூப்பிடாதே என்று கண்டிப்பாய் மறுத்துவிட்டாள்.

அக்காள்கள் அண்ணன் எல்லோருமே ஒவ்வொருவராய் அவ்வப்போது வந்து பார்த்துவிட்டுப் போனார்கள். அவர்கள் வாங்கிவந்து கொடுக்கும் ரொட்டியும் காப்பியும்கூட இறங்காமல் போனது குறுந்தாயிக்கு. பெத்த தாயிக்கு கூடவே இருந்து பத்துநாள் துணி துவைத்துப் போட்டுவிட்டுப் போகும்படி பொன்னாச்சரம் எவ்வளவோ கேட்டுக்கொண்டபோதும் தன் அக்காள்கள் இருவரும் "எம்புட்டு ஆட்ட பார்க்கணும். வீட்ட பார்க்கணும். புள்ளகுட்டிகள் பாக்கணும். இங்கனயே இருந்துட்டா எல்லாத்தயும் பாக்கமுடியுமா" என்று வந்த சுவடு மறைவதற்குள் கிளம்பிப்போனார்கள். இரண்டு மாதம் தொண்டைக்கும் வாயுக்குமாய் இழுத்துக்கொண்டு கிடந்த உயிர் ஐந்தாண்டுகளுக்கு முன் சாத்தய்யா செத்த அதே மாதம் அதே நாளில் போய்விட்டது.

குறுந்தாயி செத்த செய்தி கேட்டதும் அடை மழையையும் பொருட்படுத்தாமல் எல்லோரும் வந்து சேர்ந்தார்கள். அடைமழையைக் காரணம் காட்டி குறுந்தாயியையும் செத்த இடத்திலேயே அடக்கம் செய்துவிடுவதென்று முடிவானது.

அம்மாவின் பங்கு ஆடுகளை விற்றுவிட்டாவது அம்மாவை சொந்த ஊருக்குத் தூக்கிச்சென்று அடக்கம் செய்யவேண்டும் என்றுதான் ஆரம்பத்தில் பொன்னாச்சரம் சொல்லிக்கொண்டிருந்தாள். அப்படி ஊருக்குப்போவதென்றால் தன்னுடைய ஆடுகளை யார் பார்த்துக் கொள்வார்கள் என்று நினைத்தபோது அவளுக்கும் தன் அப்பாவைப் போலவே வந்த வழியில் அம்மாவையும் அனுப்பி வைத்துவிட்டோம்.

உடம்பை மட்டும் ஊருக்குக் கொண்டுபோய் என்ன செய்துவிடப் போகிறோம். நடப்பது நடக்கட்டும் என்று பேசாமல் இருந்துவிட்டாள்.

அடக்கம் செய்த கையோடு அம்மாவின் ஆடுகளை விற்பதிலும் ஆகும் செலவுகளை அதிலிருந்து செய்வதிலுமே அத்தனை பேரும் கண்ணாயிருந்தார்கள்.

அம்மாவுக்கு ஆகும் செலவுக்காக முப்பது ஆடுகளை விற்கவேண்டுமா?" என நினைத்தாள் பொன்னாச்சரம்.

"கட்ட செலவுக்கு நாலு குட்டிகள் வித்தா போறாதா? அம்மா ஆடுக முப்பது முப்பத்திரெண்டு உறுப்படி இருக்கு. இத்தனையயும் வித்து பணத்த என்ன செய்யப்போறீக" என்றாள் பொன்னாச்சரம்.

"விக்காம பெறகு என்ன செய்யலாமெண்டு சொல்றத்தா?" என்றான் சின்ன அண்ணன் சேது.

"மூணு வருசமா எம்புட்டு ஆடுகளோட சேத்து அம்மா ஆடுகளையும் நாந்தேன் மேச்சன். கையில வச்சி பொழங்கிக்கிட்டுருந்த ஆடுகள மொத்தமா விக்கிறதெண்டா மனசு கேக்கலண்ண."

"………."

"அதுவுமில்லாம ஆறு மாசமா அம்மாவால முடியாம போன பெறவு அம்புட்டு ஆடுகளயும் நாந்தேன் வளைச்சி பாத்துக்கிட்டன். இங்க பயணம் வாறப்பகூட யாரும் வந்து எனக்கு ஒத்தாச பண்ணல. அந்த ஊருலேருந்து இந்த ஊருக்கு ஆடுகள பத்தியாந்து விட்டுருந்தாக் கூட எனக்கு எம்புட்டு உதவியாக இருந்திருக்கும் தெரியுமா. அப்பயே நெனச்சிருந்தா நான் ஒவ்வொரு குட்டியா புடிச்சி வித்திருப்பேனில்ல."

"அதுக்காவ இப்ப என்னத்தா தங்கச்சி செய்யலாமென்கிறே."

"ஆடுகள விக்கக்கூடாது."

"அம்புட்டு ஆடுகளயும் ஒங்கிட்டயே விட்டுறச் சொல்றியா."

"இல்லண்ணா. நான் அதுமாதிரியெல்லாம் ஆசப்படுறவ கெடையாது."

"அப்புடியெண்டா ஆட்ட ஆளுக்கு அஞ்சா பிரிச்சிக்கிறலாம?" என்றாள் சிறிய அக்காள் அன்னபூரணி. "அதுக்கென்ன ஓட்டிக்கிட்டு போங்க. அம்மா நெனப்பா கெடயில விடுங்க. பெருகட்டும். நானா வேண்டாமெண்டு மறுக்கிறன்."

"அப்பறம் என்ன ஆளுக்கு அஞ்சா பிரிச்சிக்கிறலாம். மிச்சமிருக்கிற குட்டிகள் வித்துட்டு கட்ட செலவு, கருமாதி செலவ பாப்பம்" என்றான்

மூத்தவன் ராமுவும். காயாம்பு கீதாரி வருவதற்குள்ளாக இவர்கள் இப்படி ஒரு முடிவிற்கு வந்திருந்தார்கள்.

கல்யாணம் ஆகாத பொண்ணு பொன்னாச்சரம். அதோட கல்யாண செலவுக்கெண்டு பத்தாடு விடணும் என்றார் கீதாரி. ஆனால் பொன்னாச்சரத்தின் அண்ணன்களும் அக்காள்களும் அதற்கு ஒத்துக்கொள்ளவில்லை. "நாங்க ஏற்கனவே பேசுனபடி பிரிக்கிறதுதேன் நல்லது" என்றனர் பிடிவாதமாக.

"அப்படியெண்டா. இந்தப் பொம்புளப் புள்ளய எப்படிக் கட்டிக் கொடுக்கிறதாம்" என்றார் கீதாரி.

"எம்புட்டு தங்கச்சி இன்னமும் வயசிக்கே வரல. மொதல்ல வயசிக்கி வரட்டும். கட்டிக் குடுக்குறத்தப்பத்தி பெறவு யோசிப்பம்" என்றாள் அன்னபூரணி.

"வயசிக்கு வந்துட்டா மட்டும் எவங்க வந்து வாசலுல நிக்கிறாகளாம். ஒங்க பொண்ணா குடுங்க எண்டு கேட்டுக்கிட்டு" என்றாள் அதுவரை பேசாமல் இருந்த பாப்பம்மா.

"வாசல்ல வந்து நிண்டு கேட்டாக்கத்தேன் கட்டிக்குடுப்பியளோ. நீங்களா மாப்புள்ள தேடிப்போயி கட்டிக் குடுக்கமாட்டீகளா" என்றார் கீதாரி சற்று கோபத்துடன்.

"கேட்டுட்டா மட்டும் கட்டிக்கிருவாவளாக்கும். நம்ம பொண்ணு இருக்கிற பூரிப்புல யாருகிட்ட போயி கேக்க முடியும்"

"ஏந்த்தா. நம்ம பொண்ணுக்கு என்ன கொறச்சலாக்கும்."

"தெரிஞ்சிதேன் பேசுறீகளா... இல்ல தெரியாமயே பேசுறிகளா.., முன்னுக்கும் பின்னுக்கும் நடக்கவிட்டுத்தேன் பாருங்களேன். கன்னிபிருவ குட்டியாட்டம் ரெத்தம் செத்து, சாவாடு செத்துப்போயி இருக்குற புள்ளய எவக கட்டிக்கிருவாக?"

வாயடைத்துப்போய் நின்றார் காயாம்பு கீதாரி. பாப்பம்மா பேசியதைக்கேட்க பொன்னாச்சரத்தின் அண்ணன்கள் அக்காள் களுக்கேக்கூட சற்று சங்கடமாகத்தான் இருந்தது. இருப்பினும் அவள் பேசுவதில் ஒன்றும் தப்பில்லை. ஞாயம்தான் என்பதுபோல எதுவும் மறுத்துச்சொல்லாமல் மௌனமாய் இருந்தார்கள். பொன்னாச்சரத்தால் தான் இதையெல்லாம் சுத்தமாய் தாங்கிக்கொள்ள முடியவில்லை. இவ்வளவு நாட்களும் தான் வயதுக்கு வராததை இவ்வளவு பெரிய குறையாக அவள் ஒருபோதும் நினைத்துப் பார்க்கவில்லை. குறுந்தாயி அடிக்கடி சொல்வதுபோல ரெத்தசோகையால்தான் நாம் இப்படி யிருக்கிறோம். இரண்டு நாட்களுக்கு காக்காயை அடித்து கறிசமைத்துத்

தின்றால் சரியாகிவிடும் என்று சாதாரணமாக நினைத்திருந்தாள். ஆனால், இதைப்போய் அண்ணி இப்படி பெரிதாய்ச் சொல்லுகிறதே... அதையும் கேட்டுக்கொண்டு நம் அக்காள்களும் அண்ணன்களும் பேசாமல் இருக்கிறார்களே என்று நினைத்தாள். அவளுக்கு அதிர்ச்சியாகவும் அவமானமாகவும் இருந்தது. இந்த நேரத்தில் நம் அம்மா இருந்திருந்தால் இதைக் கேட்டுக்கொண்டு சும்மா இருந்திருக்குமா என்று நினைத்தவளுக்கு அழுகை பீறிட்டு வந்தது. மற்றவர்களுக்கு முன்னால் அழுதுவிடக்கூடாது என்ற வைராக்கியத்தில் சிரமப்பட்டு அழுகையை அடக்கிக்கொண்டாள்.

“எத்தா ஓம்புட்டு புருசன்கூட பொறந்த புள்ளய இவ்வள எளக்காரமாவா பேசுவ. அது பெருசாவலங்குற ஒரு கொறய தவர வேற என்ன குத்தங்கண்ட அதுபேருல. அது கை வேலயயும் கால் ஓட்டத்தயும் பார்த்துக்கிட்டுதான இருந்த இவ்வள நாளா” என்றார் கீதாரி ஆற்றாமையுடன்.

“ஆடு மேச்சிட்டா போருமா. கட்டிக்குடுத்தா குடும்பத்தப் பாத்துக்கிற வேண்டாமா, புள்ளகுட்டி பெத்துக்கிற வேண்டாமா? அதுக்கெல்லாம் ஒத்துப்போற ஒடம்பு மாதிரியா இருக்கு இது ஒடம்பு. நம்ம கெடயிலகூட கன்னிபிருவ குட்டிய வச்சிக்கிர்றதில்ல. காலாகாலத்துல சந்தக்கி ஓட்டியர்றம்.”

“ஓம்புட்டு நாத்துனா கன்னிபிருவ மாதிரி எதுக்கும் லாயக்கத்தவண்டு சொல்றியா” என்றார் சற்றுகோபமாய்.

“அதுல என்ன சந்தேகம். நான்தேன் கெட்டெண்ணத்துல சொல்றேனெண்டு வச்சிக்கிருங்க. இந்தா நிக்கிறாக கூடப்பொறந்தவுக. அவுககிட்ட கேட்டுப்பாருங்களேன்” என்றாள். பொன்னாச்சரத்தால் அதற்கு மேல் அங்கு நிற்கமுடியவில்லை. அண்ணன்களாவது அக்காள்களாவது என்று வெறுத்துப்போய்விட்டாள். எதையோ செய்யட்டுமென்று தன் ஆடுகளை மேய்ச்சலுக்குக் கலைத்துக்கொண்டு போய்விட்டாள். காயாம்பு கீதாரியிடமும் இனிமேல் எனக்காக எதுவும் நீங்கள் பேசவேண்டாம்” என்று சொல்லிவிட்டாள்.

பதினாறாம் நாள் காரியம் முடிந்த கையோடு ஆளுக்கு ஐந்து ஆடுகள் வீதம் பிரித்து எடுத்துக்கொண்டார்கள். விற்ற ஐந்தாறு ஆடுகளின் பணத்தைக்கொண்டு செலவுகள் செய்தது போகவும் கொஞ்சம் பணம் மீதமிருந்தது. அண்ணியும் அக்காள்களும் முத்துப் பேட்டைக்குப்போய் அந்தத் தொகைக்கு அரை பவுனில் ஒரு தேன் கூடு தோடு வாங்கிவந்தார்கள். அதை பொன்னாச்சரத்திடம் கொடுத்து போட்டுக்கொள்ளச் சொன்னார்கள். பொன்னாச்சரம் வேண்டாமென்று மறுத்துவிட்டாள். அவள் அன்றைக்கு நடந்த பிரச்சினைகளுக்குப்

பிறகு அண்ணன்மார்கள் அக்காள்மார்கள் யாரிடமும் பேசுவதில்லை. அதனால் காயாம்பு கீதாரியிடம் கொடுத்தே பொன்னாச்சரத்திடம் தேன்கூடு தோட்டை கொடுக்கச் சொன்னார்கள்.

பதினாறாம் நாள் காரியம் முடிந்து அவரவர்களும் தத்தமது இடங்களுக்குத் திரும்பியபோது, சாம்புவானோடைக் கிழவி ஒருத்தி கேட்டாள். "இந்த பொம்புள புள்ளகூட யாரு இனி தொணயா இருக்கப்போறீக" என்று. ஒப்புக்குகூட யாரும் தன்னுடன் வந்துவிடு என்று அவளை அழைக்கவில்லை.

"எட்டாம்போருல பொறந்த புள்ள. தூங்கி எழும்பி அது மொவத்துல முழிச்சா என்னாவுறது. வலிஞ்சி வம்ப மடியில வாங்கிக்கிட்டு போவச் சொல்கிறயளா?" என்று கேட்டுவிட்டு அவரவர்கள் அவரவர் போக்கில் போய்விட்டார்கள்.

எல்லாம் நேற்று நடந்ததுபோல இருக்கிறது. ஆறு மாதங்கள் ஓடியே போய்விட்டன என்று நினைத்து பெருமூச்சுவிட்டாள்.

முடிச்சை அவிழ்க்காமல் எடுத்துப் பார்த்தாள். அம்மா முடிஞ்சது கன்னியாகுறிச்சிக்காக. எப்ப கொண்டுபோயி சேக்கப்போறமோ. காலம் வரக்குள்ள போட்டுக்கிருவம். அதுவரைக்கும் அம்மா நெனப்பா நம்மக்கிட்டயே இருக்கட்டும் என்று நினைத்து முடிச்சியை மறுபடியும் இடுப்போடு செறுகிக்கொண்டாள்.

"நான் எட்டாம்போராம். கன்னிபிருவயாம். எதுக்கும் லாயக்கத்தவளாம். என்னய யாருக்குமே புடிக்காதாம். என்னப்பெத்த அம்மா அப்பா இருந்தா இப்புடியெல்லாம் சொல்வீகளா?' அம்மாவையும் அப்பாவையும் நினைத்து ஒரு பாட்டம் ஒப்பாரிவைத்து அழுதால் தேவலாம் போல இருந்தது. அம்மாவையும் அப்பாவையும் உடனே பார்க்கவேண்டும்போல இருந்தது.

ஆடுகள் மேயட்டும். எங்கும் போய்விடாது என்று நினைத்தவள் வலசையை நோக்கி நடந்தாள். குறுந்தாயி சாவதற்கு முன்பாக களிமண்ணைக் குழைத்து பீத்தல் முறமொன்றில் தட்டிவைத்து, அதில் குறுந்தாயியின் கைகளையும் கால்களையும் அழுத்திப் பதிந்து கொண்டாள். கைகால் பதிவுகளை நிழலிலேயே காயவைத்து பத்திரப்படுத்தி வைத்திருக்கிறாள். அப்பாவை உப்பு கொட்டாங் கச்சிக்குள் பாதுகாப்பாய் வைத்திருப்பதுபோல அம்மாவையும் தன்னுடனேயே வைத்துக்கொள்ள வேண்டுமென்று நினைத்தபோது சாம்புவானோடை கிழவி சொல்லிக்கொடுத்த யோசனை இது.

கூண்டைத்திறந்து தகரப்பெட்டிக்குள் இருந்த அப்பா இருக்கும் உப்பு கொட்டங்கச்சியையும் அம்மா இருக்கும் களிமண் ஏட்டையும் எடுத்து மடியில் வைத்துக்கொண்டாள்.

"என்னைய மட்டும் தனியா வுட்டுட்டு ஏம்ப்பா போனீங்க. அக்கா, அண்ணன் எல்லாரும் இருந்தும் யாருமத்த தனி மரமா நிக்கிறனே. எட்டாம் போருண்டு சொல்லி என்னய தள்ளி வச்சவுக, கன்னிபிருவயிண்டு சொல்லி கல்யாணமும் வேண்டாண்ணுட்டாக. நான் காலம் முச்சூடும் இப்புடியத்தேன் இருக்கணுமா, நான் இப்படியெல்லாம் துன்பப்பட்டு போகணும் தொயரடஞ்சி சாகணுமெண்டுதேன் என்னைய பெத்துப்போட்டீகளா. பெத்தவுக நீங்களே என்னைய தனியாளா தவிக்க விட்டுட்டு பொயிட்டீகளே. இனிமே எனக்குத் தொணயா யாரயம்மா நான் தேடிக்கிற போறன். மேச்ச கெடையில் மயங்கிச் சரிஞ்சா தண்ணிதெளிச்சி என்னய எளுப்பிவுட யாருரிக்கா. ஆட்டுக்கெடயில பாம்பு பல்லி தீண்டுனாக்க என்னய ஆஸ்பத்திரி கொண்டுபோயி காப்பாத்த யாரிருக்காக அப்பா. எம்புட்டு ஆடுகள யாரு பாப்பாக." பீறிட்டுவந்த அழுகையை அடக்க முடியாமல் தேம்பித்தேம்பி அழுதாள் பொன்னாச்சரம்.

ஆடுகள் கத்துவதுபோல் சத்தம் கேட்கவே திடுக்கிட்டவளாய் மடியில் இருந்தவற்றை அப்படியே தரையில் போட்டுவிட்டு கூண்டு கதவை மட்டும் அடைத்துவிட்டு ஓடினாள். ஆடுகள் மிரண்டுபோய் நாலாபக்கமும் சிதறி ஓடியதுபோலத் தெரிந்தது. நரி ஏதாவது வந்து ஆட்டை பிடித்திருக்குமோ. "அய்யய்யோ எந்த குட்டி கழுத்தக் கவ்வுச்சோ தெரியலேயே. கடவுளே நெறஞ்சய்யா. எம்புட்டு ஆடுக குட்டிக எதுக்கும் எந்த ஆபத்தும் வந்துருக்கக்கூடாது." பதறியடித்துக் கொண்டு ஓடினாள் பொன்னாச்சரம். கிட்டே போய் பார்த்த பிறகுதான் அவளுக்கு நிம்மதியாய் இருந்தது. ஆடுகளுக்கு எந்தப் பாதிப்பும் இல்லை. நரியோ நாயோ எதுவும் மேய்ச்சல்கெடை பக்கம் வரவில்லை. வாய்கால் ஓரத்தில் குப்புற விழுந்துகிடந்த ஒருவனைப் பார்த்துத்தான் ஆடுகள் மிரண்டு ஓடியிருக்கின்றன. அப்பாடா என்று நெஞ்சில் கையை வைத்து ஒருமுறை மூச்சை இழுத்து விட்டுக் கொண்டாள்.

ஓட்டமாய் ஓடிவந்ததால் ஏற்பட்ட இரைப்பு குறையும் விதமாய் தளர்ந்து நின்றவள், குப்புற விழுந்து கிடந்தவனைப் பார்த்தாள். அப்போதுதான் அவனைப் பற்றிய சிந்தனையே அவளுக்கு வந்தது. 'ஏன் இப்புடி வந்து விழுந்து கெடக்கணும். யாரா இருப்பாக' என்று கிட்டே போய்ப் பார்த்தாள்.

உடம்பு முழுவதும் அடிபட்டிருந்தது. யாரோ தடியால் அடித்திருக்கவேண்டுமென்று நினைத்தாள். குப்புறக்கிடந்தவனை புரட்டி மள்ளாக்கப் போட்டாள். வெடிப்பெடுத்த பொறுக்குத்தரையில் தடுமாறி விழுந்து விழுந்து எழுந்து ஓடிவந்திருக்கவேண்டும். முகம் உதடு நெற்றி எங்கும் சிராய்ப்புக்களாய் இருந்தன. சிராய்ப்புகளிலிருந்து ரத்தம் கசிந்துகொண்டிருந்தது. வேகமாய் ஓடிவந்திருக்க வேண்டும். மேல்மூச்சு கீழ்மூச்சு வாங்கி, பின் மயங்கிச் சரிந்திருக்க வேண்டும். பேச்சில்லை கண்ணையும் திறக்கவில்லை.

ஏதோ தப்பு செய்தவனைப் பல பேர் சேர்ந்து அடித்து விரட்ட பயத்தில் ஓடிவந்தவன் மயக்கமுற்று விழுந்துகிடப்பதைப் போல இருந்தது. அப்படித்தான் நடந்திருக்க வேண்டும் எனத் தோன்றியது அவளுக்கு.

"என்ன தப்பு செய்துட்டு ஓடிவந்தானோ. நம்ம போயி இவன என்னத்துக்காக பாக்கணும்" என்று நினைத்து தன் வேலையைப் பார்க்க எத்தனித்தாள். ஆனாலும் அவனை கண்டுகொள்ளாமல் போக அவள் மனம் ஒப்பவில்லை. 'கண்ணுக்கு எதுக்க ஒருத்தன் மயங்கிக்கெடக்குறான். அவனுக்கு ஒரு மொணறு தண்ணிகூட குடுக்காம எப்புடிப்போறது. என்னதேன் அவன் கொலகுத்தத்தயே செய்திருந்தாலும் நம்ம எரக்கமில்லாம போவலாமா' என்று நினைத்தவள் மறுபடியும் கூண்டுக்குப் போய் தண்ணீர் எடுத்துக்கொண்டு வரலாமா என யோசித்தாள். இவ்வள தூரம் போயிட்டு வாரத்துக்குள்ள தொண்ட வறண்டு உசுரு நின்னுபோச்சின்னாக்க என்ன பண்றது. நம்மவேற குப்பற கெடந்தவன பெரட்டிப் போட்டுட்டமே' என்று என்னமிட்டவளாக 'ஆவத்துக்குப் பாவமில்ல குட்டி பால பீச்சியடிப்பம்' என்று மேய்ந்துகொண்டு நின்ற இளம் குட்டி ஆட்டை இழுத்துவந்து அவன் தலைக்கு நேராய் நிற்கவைத்தாள். பாலை அவன் முகத்திலும் வாயிலும் படும்படியாக பீய்ச்சிவிட்டாள். முதலில் நாக்கை நீட்டி பாலால் ஈரப்படுத்திக் கொண்டவன், மறுபடி வாயில் பீய்ச்சிவிட்ட பாலை மடக்கு மடக்கென்று விழுங்கினான். ஆட்டின் மடியில் பாலற்றுப் போகவே, அதனை விட்டுவிட்டு அவன் என்ன செய்கிறான் என்று கவனித்தாள். காயம் பட்டிருந்த இடமெங்கும் செம்மறியாட்டின் தடித்தபால் காய்ந்து படிந்துகொண்டிருந்தது.

சிறிதுநேரம் அப்படியே கிடந்துவிட்டு மெல்ல கண்விழித்தவன் மலங்க மலங்க விழித்தான். அவனுக்குச் சட்டென்று எதுவும் ஞாபகத்திற்கு வரவில்லை. பிறகு பொன்னாச்சரத்தை ஒரு திணிசாய் பார்த்தபடியே எழுந்து உட்கார்ந்து நாலாபுறமும் திரும்பிப் பார்த்தான்.

எந்தப் பக்கத்திலிருந்தும் எவரும் விரட்டி வரவில்லை என்று தெரிந்ததாலோ என்னவோ சற்றுத் தெம்பாய் தெரிந்தான்.

அவனுக்கும் கிட்டதட்ட பொன்னாச்சரத்தின் வயதுதான் இருக்கும். அப்பாவியாய் தெரிந்தான். இவனால் பெரிதாக என்ன குற்றத்தைச் செய்திருக்க முடியும் என்பதுபோல யோசித்துக் கொண்டிருந்தாள்.

அவன் அதுவரை பட்ட அடி, காயம், வலி எல்லாவற்றையும் மறந்துவிட்டவனைப் போல பொன்னாச்சரத்தைப் பார்த்துச் சிரித்தான்.

அவன் அப்படி சிரிப்பதைப் பார்த்ததும் ‘மூளை கலங்கிப் போனவனாக இருப்பானோ’ என்று நினைத்தாள் பொன்னாச்சரம்.

“நீ யாரு? ஓம் பேரென்ன?” என்றாள்.

“பக்கிரி”

“பக்கிரியா?”

“ம்.. லூசு பக்கிரி.”

“லூசு பக்கிரியா?”

“ஆமா”

“யாரு இப்படி அடிச்சவுக?”

ஊர் இருக்கும் திசையில் கையைக் காட்டியவன் அதற்குமேல் எதுவும் பேசவில்லை.

“அதான் ஓங்க ஊரா?” என்றாள்.

“எடையூரு” என்றான் தெளிவாக.

“எடையூரு காரவுகளா. சரிதேன் என்னத்துக்காக ஒன்னய அடிச்சாக?”

அதற்குமட்டும் அவன் பதில் எதுவும் சொல்லவில்லை. சொல்லாது போனால் போகிறான். இவன் உலகம் தெரியாத அப்பாவியாய் இருக்கிறான். இவன் வயதுக்கேற்ற அறிவும் தெளிவும் இல்லாதவனாக, சரளமாய் பேசத்தெரியாதவனாக இருக்கிறான். இவனால் நமக்கொன்றும் ஆபத்து ஏற்பட்டுவிடாது. என திடமாய் நம்பினாள்.

“சோறு திங்கிறியா?” என்றாள், ஏதாவது பேசிப் பார்ப்போமே என்பதுபோல.

“சட்டன்று தா தா பசிக்குது” என்று கெஞ்ச ஆரம்பித்துவிட்டான் அவன்.

ஆடுகளை மேயவிட்டுவிட்டு வலசைக்கு அவனை அழைத்துக் கொண்டு போனாள் பொன்னாச்சரம். தனக்கு மத்தியான கஞ்சிக்கென்று தூக்கில் ஊற்றி கவைக்கழியில் மாட்டி வைத்திருந்த பழங்கஞ்சியை எடுத்து அவனிடம் கொடுத்தாள். தன் அம்மாவும் அப்பாவும் உறைந்திருக்கும் உப்பு கொட்டாங்கச்சியையும் களிமண் ஏட்டையும் எடுத்து பத்திரமாய் பெட்டிக்குள் வைத்தாள். இதுபோல இவ்வளவு அலட்சியமாய் இதுவரை ஒருபோதும் அவள் அப்பொருள்களை போட்டுவிட்டுப் போனதில்லை. இன்று ஆடுகளுக்கு ஏதோ ஆகிவிட்டதே என்ற பதற்றத்தில்தான் அப்படி ஏனோ தானோவென்று போட்டுவிட்டு ஓடியிருக்கிறாள்.

அப்படி ஓடுவதற்கு முன்னால் அவைகளை மடியில் வைத்துக் கொண்டு அவள் அழுதது நினைவுக்கு வந்தது. என்னய இப்புடி தனியே தவிக்கவிட்டுட்டுப் பொயிட்டீகளே. நான் விழுந்தா ஒரு டம்ளர் தண்ணி குடுக்க யாரு இருக்கா. காலம் மூச்சூடும் நான் இப்படியே இருந்திட வேண்டியதுதானா என்றெல்லாம் முறையிட்டு அழுதது நினைவுக்கு வந்தது. அழுதுகொண்டிருந்தபோதுதான் ஆடுகள் மிரண்டு கத்தின. ஓடிப்பார்த்தால் இவன் கிடக்கிறான். அப்படியென்றால் என்ன அர்த்தம். ஏதோ ஒன்று அவளுக்குப் புரிந்தது போல இருந்தது.

திரும்பி அவனைப் பார்த்தாள். பசியோடு பழங்கஞ்சியை அள்ளி அள்ளித் தின்றுகொண்டிருந்தான். ‘எத்துன நாளு பட்டினியோ யாரு கண்டாக. இவனுக்கும் அம்மா அப்பா சொந்தபந்தம் யாரு இருக்கமாட்டார்களோ. அப்படி இல்லாமல் இருந்தால் நல்லதுதான்’ என நினைத்தாள். ‘இவனை யாரும் தேடிக்கொண்டு வருவார்களோ அல்லது சோறு தின்று களைப்பாறியதும் அவனே தம் வீட்டைத்தேடி போய்விடுவானோ’ என்றெல்லாம் யோசிக்கத் தொடங்கினாள்.

அவனை யாரும் தேடிக்கொண்டு வந்துவிடக்கூடாது. அவனேகூட எங்கேயும் எழுந்து போய்விடக்கூடாது என்று அவள் மனம் சற்றே ஏங்கத் தொடங்கியிருந்தது.

அவளின் அழுகையைப் பொறுத்துக்கொள்ள முடியாத அவளுடைய அம்மாவும் அப்பாவும் தெய்வங்களாயிருந்து அவனை அனுப்பி வைத்திருக்கிறார்கள் என்று நம்பத்தொடங்கியிருந்தாள் இறுதியில்.

17

ஆடுகளுக்குத் தண்ணீர் இல்லாமல் போகவே பொன்னாச்சரம் தங்கியிருந்த பாண்டிக்கோட்டகம், ஓரூர், வெள்ளாங்கால் பகுதிகளிலிருந்து மெதுவாய் ஆட்டை மேய்த்தபடியே சித்தமல்லி, பெருகவாழ்ந்தான் பகுதிகளுக்கு வந்து சேர்ந்திருந்தாள்.

பக்கத்து ஊர்களுக்கு என்றாலும் எட்டத்து ஊர்களுக்கு என்றாலும் பயணம் போவது இப்போதெல்லாம் பெரிய கஷ்டமாய்த் தெரியவில்லை. கிடைக்கு பக்கிரி வந்து சேர்ந்தபிறகு எல்லாமே அவளுக்கு சுலபமாகிவிட்டது.

ஆடு வளைப்பது முதல் அடுப்புக்கு முள் நறுக்கித் தருவதுவரை அவளின் எல்லா வேலைகளையும் வாங்கிச்செய்தான். இவள் சோறாக்கினால் அவன் குட்டிகளை ஊட்ட அடித்து கவிழ்த்து விடுகிறான்.

அவள் தண்ணீர் தூக்கி வரச்சென்றால் அவன் தொழு கூட்டி வலையடித்துவிடுகிறான். பொன்னாச்சரம் தன் இரண்டு கைகளால் மட்டுமே செய்து வந்த வேலைகளைச் செய்ய இப்போது நான்கு கைகள் இருப்பதுபோல உணர்ந்தாள்.

முப்பது ஆடுகளை மட்டுமே வைத்துக்கொண்டு யாரிடம் போய் கிடைகட்ட கேட்கமுடியும். முப்பது ஆடுகளுக்கு எவ்வளவுதான் கிடைக்கூலி கேட்கமுடியும். கொடுக்க முடியும் என்று யாரிடமும் கிடை அடையப் போட கேட்காமல் ‘தாங்குற பூமிக்கு பாரக்கூலியா? போனா போயிட்டுப்போகுது புளுக்கதானே’ என்று இருந்துவிட்டாள்.

அதனால் கைச்செலவுக்குக்கூட காசில்லலாமல் இருந்திருக்கிறாள். ஆனால் பக்கிரி வந்தபிறகு, கிடைகேட்டு கட்டிக்கொண்டிருக்கிறாள். ஒரு துண்டு ஆடுகளுக்கு பத்து ரூபாய் கிடைத்தால் முப்பது ஆடுகளுக்கு மூன்று ரூபாய் கிடைத்துவிட்டுப்போகிறது. அதை ஏன் நாம் கேட்டு வாங்கக்கூடாது என்ற விதமாக சிந்திக்க ஆரம்பித்திருந்தாள். அவளோடு குறுந்தாயி இருந்தவரை வயல்காரர்களிடம் குறுந்தாயிதான் பேசி கிடை அடையப்போடவும் கிடைக்கூலி வாங்கிவரவும் அவர்களின் வீடுகளுக்குப் போவாள். குறுந்தாயி செத்தபிறகு தனியாய் இருந்த பொன்னாச்சரத்தால் ஆடுகளை விட்டுவிட்டு ஊருக்குள் போய் கிடைக்கட்ட கேட்டு வரவோ கிடைக்கூலி வாங்கிவரவோ முடியாமல் போனதும் ஒரு காரணமாக இருந்தது.

இப்போது பக்கிரி வந்துவிட்ட பிறகு, அவனிடம் ஆடுகளை விட்டுவிட்டு எங்கு வேண்டுமானாலும் போய்விட்டு வரமுடிந்தது.

இரண்டு வாரங்களுக்கு முன்னால் எடையூர் சந்தைக்கு ஈத்தாடு ஒன்றை ஓட்டிச்சென்றவள், அதை விற்றுவிட்டு பக்கிரிக்கு ஒரு கைலியும் கால்சட்டை பனியனும் வாங்கிவந்து கொடுத்திருந்தாள். அவன் வந்தது முதலே கட்டிக்கொள்ள நல்ல துணிமணி இல்லாமல் கந்தலையேத்தான் கட்டிக்கொண்டிருந்தான். அவனுக்கு புதிதாய் கைலியும் பனியனும் வாங்கிக் கொடுக்கவேண்டுமென்று பல நாட்களாய் நினைத்திருந்தும் அவளால் அது முடியவில்லை. கையிலும் காசில்லை. யாராவது குட்டி வேண்டுமென்று தேடிக்கொண்டு வந்து கேட்டாலன்றி அவளால் குட்டிகளை விற்க முடியாது. அப்பாவுடனோ அண்ணன்களுடனோ சந்தைக்குப் போன அனுபவமும் அவளுக்கு இல்லை. எப்படியாவது பக்கிரிக்கு புதுத்துணி எடுத்துக் கொடுத்துவிட வேண்டும் என்ற எண்ணத்தில், என்ன ஆனாலும் ஆகட்டும் போய்த்தான் பார்ப்போமே என்று பல் தேய்ந்து மேய முடியாமல் நின்ற ஈத்தாடு ஒன்றை ஓட்டிக்கொண்டு சந்தைக்குப் போய்விட்டாள்.

சந்தையில் ஆடு விற்பதற்கு எங்கேயும் போய் கற்றுக்கொண்டு வரவேண்டியதில்லை. சிறிது நேரம் நின்று வேடிக்கை பார்த்தாலே நல்லதும் கெட்டதும் தானாக விளங்கிடும் என்பது புரிந்தது. கையில் காசு வைத்துக்கொண்டு பொருள்களை வாங்கியும் அவளுக்குப் பழக்கமில்லாமல் இருந்தது. ஊருக்குள் கூவி விற்றுக்கொண்டு போகும் ஒருசில பொருள்களை அவள் வாங்கியிருக்கிறாள். இதுபோல் சந்தைக்கோ கடைத்தெருவிற்கோ போய் எந்தப் பொருளும் வாங்கியது கிடையாது. அதுவும் முதன்முதலில் தனக்கென்றுகூட எதுவும் வாங்காமல் பக்கிரிக்கு கைலியும் கால்சட்டை பனியனும் வாங்கியது அவளுக்கு புதுவிதமான அனுபவமாக இருந்தது. அப்பாவைப் போல அம்மாவைப் போல பெரிய மனித காரியம் ஒன்றைச் செய்வது போன்ற பெருமையை ஏற்படுத்தியிருந்தது. பொறுப்புணர்வுள்ள ஒரு குடும்பப் பெண்போல தன்னை நினைத்துக்கொண்டாள். தான் நிறையவே மாறிப்போயிருக்கிறோம் என்பதுபோலத் தோன்றியது அவளுக்கு.

சந்தைக்குப் போய்வந்தது, ஆடு விற்றது, துணிமணிகள் வாங்கியதால் மட்டுமல்ல. பக்கிரி ஆட்டுக்கிடைக்கு வந்து சேர்ந்தது முதற்கொண்டே அவள் படிப்படியாய் மாறித்தான் போயிருந்தாள்.

அம்மா அப்பாவை இழந்து ஆதரவற்ற நிலையில் இருந்த அவளது முகம் எப்போதும் பார்ப்பவரது பரிதாபத்தைக் கோரும் மாதிரியாகவே இருக்கும். சோர்வும் ஏக்கமும், ஒருவித பரிதவிப்பும் எப்போதும் அவள் முகத்தில் குடிகொண்டிருக்கும். ஆனால் பக்கிரி வந்த பிறகு அவையெல்லாம் கொஞ்சம் கொஞ்சமாய் அவளைவிட்டு விலகியிருந்தன. மகிழ்ச்சியின் ரேகைகள் முகத்தில் மட்டுமல்லாமல் உடலிலும் தெரியத்தொடங்கியிருந்தது.

எடையூரில் அம்மா அப்பா இல்லாத அனாதைச் சிறுவனாய் வீட்டுக்கு வீடு கடைக்குக் கடை அலைந்துதிரிந்துகொண்டு பார்ப்பவர்கள் ஏவும் வேலைகளை வாங்கிச் செய்து கொடுத்துக்கொண்டு, அவர்கள் தரும் மிச்சம்மீதி உணவுகளை வாங்கித்தின்றுகொண்டு இருக்க நிரந்தரமான இடமில்லாமலும் உடுக்க நல்ல உடையில்லாமலும் சுற்றிக்கொண்டிருந்தவன். அவனது வயிற்றுக்கே உணவு தேடிக் கொள்ளும் அளவுக்கு திறமையில்லாதவன். மனதில் நினைப்பதை சரியாய் மற்றவரிடத்தில் சொல்லத்தெரியாத, தெளிவாய் பேசத்தெரியாத, சிந்திக்கத் தெரியாத, மற்றவர்களால் லூசு என்று அழைக்கப்பட்ட பக்கிரியால்தான் பொன்னாச்சரத்தின் வாழ்வில் இப்படியொரு அற்புதமான மாற்றங்களை நிகழ்த்த முடிந்திருக்கிறது.

இவையனைத்தும் தன் அப்பா அம்மாவின் விருப்பப்படியேதான் நடக்கிறது. அவர்கள் எப்போதும் அவளுடன் இருந்து அவளுக்குத் தேவையான எல்லாவற்றையும் செய்துகொண்டிருக்கிறார்கள் என்று நம்பினாள்.

ஐயனார் கோயில் திடலில் இருந்தது பொன்னாச்சரத்தின் வலசை. கோயில் திடலை ஒட்டியிருந்த ஆறுமுகத்தேவரின் வயலில் கிடந்தது கிடை. இரண்டு நாட்கள் கெடை கட்டினால் மூன்று மரக்கால் நெல் என்று கெடைக்கூலி பேசிக்கொண்டு கட்டி வருகிறாள். முப்பது முப்பத்தைந்து ஆடுகள்தான் என்பதால், சிறியதொரு வட்டமாய் வலையடித்து ஆடுகளை அடையப்போட்டுக் கொண்டிருந்தார்கள். ஒவ்வொரு நாளும் வலையைப் பிரித்து அடுத்த அடுத்த இடத்தில் மாற்றி அடிக்கவேண்டும். இந்த வேலைகளையெல்லாம் பக்கிரி செய்துகொண்டிருந்தான். அவனுக்கு தினமும் வயிற்றுக்கு சோறு கிடைத்ததே பெரிதாய் இருந்தது. போதாத குறைக்கு புதிதாய் துணிமணிவேறு எடுத்துக் கொடுத்திருக்கிறாள். அவனிடம் அக்கறையாய் பேசுகிறாள்.

அவனை இங்கேயே இருந்துவிடு என்று அவள் ஒரு முறைகூட சொல்லவில்லை. அவனுமேக்கூட "நான் இங்கயே இருந்தர்றன்" என்று சொல்லியதில்லை. இருந்தபோதும் அவள் அடுத்தடுத்து வேலைகளைச் செய்யச் சொல்கிறாள், அவன் செய்துகொண்டிருக்கிறான். அவளாகவே முன்வந்து அவனை விரட்டி அடித்தாலன்றி அவன் அவளது கிடையைவிட்டு போகப்போவதில்லை என்பதுபோல தங்கிவிட்டான்.

வலசையில் பாத்திரபண்டங்களைக் கழுவிப்போட்டுவிட்டு அன்னக்கூடையில் இருந்த ஆட்டுக்கறியை எடுத்து முன்னால் வைத்துக்கொண்டு உட்கார்ந்தாள் பொன்னாச்சரம். கறியைப்

பார்த்தவுடன் புதிதாய்ப் பார்ப்பதுபோல மனது மறுபடியும் ஒருமுறை சுருக்கிட்டது. அநியாயமா ஒரு குட்டிய இப்படி சாகக்குடுத்துட்டமே. இன்னிக்கி வெலக்கி அப்புடியே தூக்கிக்குடுத்தாலும் சொளயா ஆயிரத்து ஐநூறு ரூபாய்க்கு விக்கலாமே. இப்புடி செத்துப்போயிட்டுதே என்று வருத்தப்பட்டாள்.

மேய்ச்சல் கெடையில் கிடக்கும் புல் பூண்டு செடிகள் எப்படிப் பட்டவை, அவைகளை மேய்ந்தால் ஆடுகளுக்கு ஒத்துக்கொள்ளுமா கழிச்சல் உண்டாகுமா என்றெல்லாம் பார்த்து பார்த்துத்தான் மேய்க்கிறாள். ஒரு குட்டியையும் சேதப்படுத்திவிடாமல் வளர்த்துக் கிடையைப் பெருக்கிக்கொண்டிருப்பவள் பொன்னாச்சரம். அப்படிப் பட்டவளே ஏமாந்துபோய்விட்டாள். இரண்டு நாட்களுக்கு முன்பு அவள்தான் ஆடு வளைத்துக்கொண்டிருந்தாள். ஆடுகள் மேய்ந்துகொண்டே போனது. சாராயக்கடை பக்கம் மனிதர்கள்தான் போகக்கூடாது. ஆடுகள் போவதால் இழப்பு ஒன்றும் ஏற்பட்டுவிடாது என நம்பினாள். ஆடுகளுக்கு அந்தப் பகுதியில் நல்ல மேய்ச்சல் கிடப்பதுபோல தோன்றியிருக்க வேண்டும். அக்கம்பக்கம் பச்சைப்பயிர் எதுவுமில்லை. நிறைய பேர் குடிக்கவருவதும் போவதுமாக இருந்தார்கள். குடிக்கிறவங்க இருக்குற எடம். நம்ம கிட்ட போகவேண்டாம். ஆடுக மேஞ்சிட்டு பொறுமையா வரட்டும் என்று எண்ணியவள், ஆடுகள் வந்துசேரும் இடத்தில் போய் உட்கார்ந்துகொண்டாள்.

ஆடுகள் எல்லாம் பச்சையை மேய்ந்துகொண்டிருக்க இந்த மூவட்ட பிருவ மட்டும் அங்கு கிடந்த பாலிதீன் தாள்களைத் தின்றிருக்கிறது. முறுக்கு, சுண்டல் வாசனைக்கோ என்னவோ. சாரயக்கடை பக்கம் நிறையவே தாள்கள் பறந்துகொண்டிருந்ததை பொன்னாச்சரமும் கவனித்தாள். இருந்தாலும் குட்டிகள் அவற்றையும் தின்றுவிடும் என்று அவள் கொஞ்சம்கூட நினைத்துப் பார்க்கவில்லை.

அன்று இரவு கிடையில் அதுமட்டும் அசைபோடாமல் கிடந்திருக்கிறது. மறுநாள் மேய்ச்சலில் சற்று சுணக்கமாவேதான் நின்றது. "வயித்துல புண்ணுகின்னு ஏதாவது ஏற்பட்டிருக்குமோ' என நினைத்தவள், வேப்பெண்ணெய் காய்ச்சி அதில் கொஞ்சம் மஞ்சளை அரைத்துப்போட்டு உள்ளுக்குப் போட்டுவிட்டாள்.

கொப்பாடுகள், கொம்புக்கிடாய்கள் ஏதாவது முட்டியிருக்குமோ என்று உடலெங்கும் தடவிப்பார்த்தாள். அவளுக்கு என்ன காரணத்தினால் இது இப்படி நிற்கிறதென்று எதுவும் புரிபடவில்லை. மேய்ச்சலில் புல் கடிக்காமல் நின்ற ஆடு, நேற்று கிடைக்கு திரும்புவதற்குள்ளாக மேய்ச்சல் கெடையிலேயே சுருண்டு விழுந்துவிட்டது. நல்ல வாலிப்பான மூவட்டபிருவ என்பதால் அதனைத் தூக்கி எடுக்க

அவளால் மட்டும் முடியவில்லை. ஆடுகளைத் தொழுவை நோக்கி திருப்பி விட்டுவிட்டு பொன்னாச்சரமும் பக்கிரியுமாகச் சேர்ந்து தூக்கிக்கொண்டு வந்தார்கள். தொழுவில் கொண்டுபோய் போட்டபோது வயிறு ஏறி இறங்கியது; வயிற்றுக்கும் வாயுக்குமாக இழுத்துக்கொண்டு கிடந்தது. பொன்னாச்சரத்திற்குப் புரிந்துவிட்டது. இனிமேல் இதைக் காப்பாற்ற முடியாது என்று. பக்கத்தில் உட்கார்ந்து தடவிக்கொடுத்தாள். கண்ணை உருட்டி உருட்டி பரிதாபமாய் பார்த்த குட்டி லேசாய் வாயைத்திறந்து கமறியது. இன்னும் கொஞ்சநேரத்தில் உயிர் நின்று போய்விடும் என்று நினைத்தவள், அதைப்பார்க்க சகித்துக்கொள்ள முடியாமல் எழுந்து போனாள். மற்ற ஆடுகளை வளைத்துவந்து பட்டியில் அடைக்கும் வேலையில் ஈடுபட்டாள்.

பக்கிரி அவன் பங்கிற்கு ஓடிச்சென்று தண்ணீர் மொண்டுகொண்டு வந்தான். தண்ணீரைக் கொடுத்து காப்பாற்றிவிடலாம் என்ற நம்பிக்கையால் அதன் தலையைத் தூக்கி அதன் வாய்வழியே தண்ணீரை ஊற்றிக்கொண்டிருந்தான். அவனது முகம் சுத்தமாய் செத்துப்போய் கிடந்தது. அவன் கிடைக்கு வந்துசேர்ந்தது முதல் இதுபோல ஆடுகள் எதுவும் சாகவில்லை. முதல்முறையாக ஆடு சாவதைப் பார்ப்பதால் அவனால் அதை தாங்கிக்கொள்ள முடியவில்லை. அந்த ஆடு செத்துப்போவதால் அவனுக்கு யாதொரு இழப்பும் இல்லை யென்றாலும்கூட, ஏதோ பெரிய துன்பம் தனக்கு நேர்ந்து விட்டதைப்போல பரிதவித்தான்.

பொன்னாச்சரத்திற்கு ஆடு சாவதைப் பார்ப்பது ஒன்றும் புதிதில்லை. அவள் அப்பா இருக்கும்போது கெடையில் நூற்று ஐம்பதுக்குமேல் ஆடுகள் நின்றபோது எத்தனையோ ஆடுகள் செத்திருக்கின்றன. படுசாவு வந்து எட்டு ஆடுகள் பத்து ஆடுகள் என்று மொத்தமாய் செத்தெல்லாம்கூட பார்த்திருக்கிறாள். ஆனால் இன்று ஏனோ அவளாலும் இந்த ஒரு ஆடு சாவதைத் தாங்கிக்கொள்ள முடியவில்லை.

ஆடுகளைப் பட்டியில் அடைத்துவிட்டு கெடை இருக்கும் இடத்தை விட்டு சற்று தள்ளி, செத்த ஆட்டைத் தூக்கிக்கொண்டுபோய் போட்டாள். அவள் என்ன செய்யப்போகிறாள் என்பது தெரியாமலேயே அவள் இட்ட வேலைகளைச் செய்துகொண்டிருந்தான் பக்கிரி. மூன்று தடிக்கழிகளை எடுத்துவந்து அவற்றை உச்சியில் சேர்த்துக்கட்டி அதிலிருந்து ஒரு கயிற்றைத் தொங்கவிட்டாள். மூன்று கழிக்கால்களையும் அகற்றிவைத்து மும்மரமாக்கினாள். உச்சியிலிருந்து தொங்கிய கயிற்றில் ஆட்டின் பின்னங்கால்களைக் கட்டி தொங்கவிட்டாள். கால்களிலிருந்து ஆட்டின் தோலைக் கீறி, தோலில் காயம் பட்டுவிடாதவாறு தோலை முழுதாய் உறித்து எடுத்தாள். அவளுடைய அப்பா இருந்தபோது அவர்

செய்வதைப் பார்த்துக் கற்றுக்கொண்டது இதெல்லாம். படுசாவு வந்து ஆடுகள் மொத்தமாய் பத்து இருபதென்று சாகும்போதுகூட அவ்வளவு கறியையும் உப்புக்கண்டம் போட முடியாது, குழிதோண்டிப் புதைத்து விடலாம் என்று சொல்லுவார்கள். முழு ஆட்டையும் குழிக்குள் போட்டு புதைத்தால் கறியோடு தோலும் போய்விடும் என நினைக்கும் சாத்தையா, சளைக்காமல் ஒவ்வொரு ஆடாய் கட்டி தொங்கவிட்டு தோலை உறித்து எடுத்துக்கொண்டுதான் கறியைக் குழிக்குள் போட்டு புதைப்பான், நேரத்திற்குத் தக்கபடி ஒரு ஆட்டின்தோல் இருபது ரூபாய்க்கோ முப்பது ரூபாய்க்கோ சமயங்களில் ஐம்பது ரூபாய்க்குக்கூட போகும். அதையேன் வீணாக்க வேண்டுமென்று இரவு மூச்சூடும் லாந்தரை ஏற்றி வைத்துக்கொண்டு உறித்து உப்பு வைப்பான் சாத்தையா, சாத்தய்யாவுக்கு உதவியாய் அப்போதெல்லாம் பொன்னாச்சரம்தான் உறித்துப்போட்ட தோலில் உப்புத் தடவி மடித்துவைப்பாள்.

அப்போது அப்பாவைப் பார்த்து கத்துக்கொண்டது இப்போது நமக்கு உதவுகிறது என்று எண்ணியபடியே உறித்து உப்புத் தடவி வைத்துவிட்டு கறியைக் கண்டதுண்டமாய் வெட்டினாள்.

கறி நாற்றமெடுக்காமல் இருக்கவும் கெட்டுப்போகாமல் இருக்கவும் உப்புடன் விளக்கெண்ணெய்யும் ஊற்றிப் பிசைந்து வைத்துவிட்டு தனியாய் எடுத்துவைத்திருந்த குடலைப் பார்த்தாள். குடலைப் பார்த்துத்தான் ஆடு எப்படி செத்திருக்கிறது என்பதைக் கீதாரிகள் கண்டுபிடிப்பார்கள். இந்தப் பிருவக்குட்டியின் குடலில் எக்கசக்கமாய் பாலிதீன் தாள்கள் சிக்கியிருந்ததைப் பார்த்தாள். “சௌத்தாள திண்டுட்டுத்தேன் செத்துப்போயிருக்கு. அடக்கடவுளே. எம்புட்டு பிருவக்குட்டிக்கு எமனாயிட்டுதே சௌத்தாளு. பாழாப்போன சாராயக்கட பக்கம் ஆட்ட ஓட்டுனது தப்பாப் போயிட்டுதே” என்று புலம்பினாள்.

நீண்ட நைலான் கயிற்றில் கோணி ஊசியால் ஒவ்வொரு துண்டுக் கறியாக எடுத்துக் கோத்தாள். குட்டி வலிப்பான, சதைப்பற்றான பெரிய குட்டி என்பதால் கறி நிறையவே இருந்தது. கோர்க்கக் கோர்க்க அன்னக்கூடை குறையாமல் இருந்ததுபோல தோன்றியது அவளுக்கு.

‘எம்புட்டு பெரிய குட்டி. கிடாவெரட்டி சென படுற நேரமாச்சே. இப்புடி அநியாயமா போயிட்டுதே. கோர்த்தது மாலைபோல நீண்டிருந்தது. ஏற்கெனவே கொடிக்காக ஊன்றியிருந்த கழிகளுக்கிடையே அதைக் கட்டினாள். எரிக்கிற வெயிலுல சரக்கா ஓடிரும்’ கைகள் முழுவதும் ஆட்டின் கொழுப்பு பிசுக்கு பிசுக்கென்று ஒட்டிக் கொண்டிருந்தது. ‘கொழுப்ப தனியா எடுத்து வச்சா கொழம்பு தாளிக்க ஆகும் போலருக்கே. நல்லகொழுப்புப் புடிச்ச குட்டியாருந்துருக்கு’ என

நினைத்தாள். 'சாங்காலம் செத்த காஞ்சபெறவு கொழுப்ப மட்டும் தனியா அறிஞ்சி எடுத்துக்கிருவம். உருக்கி எடுத்தா ஒரு பாட்டுலு எண்ணெய் தேறும் போலருக்கு' என்று மனதிற்குள்ளேயே சொல்லிக்கொண்டவள், பக்கிரி சாப்பிட வருகிறானா என்று பார்த்தாள். ஆடு கலைத்துவிடும் நேரம் வந்துவிட்டது இன்னும் சோத்துக்கு வரவில்லையே இவன். எங்கே போய்விட்டான் என்று நினைத்தவள் அவனைத் தேடிக்கொண்டு வந்தாள். அவன் பட்டியைத்தவிர வேறு எங்கும் போகமாட்டான் என்பது அவளுக்கு நன்றாகவே தெரியும். பட்டிக்குள் அவன் உட்கார்ந்து என்னவோ செய்துகொண்டிருப்பது போலத் தெரிந்தது. 'ஒக்காந்துக்கிட்டு என்ன செய்யிறான்' என வேகமாய் நடந்தாள். ஆடு ஒன்றை மடக்கி தன் கால்கவட்டிக்குள் போட்டுக்கொண்டு மயிர் கழித்துக்கொண்டிருந்தான். அவளுக்கு அவன் செய்த வேலையைப் பார்க்க ஆச்சரியமாக இருந்தது. இந்த வேலயயெல்லாம் இவன் எப்ப செய்ய கத்துக்கிட்டான்.

புரட்டாசிக்குள் எல்லா ஆடுகளின் மயிரையும் கழித்து விட்டுவிடவேண்டும் என்பதால் நான்கு நாட்களுக்கு முன்பு ஒரு ஆட்டிற்கு இவள் மயிர் கழித்தாள். மறுநாளும் ஆட்டை மடக்கிப்போட்டு பொன்னாச்சரத்தின் அப்பா, அண்ணன்கள் கழித்து விடுவதுபோலவே கழித்துவிட்டாள். அதைப் பக்கத்திலேயே நின்று பார்த்துக்கொண்டிருந்தான் பக்கிரி.

'தெனமும் ஒவ்வொண்ணா கழிச்சி வுட்டுறனும். அப்பத்தேன் மள தண்ணிக்கு தாங்கும்' என்றாள். அதன்பிறகு அடுத்த நாள் மயிர் கழிக்க முடியாமல் செத்துப்போன மூவட்டபிருவக்கி வைத்தியம் செய்துகொண்டிருந்துவிட்டாள்.

இன்றைக்கு என்ன நினைத்தானோ அவளிடம்கூட சொல்லாமல் மயிர் கழிக்கும் கத்தியை எடுத்து வந்து அவனே வெட்டிக் கொண்டிருக்கிறான். 'சும்மா சொல்லக்கூடாது. வாய்பேச்சிலும் பழக்கவழக்கத்திலும்தான் திருத்தமில்லையேத் தவிர, கைவேலையில் எந்தக் குறையும் சொல்லிவிட முடியாதபடிக்கு நன்றாகவே எல்லா வேலைகளையும் செய்கிறான்' என நினைத்து புன்னகைத்துக் கொண்டாள் பொன்னாச்சரம்.

'என்ன மயிறு வெட்டுறத்துக்கெல்லாம்கூட கத்துக்கிட்டாய் போலருக்கு' என்றாள், சத்தமாய். அவளின் குரல் கேட்டு திரும்பிப் பார்த்தவன் சிரித்தான். அவன் ஆடுகளுக்கு இடையே உட்கார்ந்து கொண்டு தலையைத்திருப்பியதைப் பார்க்கும்போது செம்மறியாடு ஒன்று தலையைத் திருப்பிப் பார்ப்பது போலவேத்தான் தோன்றியது பொன்னாச்சரத்திற்கு.

அவளும் பலமுறை மேய்ச்சல் கெடையில் பார்த்துவிட்டாள். ஆடுகளுக்கு நடுவே அவன் நின்று அந்தப் பக்கமும் இந்தப் பக்கமும் தலையைத் திருப்பி பார்த்தானென்றால், அப்போது அவனைப் பார்க்க செம்மறியாடு போலவேத்தான் தெரியும் அவளுக்கு. ஏன் இப்படித் தெரிகிறது. நமக்கு என்று பலமுறை யோசித்துப் பார்த்துவிட்டாள். அவன் ஆடுகளைப் போலவே சூதுவாது தெரியாத அப்பாவியாய் இருப்பதால்தான் நமக்கு இப்படித் தோன்றுகிறதோ என்று நினைத்துக்கொள்வாள். எது எப்படியிருந்தபோதும் அவனில்லாத ஆட்டுக்கெடையையும் மேய்ச்சல் கெடையையும் அவளால் இனி நினைத்துக்கூட பார்க்கமுடியாது என்று தோன்றியது.

18

அந்த ஐயனார் திடலுக்குள் பெண்கள் யாரும் செல்ல மாட்டார்கள். ஆண்களுமேக்கூட இரவு நேரங்களிலும் உரிம நேரத்திலும் போகப் பயப்படுவார்கள். ஆனால் நாம் இதற்கெல்லாம் பயந்தால் ஆடு மேய்க்க முடியுமா என்று நினைக்கும் கீதாரிகள் யாருமே பேய் பிசாசுகளுக்கோ துஷ்டமான சாமிகளுக்கோ அதிகமாய் பயப்படுவது கிடையாது.

அன்று ஆடிமாதம். வெள்ளிக்கிழமை. இந்த ஐயனாரை குல தெய்வமாகக்கொண்ட குடும்பங்கள் எல்லாம் எட்டாத தொலைவில் இருக்கின்றனவோ என்னவோ, ஒரு விளக்கு போடக்கூட யாரும் வரவில்லை. சீந்துவாரற்று பரிதாபமாய் நின்றுகொண்டிருந்தார் ஐயனார்.

திடலுக்குள் இருந்த மரங்களில் கோவைக்கொடிகளும் இன்னும் சில கொடி வகைகளும் நிறைய படர்ந்திருந்தன. ஆடுகள் அவற்றை நன்றாக மேயுமென்பதால் ஆடுகளைத் திடலுக்குள் விட்டுவிட்டு கோயிலை வேடிக்கை பார்த்துக்கொண்டு சுற்றிவந்தாள். ஐயனார் ஒரு கீற்றுக்கொட்டகைக்குள் இருந்தார். அதன் பக்கத்திலும் எதிரிலும் இன்னும் இரண்டு மூன்று சாமிகள். கையில் பெரிய கத்தியுடனும் பெரிய மீசையுடனும் இருந்தன. அவைகளுக்கு சிமென்டால் ஆன சிறிய கூரைச் சிலையை ஒட்டியவாறே கட்டப்பட்டிருந்தது. இதையல்லாமல் ஐயனாருக்கு காவல் தெய்வங்கள் வேறு இருந்தன. இரண்டு சாரியிலும் வரிசையாய் நின்ற குதிரைகள். சிலைகளையும் கோயில் அமைப்பையும் அவ்விடத்தின் அமைதியையும் பார்க்கும் யாருக்கும் பீதி கிளம்பும். ஆனால் பொன்னாச்சரம், ஊருக்கு ஊர் இதுபோன்ற கோவில்களையெல்லாம் நிறையவே பார்த்திருக்கிறாள். கோவிலுக்குள் புகுந்து எத்தனையோ முறை விளையாடி இருக்கிறாள். எப்போதும் சாமிகளைப் பார்த்து அவள் பயப்பட்டது கிடையாது.

அதே சமயம் சாமிகள் மீது மிகுந்த நம்பிக்கையும் கொண்டிருந்தாள். காடுமேடெல்லாம் சுற்றித்திரியும் அவர்களையும் ஆடுகளையும் பத்திரமாய் பாதுகாப்பது ஆங்காங்கே உள்ள சாமிகள்தான் என்று நம்பக்கூடியவள் அவள்.

அன்றைக்கும் அப்படித்தான் திடலில் ஆடுகள் மேய ஒருபக்கம் அவளும் இன்னொரு பக்கம் பக்கிரியுமாக நின்று பார்த்துக் கொண்டிருந்தார்கள். கோவில் முழுவதும் சருகுகள் கொட்டி குப்பையாய்க் கிடந்தது. அன்று வெள்ளிக்கிழமை என்பதெல்லாம் பொன்னாச்சரத்திற்குத் தெரியாது.

சாமிக்கு நல்லது செய்யவேண்டும் என்ற எண்ணத்தில் இரண்டு மூன்று மிளகாய் பூண்டுகளைப் பிடுங்கி வந்து விளக்குமாறுபோல் கட்டிக்கொண்டாள். அதைவைத்து கோவிலுக்கு வெளியேயும் உள்ளேயும் கூட்டிக்கொண்டிருந்தாள். அப்போதுதான் அவள் அதைக் கவனித்தாள். அவள் கட்டியிருந்த பாவாடையில் ஆங்காங்கே திட்டுதிட்டாய் கறை.

“என்னது இது” என்று திடுக்கிட்டவள், சிலைக்குப் பின்னால் சிலை மறைவில் போய் நின்றுகொண்டு பாவாடையை நன்றாகப் பார்த்தாள். ரெத்தக்கறைதான் என்பது நன்றாகத் தெரிந்துபோனது. அப்படியென்றால் நாம் பெரியவளாகிவிட்டோமோ என்று மேலும் திடுக்கிட்டாள். என்ன செய்வது என்று அவளுக்கு ஒருகணம் எதுவும் புரியவில்லை. தாம் கோயிலுக்குள் நிற்கிறோம் என்பதுகூட புத்தியில் உறைக்கவில்லை. “என்ன செய்வது யாரிடம் சொல்வது” என்று எதுவுமே யோசிக்க முடியாமல் திணறினாள்.

அவளுடைய சிறிய அக்கா வயதுக்கு வந்தபோது அவள் பார்த்திருக்கிறாள். இன்னும் ஆட்டுக்கார பெண்கள் இரண்டு மூன்று பேர் பெரிதான போதும் கிட்டேயிருந்து கவனித்திருக்கிறாள். அம்மாவிடம் சொல்லி அக்கம் பக்கத்து பெண்களை கூப்பிட்டு சல்லடை வைத்து தண்ணீர் ஊற்றுவார்கள். ஏழெட்டு நாட்களுக்கு யாரையும் தொடக்கூடாதென்று சொல்லி வலசையிலேயே தனியாய் உட்கார வைத்துவிடுவார்கள். நமக்கு யாரிருக்கிறார். எவரிடம்போய் சொல்வது. என்பதுபோல யோசித்துக்கொண்டிருக்கையில்தான் சட்டென்று அவள் கோவிலில் நிற்பதே நினைவுக்கு வந்தது. “அய்யய்யோ... கோயிலுக்குள்ளயில்ல நிக்கிறம். இந்த சாமிவேற துஷ்டமான சாமியாயிட்டுதே. நம்ம இப்புடி தப்பு பண்ணிட்டமே நம்மள தண்டிச்சிருமா என்றவிதமாகப் பயந்தாள். சாமியை ஏறிட்டுப் பார்த்தாள். விழிகளை உருட்டி சாமி அவளைப் பார்த்து முறைப்பது போலிருந்தது. ‘என்னைய மன்னிச்சிரு. நான் வேணுமுன்னே செய்யல.

ஏதோ தெரியாம நடந்து பொயிட்டுது' என வேண்டியவாறே அவ்விடத்தை விட்டு வெளியேறிவிட்டாள். திடலைவிட்டு சற்று தூரமாய் வந்தபிறகுதான், திடலுக்குள் ஆடுகள் நிற்பதும் ஆடுகளோடு பக்கிரி நிற்பதும் நினைவுக்கு வந்தது. நம்மை காணவில்லை என்று அவன் தேடினால் என்ன செய்வது? பக்கிரியிடம் சொல்லாமல் எப்படி வலசைக்குப் போவது என்று யோசித்தாள். ஆடு கனைப்பதுபோல் கனைத்தாள், கனைப்பு சத்தம் கேட்டு எட்டிப் பார்த்தவன், இவள் திடலைத்தாண்டி நிற்பதைப் பார்த்துவிட்டு சைகையால் என்ன என்று கேட்டான். 'கிட்டே வா' என்று சைகையால் கூப்பிட்டாள் அவள். அவனிடம் என்ன சொல்வது என்று பலவாறாக அதற்குள் யோசித்துப்பார்த்தவள், யோசித்தது எதையுமே சொல்லாமல் அப்போது தோன்றிய "உப்புக்கண்டம் நறுக்கி காயப்போடணும். நாம் போறன். நீ ஆட்ட பத்திக்கிட்டு பின்னாலயே வா" என்று சொல்லிவிட்டு வலசைக்குப் போனாள். தகரப்பெட்டியைத் திறந்து தன் அம்மாவையும் அப்பாவையும் எடுத்து வைத்துக்கொண்டு அழுதாள். "அண்ணன் மார்ககிட்ட போயி சொல்லுவனா... அக்கா மார்ககிட்டபோயி சொல்லுவனா. யாருகிட்ட நான் சொல்லுறது. கன்னிபிருவ மாதிரின்னு என்னய சொன்னிச்சிதே அண்ணன் பொண்டாட்டி, அதுகிட்ட போயி நான் பெரிசாயிட்டன் எனக்கு தண்ணி ஊத்துன்னு எப்புடி கேட்பன். ஏழெட்டு நாளு எந்த பண்டத்தயும் தொடாம இருக்கணுமே அதுவரைக்கும் நம்ம ஆடுகள யாரு பாப்பாக. இந்த பக்கிரிய என்ன செய்யிறது. பெரிசான பொண்ணுகூட ஊருபேரு தெரியாத ஒரு ஆம்புளப்புள்ளய யாராவது விட்டுவைப்பாகளா?

இத்துன நாளா நம்மளயே கெதின்னு கெடந்த பக்கிரிய இந்த சமயம் பாத்து எங்கயாவது பெயிடுன்னு சொல்றது நல்லாருக்குமா? எங்கதான் போவும். பாவம், நாலு மாசமா நிம்மதியா இருந்திச்சி. நம்ம வயசிக்கு வந்ததால பக்கிரி சந்தில போவணுமா? என்றெல்லாம் பலவற்றையும் யோசித்துப்பார்த்தவள், நம்ம பெரிசானாத்தான பிரச்சன. நம்ம எப்பவுமே பெரிசாவாம இருந்துட்டு போவமே" என்று நினைத்தாள். 'கன்னிப்பூ மலந்தா நின்னுன்னாலும் நிக்காது. இது யாரவச்சி நம்ம கட்டுப்படுத்திற முடியும்' என்று யோசித்தவளுக்கு அந்த யோசனையும் உதிர்ந்தது.

'இவ்வள நாளும் இருந்தது மாதிரியே நம்ம வயசிக்கி வராத இருசியாகவே இருந்துட்டுப் போவமே' என்று நினைத்தாள். 'இதைப் பற்றி நாம் யாரிடமும் மூச்சுவிடக்கூடாது' என்று திடமாய் முடிவு செய்துகொண்டாள். அவளைப் பார்த்து எடுத்து, சீராட்டிச் சடங்கு செய்ய யாரும் இல்லை. தன்னைத் தவிர்த்து வேறு யாரிடமும் சொல்லிக்கொள்ள முடியவில்லை என்றபோதும் அவள் பெரியவளானதில்

உள்ளூர மகிழ்ச்சியில் மனம் பொங்கிப் பூரித்தது. இந்த நேரத்துல நம்ம அம்மாவும் அப்பாவும் இருந்தா எப்படி இருக்குமென்று எண்ணிப் பார்த்தாள்.

குறுந்தாயி உயிரோடு இருக்கும்போதே இவள் பெரியவளாகவில்லை என்ற கவலை அவளுக்கு நிறையவே இருந்தது. காக்கா அடிச்சி கறியாக்கித்தாறேன் ஒமட்டாம தின்னர்றியாத்தா' என்று அடிக்கடி கேட்டுக்கொண்டே இருப்பாள். அப்போதெல்லாம் வயதுக்குவராமல் இருப்பது அவ்வளவு பெரிய குறையாய் அவளுக்குத் தெரியவில்லை. தெரிந்திருந்தால் ஒன்றுக்கு இரண்டாய்கூட தினமும் காக்காய் அடித்து கறி ஆக்கித்தரச்சொல்லி தின்றிருப்பாள். அம்மா சொன்னதைக் கேட்டாவது ஒத்துக்கொண்டிருந்திருக்கலாம். அப்போதே சோவை தெளிந்திருக்கும். நல்ல ரெத்தம் ஊறி அம்மா உயிரோடு இருந்தபோதே பெரியவளாயிருக்கலாம். அக்காள்களுக்குச் செய்ததுபோலவே அம்மா நமக்கும் நான்குபேரைக் கூட்டிவைத்து தலைக்கு தண்ணீர் ஊற்றி சடங்கு செய்திருக்கும்.

புட்டு, களி கிடைத்திருக்கும். புதுத்துணியும் கட்டி பார்த்திருக்கலாம். அதெற்கெல்லாம் நமக்குக் கொடுப்பினை இல்லை. யாரைக் குற்றம் சொல்ல முடியும்.

ஆனால் ஒருவிஷயத்தில் மட்டும் அவளுக்கு நன்றாக நம்பிக்கை ஏற்பட்டிருந்தது. நம் அம்மாவும் அப்பாவும் நம்முடனேயேத்தான் இருக்கிறார்கள். நமக்குத் துணையாய் இருக்கிறார்கள். நமக்கு, என்னென்ன வேண்மோ அதையெல்லாம் செய்து கொடுத்துக்கொண்டு இருக்கிறார்கள் என்று நம்பினாள்.

பக்கிரியையுமேக்கூட சாதாரணமாய் எடைபோட்டுவிடக்கூடாது. ஆள் பார்க்கத்தான் 'லூசு' போல இருக்கிறானேத் தவிர, வேலை வெட்டியில் நல்ல கவனமாய் இருக்கிறான். கள்ளம் கபடமில்லாத அப்பாவி. அவளுக்கும் அவளுடைய ஆடுகளுக்கும் நல்லதை மட்டுமே நினைத்து நல்லதை மட்டுமே செய்துகொண்டிருக்கிறான். எல்லாவற்றுக்கும் மேலாக, அவன் வந்த பிறகு அவளின் கெடையிலும் நல்லதொரு முன்னேற்றத்தைத்தான் கண்டிருக்கிறாள். கெடைபோட்டு கூலி வாங்குவதிலிருந்து செத்த ஆட்டின் தோலை விற்றுவிட்டு வருவதுவரை பல வகையிலும் அவளின் கையிக்கு காசு வரத்தும் நல்ல மாதிரியாகவே நடக்கிறது. இவ்வளவு நாட்களும் இல்லாமல் அவன் கெடையில் வந்து சேர்ந்து முழுதாய் நூறு நாள் ஆகியிருக்குமா என்று கூடத்தெரியவில்லை. அதற்குள் இவள் பெரிதாகிவிட்டாள். தன்னுடைய வாழ்வில் எந்த ஒரு விஷயம் நடக்காமலே போய்விடுமோ என்று கவலைப்பட்டுக்கொண்டிருந்தாளோ அதுகூட இன்று

நடந்திருக்கிறது. இதற்கும் பக்கிரி வந்து சேர்ந்த நேரம்தான் காரணமாக இருக்கவேண்டும் என்று நம்பினாள்.

'அம்மா.. அப்பா.. நீங்க என்ன விட்டுட்டுப் போயிட்டீங்க. இந்த பக்கிரியாவது எங்கூடவே இருக்கணும். கடைசி வரைக்கும் என்னவிட்டு எங்கயும் போயிடக்கூடாது' மனமுருக வேண்டிக்கொண்டாள் பொன்னாச்சரம்.

மனது மகிழ்ச்சியால் துள்ளுவது போலிருந்தது. இருப்புக் கொள்ளாத சந்தோசமாக நிமிடத்துக்கு நிமிடம் கூடிக்கொண்டே போவதுபோல இருந்தது. இதை பக்கிரியிடமாவது சொல்லமுடிந்தால் எப்படியிருக்கும் என்று எண்ணிப்பார்த்தாள். அவனுக்கு இதெல்லாம் சொன்னாலும் புரியாது. பிறகு அவன் எப்படி சந்தோஷப்படுவான். அவனை சந்தோஷப்படுத்துவதற்கு தட்டு நிறைய சோற்றைப் போட்டு வைத்தாலே போதும். அதைவிட பெரிய சந்தோஷம் வேறொன்றும் இல்லையென்று நினைப்பவன். சிறு வயது முதலே சோத்துக்காகக் கையேந்தியவன். பெரிய பள்ளிக்கூடத்து பிள்ளைகள் மத்தியான சாப்பாடு எடுத்துவந்து உட்கார்ந்து சாப்பிட்டால் போதும் ஒவ்வொருவரிடமும் கையேந்தி ஒவ்வொரு வாயாய் வாங்கித்தின்பான். அதிலும் இட்லி தோசை எடுத்துவந்து சாப்பிடும் பிள்ளைகளிடம் "அண்ணன்... அண்ணன்... அக்கா... அக்கா" என்று ஓச்சலில்லாமல் கெஞ்சுவான்.

இட்லி, தோசை ஏதாவது சுட்டுக்கொடுத்தால் சோறு தின்பதை விடவும் மகிழ்ச்சியாய் சாப்பிடுவான். அதெற்கெல்லாம் நாம் எங்கே போவது என்று நினைத்தவளுக்கு பச்சைப்பயறு இருப்பது நினைவுக்கு வந்தது. ஏதாவது பக்கிரிக்கு செய்து கொடுத்தே ஆகவேண்டும் என்னும் எண்ணத்தில் முடிச்சியில் முடிந்துவைத்திருந்த பச்சைப்பயிறை அவிழ்த்து, போதுமான அளவு முறத்தில் கொட்டிக் கொண்டாள். செடி அறுவடையாகும் நாட்களில் அறுவடைக்குப் பிறகு ஒதுங்கியிருக்கும் செடிகளை ஆய்ந்தோ கீழே தெறித்து விழுந்துகிடக்கும் நெற்றுகளைப் பொறுக்கியோ தேவையான அளவு பச்சைப்பயறு, உளுந்து போன்றவற்றை சேமித்துவைத்திருந்தாள்.

இரண்டு மாதங்களுக்கு முன்பு சித்திரை வைகாசியில் பொறுக்கிச் சேர்த்த பயறு என்பதால், பச்சைப்பயறு செடிவாசனையோடு பளிச்சென்று இருந்தது. அடுப்பைப் பற்றவைத்து வறவோட்டை அடுப்பில் போட்டாள். லேசாய் வறுத்துக்கொட்டினாள் மறுபடியும் அதே அடுப்பில் ஒரு பானையில் தண்ணீரை ஊற்றிப்போட்டு, அதில் வறுத்த பயிறைப்போட்டு வேகவைத்தாள். பயறு நன்றாக வெந்ததும் தண்ணீரை சுத்தமாய் வடிகட்டிவிட்டு கீரை கடையும் மத்துக்கட்டையால்

வெந்த பச்சைப்பயிறை நசுக்கி இடித்தாள். அத்தோடு ஆட்டுக்கு வைத்தியம் செய்வதற்காக வாங்கி வைத்திருந்த கருப்பட்டியைக் கொஞ்சம் எடுத்துப்போட்டு இடித்து, உருண்டை உருண்டையாய் உருட்டினாள். பச்சைப்பயிறோடு கருப்பட்டியும் சேர வாசனையோடு இருந்தது இனிப்பு உருண்டை.

ஒரு தட்டில் ஏழெட்டு உருண்டைகளை எடுத்து வைத்தவள், மீதமிருந்ததைத் தான் சாப்பிடலாமென்று எடுத்துக்கொண்டு வெளியே வந்தாள். வாயில் வைப்பதற்குள் மறுபடியும் பக்கிரியின் நினைவு வந்துவிடவே, ‘அவனும் வரட்டும். அவனுக்குக் குடுத்துட்டு தின்னுக்கலாம்’ என்று வாய்வரை சென்றுவிட்ட உருண்டையை வாயில் போடாமல் தட்டிலேயே திரும்பி வைத்துவிட்டாள்.

‘நல்ல பண்டம் எதையாவது கண்ணால பாத்தாலே நாக்குல எச்சி ஊறும். எப்ப வாயில் எடுத்துப்போடுறதுன்னு கையி பரபரக்கும். இன்னக்கி என்னடான்னா, வாயிம் வயிறும் பொறுத்துக்கென்னதும் போட்டுட்டுப்போகுதே. பக்கிரி அவ்வள ஒசத்தியா பெயிட்டானா எனக்கு’ என்று தனக்குள்ளாகவே கேட்டுக்கொண்டவளுக்கு சிரிப்பு வந்தது. கூடவே புதுப்பெண்ணைப் போலவே லேசாய் வெட்கமும் ஏற்பட்டது. ஒரு சிறு துள்ளலுடன் உலர்ந்த உப்புக்கண்டங்களை எடுத்து வைத்துக்கொண்டு உட்கார்ந்தாள். கொட்டாமுடிக் கட்டையில் ஒவ்வொரு உப்புக்கண்டமாக எடுத்துவைத்து சிறு சிறு துண்டுகளாக வெட்டினாள். வெள்ளையாய் காய்ந்துபோயிருந்த கொழுப்பை தனியாய் அரிந்து வைத்துக்கொண்டாள்.

கை எந்த வேலையை எத்தனை நேரம் செய்துகொண்டிருந்தபோதும் மனம் மட்டும் சதா துள்ளிக்கொண்டே இருப்பது போலிருந்தது. துள்ளலுக்கு இடையே இடைவிடாமல் ‘பக்கிரி பக்கிரி பக்கிரி’ என்று அவன் பெயரையே திரும்பத் திரும்ப சொல்லிக்கொண்டிருப்பதை அவளால் நன்றாக உணரமுடிந்தது.

19

ஆற்றில் தண்ணீர் வராததால் கோட்டாகமெங்கும் தரிசாய்க் கிடைந்துவிடுமோ என்ற பயம், நிலம் உள்ளவர்களுக்கு மட்டுமல்லாமல் கூலி வேலை செய்யும் சனங்களுக்கும் ஏற்பட்டிருந்தது.

காவிரியின் கடைமடைப் பகுதி எங்குமே ஒரு போகம் மட்டுமே விளைச்சல். காவிரியின் தண்ணீரைப் பார்த்து ஆடியில் நாற்றுவிட்டு, அடுத்தடுத்து நடவு நட்டு, மார்கழி தையில் அறுவடையாகும் ஆறு மாதப் பயிர், தண்ணீர் இல்லாமல் எப்படி விளையும்?

எப்போதும் ஆடியில் தண்ணீர் திறந்துவிட்டால் ஓரிரு நாட்களில் துளிர்க்கும் இளம் புற்களை நான்கைந்து நாட்கள் மட்டுமே மேய விட்டு உழவு வயல்களில் மாட்டிக்கொள்ளாமல் ஆடுகளைக் கந்தகுறிச்சான் ஆற்றங்கரைக்கு ஓட்டிச் சென்றுவிடுவதுதான் வழக்கம்.

இந்த வருடம் ஆடி முடிந்து ஆவணி பிறந்துவிட்டபோதும் வாய்க்கால்கள் வறண்டே கிடக்கின்றன. விவசாயிகள் எல்லாம் சேர்ந்து ஆங்காங்கே போராட்டம், சாலை மறியல் என்று ஏதேதோ செய்து கொண்டிருக்கிறார்கள். ரோட்டில் போகும் வண்டிகளை மறித்தால் ஆற்றில் எப்படி தண்ணீர் வரும் என்ற விவரம் பொன்னாச்சரத்திற்கு அப்போது புரியவில்லை. போராட்டம் செய்பவர்களுக்கு வெயிலில் மண்டை குழம்பிப்போய்விட்டதோ என்ற விதமாகச் சிரித்துக் கொண்டாள். ஆனால், பிறகு ஒருநாள் இவளை பார்த்துவிட்டுப் போவதற்காக வந்த காயாம்பு கீதாரி சொல்லிதான் அவளுக்கு போராட்டம் நடத்துவது எதற்காக என்ற விபரங்களெல்லாம் தெரியவந்தது.

காயாம்பு கீதாரியின் ஆடுகளெல்லாம் மதுக்கூர் பக்கம் கிடப்பதாகச் சொன்னார். ஆற்றில் தண்ணீர் வந்தபிறகுதான் அவைகளை கந்தகுறிச்சான் ஆற்றுவழியா தீவுக்குப் பயணம் ஓட்டிச்செல்ல திட்டமிட்டிருப்பதாகவும் சொன்னார்.

இந்த வருடமாவது மழைக்காலத்துக்கு அவர்களோடு தீவிற்கு ஆடுகளை ஓட்டிவரும்படி கேட்டுக்கொண்டார்.

"அதெல்லாம் ஒத்துபட்டு வராது ஐயா. நான் அம்மா இல்லாத ரெண்டு மூணு வருசத்துல இங்கயே இருந்து பழகிட்டன். தீவுக்குள்ள வந்தா எனக்கு அப்பா நெனப்புதேன் அதிகமா வரும். அதோட அல்லாம எம்புட்டு அண்ணன் ஆடுகளும் அங்கத்தேன் வரும். ஒரு எடத்துல இருக்குறது இனிமே சுத்தப்பட்டு வராதுங்க ஐயா" என்று திட்டவட்டமாய் மறுத்துவிட்டாள்.

"ஒன்ன பாத்து ரொம்ப நாளையிட்டுதுத்தா.. அதேன் பாத்துட்டு பயணம் வாறியாண்டு கேட்டுப்போகலாமேயெண்டு வந்தன்" என்று அவர் சொன்னாலும்கூட, பொன்னாச்சரத்திற்கு சற்று சந்தேகமாகவே இருந்தது. நம் அண்ணன்மார்களோ யாரோதான் நம்முடன் பக்கிரி இருப்பதைப் பார்த்துவிட்டு விசாரித்து வரச்சொல்லி அனுப்பி யிருக்கிறார்கள் என எண்ணினாள்.

ஆனால், காயாம்பு கீதாரி வந்து நீண்ட நேரம் ஆகியும்கூட பக்கிரியைப் பற்றி எதுவும் விசாரிக்கவில்லை. அவன் ஆட்டுக்கெடைக்குள் நிற்பதைப் பார்த்துவிட்ட போதும்கூட அவனைப் பற்றிய பேச்சை

எடுக்காமல் இருப்பதைக்கொண்டே முன் கூட்டியே இதைப்பற்றி தெரிந்துகொண்டுதான் வந்திருக்கிறார் என்பதைப் புரிந்துகொண்டாள்.

அவராகக் கேட்கட்டும். கேட்காதவரை நாமாக எதுவும் சொல்லக்கூடாது என்று அழுத்தமாய் இருந்தாள். சாத்தையா பற்றியும் குறுந்தாயி பற்றியும் இன்னும் ஏதேதோ பேசியவர், கடைசியாகத்தான் பக்கிரிபற்றி மெதுவாய் வாயைத் திறந்தார்.

"ஒத்தயில ஆடுமேய்க்க கஷ்டமா இருக்கு. சம்பள ஆளு ஒண்ணு பாத்துவிடுங்கண்டு சொல்லியிருந்தா இன்னும்கூட செத்த பொடிப்பயலா நல்ல ஒட்டமான பயிலா புடிச்சி விட்டுருப்பன்ல்லத்தா. என்னக்கிட்ட ஒரு வார்த்தை சொல்லாம பொயிட்டியேத்தா" என்றார் உண்மையான கரிசனத்தோடு பேசுபவரைப் போல.

"சம்பள ஆளா?" என்றவளுக்கு அவர் பக்கிரியைக் குறித்து என்ன விதமாகப் புரிந்துகொண்டிருக்கிறார் என்பது தெரியவந்தது.

"ஆமாத்தா - நம்மக்கிட்ட எத்தனையோ பேரு சொல்லி வக்கிறாகல்ல. நம்ம ஆட்டுக்கார பயலுகளே வேணுமெண்டு கேட்டாத்தேன் அமத்துறது கஷ்டம். இது மாதிரி யாரோ எவராவோ இருந்துட்டுப் போகட்டுமெண்டு கேட்டாக்க, ஆளா இல்ல நாட்டுல" என்றார். பொன்னாச்சரம் எதுவும் பேசாமல் அமைதியாய் இருந்தாள்.

"அது சரித்தா.. சம்பளம் எவ்வளவு பேசிருக்குற. மேய்ச்ச கூலியா ஆடு தாறேண்டு பேச்சா இல்ல பணமா?"

அதற்கு என்ன பதில் சொல்வது என்று எதுவும் தோன்றாதவளாக கிடைக்குள் நின்று ஆடுகள் ஒவ்வொன்றையும் புளுக்கை போட்டி ருக்கிறதா? எவையாவது கழிவதுபோல பெருஞ்சாணி தள்ளியிருக் கின்றனவா என்று நோட்டம் விட்டுக்கொண்டிருந்த பக்கிரியைத் திரும்பிப் பார்த்தாள்.

"ஆளு பேசி விட்டவுக யாரு. நம்மாளுகளா ஊர்க்கார பெரிய மனுசங்க யாராவுதா" என்றார் அடுத்த கேள்வியாக. இதெற்கெல்லாம் என்ன பதிலைச் சொல்லமுடியும் அவளால். ஆனால் உண்மையை மட்டும் சொல்லிவிடக்கூடாது என்று முடிவு செய்துகொண்டாள். உண்மையைச் சொல்லிவிட்டால் அப்புறம் அவ்வளவுதான். மறுநாளே பக்கிரியை விரட்டி அடித்துவிடுவார்கள். மறுபடியும் நாம் தனிமரமாகிவிட வேண்டியதுதான். சொல்லாமல் வேறு என்ன சொல்லி சமாளிப்பது என்று மனத்திற்குள் பல யோசனைகளை ஓடவிட்டுக்கொண்டிருந்தாள்.

அம்மாவும் அப்பாவும்தான் கொண்டுவந்து சேர்த்தார்கள். ஆடுகளைப் பார்க்க மட்டுமல்ல. என்னைப் பார்த்துக்கொள்ளவும்தான் அவனை கொண்டு வந்து சேர்த்திருக்கிறார்கள். அவன் வந்த பிறகு எனக்கு பயமில்லாமல் போய்விட்டது. அவன்தான் எனக்கு ஆதரவாக இருக்கிறான். அவனால்தான் நான் பலமடங்கு பலமானவளாக வளர்ந்திருக்கிறேன். இப்போது நான் பெரியவளாகக்கூட ஆகிவிட்டேன். சந்தோசமாக இருக்கிறேன். எல்லாம் அவனால்தான் என்று சொல்ல முடியுமா?

"என்னத்தா... எதுவுமே சொல்லாம நிக்கிற? யாரு பாத்து அமத்திவிட்ட ஆளு எண்டுதானக் கேட்டன். தப்பா எதுவும் கேக்கலயே."

"அய்யய்யோ. அப்புடியெல்லாம் இல்ல ஐயா. மாங்குடி மருதவனம் எண்டு அந்தப் பக்கம் இருக்குற ஊருதேன் போலருக்கு. ஒரு வயசான கெழவி. அது மகன் எண்டு சொல்லி கொண்டுவந்து விட்டுட்டுப் போச்சிது.

"மேச்ச கூலியெண்டு எதுவும் பேசத்தெரியாதெண்டு சொன்ன கெழவி, மூணுவேளயும் வயத்துக்கு சோறுபோட்டுரு தாயி. ஊரு உலகத்துல என்ன கூலி குடுக்குறாகளோ அதக்குடு. ஒன்ன நான் ஏமாத்தியோ என்ன நீ ஏமாத்தியோ கோட்ட கட்டிற போறதில்ல, எண்டு சொல்லி விட்டுட்டுப் போச்சிது. திரும்ப வந்து கேக்குற போதுதேன் குட்டிய எதயாவுது புடிச்சி வித்துட்டு கொடுக்கணும்" என்றாள். இதைச் சொல்லி முடிப்பதற்குள்ளாக பல முறை பக்கிரியை அன்னாந்து அன்னாந்து ஒருவித தயக்கத்தோடு பார்த்துக்கொண்டாள். தான் சொல்வது ஏதாவது அவனுக்கு காதில் விழுந்துவிட்டால் என்ன செய்வது என்று பயந்தாள்.

"பய பாக்க ஒரு மாதிரியா தெரியிறானே. ஆட்ட நல்ல பாத்துக்கிர்றானா, பயிர் பச்சக்கி விட்டுறாம வளக்கிறானா?"

"ம்"

"என்னவோ அவனப் பாக்குறதுக்கு நல்லது கெட்டது எதுவும் தெரியாத பய மாதிரியில்லத்தா தெரியிது."

"ஆமாம் லூசு பக்கிரி எண்டுதேன் எல்லாரும் கூப்புடுவாகலாம்."

"அதானே பாத்தன். நான் நெனச்சா அது சரியாத்தேன் இருக்கும்."

"சோறு குடு. தண்ணி குடு எண்டு நேரம் காலம் தெரியாம எதுவும் பெரச்சன பண்ணமாட்டானே."

"நாள் முச்சூடும் பட்டினியாப் போட்டாலும் வாயத்தொறந்து கேக்க மாட்டான் ஐயா."

"பரவாயில்லயே படுக்குறதெல்லாம் எங்கத்தா".

இதை ஏன் கேட்கிறார் என்று லேசாய் கோபம் வந்தபோதும், "தொழுவுக்குள்ளயே ஆடுகக்கூட சாக்க விரிச்சிப்போட்டு படுத்துக் கிரும். நமக்கு இவனால எந்த தொந்தரவும் இல்ல" என்றாள்.

"சரித்தா நான் போறன். பாத்து பத்தரமா இருந்துக்க. பயணம் போவக்குள்ள சொல்லி விடுறன். நல்லா யோசன பண்ணிப்பாத்துக்க. வாரதா இருந்தா சொல்லு எல்லாருமா சேந்தே போவலாம்" என்று சொல்லி அவர் போய்விட்டார். பாவம் நல்ல மனிதர் ஒருவரிடம் பொய்சொல்லி அவரை நம்பவைத்து ஏமாற்றிவிட்டோமே என்று சிறிது நேரம் வரை அவளுக்கு வருத்தமாக இருந்தது.

காயாம்பு கீதாரி நல்லவர். அவரிடம் சொல்வதனால் ஒன்றும் பாதிப்பில்லை. ஆனால் அவரை விசாரிக்கும் அண்ணன்மார்களிடமும் அண்ணிமார்களிடமும் அவர் பொய்சொல்ல முடியுமா? உண்மை வெளியே வந்துவிட்டால் நமக்குத்தான் இழப்பு என்று எண்ண மிட்டவளாக மனத்தைத் தேற்றிக்கொண்டாள்.

அவ்வப்போது பெய்யும் மழை ஈரத்தைக்கொண்டு நாற்றுவிடாமல் தெளியாய் தெளித்துப்பார்க்கலாமென விவசாயிகள் முடிவெடுத்திருக்க வேண்டும். பேச்சு வார்த்தைக்குப் பிறகு அணை திறக்கப்பட்டு ஆறுகளில் தண்ணீர் வரப்போவதாகப் பேசிக்கொண்டார்கள். ஆனால் கோட்டகங்களில் உள்ள வாய்க்கால்களில் கால்கழுவும் அளவுக்குக்கூட தண்ணீர் வந்து சேர்ந்திருக்கவில்லை.

நாற்றுவிடும் காலம் கடந்துவிட்டதால் நாற்றுவிட்டு நடவு நடாமல் நேரடியாக வயல்களில் உழவு ஓட்டி நெல்லை தெளித்துவிடுவதற்கான வேலைகளைச் செய்துகொண்டிருந்தார்கள். இனிமேல் இப்பகுதிகளில் ஆடுகளை வைத்துக்கொண்டிருக்க வேண்டாமென நினைத்த பொன்னாச்சரம், மெதுவாக கந்தகுறிச்சான் ஆற்றுப்படுகையை நோக்கி பயணம் போகத் தொடங்கினாள். பக்கிரியும் கூட இருப்பதால் பயணம் போவது, பொருள்களை இடம்மாற்றுவது குறித்த எந்தப் பதற்றமும் இல்லாமல் நிதானமாய் பயணத்தைத் தொடங்கினாள்.

வழி நெடுக ஊருக்கு ஊர் விவசாயக் கூலி வேலை செய்யும் ஆண்களும் பெண்களும் தெளி தெளிக்கக்கூடாது. நாற்றுவிட்டு நடவு நடவேண்டும் என்று வயல்காரர்களிடம் பிரச்சினை செய்து கொண்டிருந்தார்கள். இருக்கும் தண்ணீரைக்கொண்டு விதைத்து உழவு ஓட்டிவிட்டால் இனிமேல் மழைக்காலம்தான். ஆற்றில் நீர்வரத்து நன்றாக இருக்கும். வழக்கம்போல விளைச்சலுக்குக் குறைவிருக்காது என்று யோசனையும் சொல்லிக்கொண்டிருந்தார்கள்.

பாவம், அவர்கள் மட்டும் என்ன செய்வார்கள். பெருவாரியான நிலங்களில் ஒருபோகம் மட்டுமே செய்யப்படும் விவசாயத்தை நம்பி கூலி வேலை செய்து வாழ்க்கை நடத்தும் குடும்பங்கள். நாற்று எடுப்பது நடவு நடுவது போன்ற வேலைகள் மூலம் இரண்டு மாதங்கள் வருமானம் வரும். அதுவும் இல்லாமல் போனால் அவர்களுக்கு எவ்வளவு பெரிய இழப்பாக இருக்கும்.

20

மேடிட்டிருந்த தன் வயிற்றை தடவிப்பார்த்துக்கொண்டாள் பொன்னாச்சரம். வயிற்றுக்குள் இருந்த குழந்தை உதைத்தது. முறைவைத்துச் செய்வதைப் போல இரண்டு மூன்று முறை வெடுக்கு வெடுக்கென்று உதைத்துவிட்டு ஒருமுறை தலையாலும் வயிற்றை மோதுகிறது. உதைப்பதாலும் தலையால் மோதுவதாலும் வயிற்றில் உண்டாகும் சுகமான வலியும் அதிர்வும் ஒருவிதமான பரவசத்தை உடல் முழுவதும் அனுபவிக்கும்படி ஏற்படுத்தியிருந்தது. மனம் முழுவதும் பாசமும் நெகிழ்ச்சியுமாய் நிறைந்துகிடக்க குதூகலமாயிருந்தது பொன்னாச்சரத்திற்கு.

வாழ்க்கையில் தான் இதுபோன்றதொரு இன்பத்தையெல்லாம் அனுபவித்துப் பார்ப்போம் என்று அவள் நினைத்துப் பார்த்ததே கிடையாது. இவை எல்லாவற்றுக்கும் காரணமானவன் பக்கிரிதான் என்பதை நினைக்கும்போது நடப்பதெல்லாம் நிசம்தானா என்று தோன்றியது. இந்த இரண்டு வருட வாழ்வும் அவளுக்கு இனிமையான கனவுபோலவேத்தான் தெரிகிறது. இரண்டு வருடங்களுக்கு முன்புவரை பக்கிரியை யாரென்றே தெரியாது. பார்த்துமில்லை. அவனைப் போன்றதொரு பிறவி இப்பூமியில் எங்கேயோ பிறந்திருக்கிறது என்றுகூட அவள் நினைத்தது கிடையாது. திடீரென்று அவளோடு வந்துசேர்கிறான். யார் யாரோ அவனை ஒரு குற்றவாளியெனக் கருதி அடித்துவிரட்ட, ரெத்தக் காயங்களோடும் அடிபட்ட வலியோடும் வந்து சேர்ந்தவன், இன்று பொன்னாச்சரத்தின் வாழ்வில் எத்தனை வளங்களை மகிழ்ச்சியை, நிம்மதியைக் கொண்டுவந்து சேர்த்திருக்கிறான். அவன் அன்று அப்படி வராது போயிருந்தால் நம் வாழ்க்கை இன்று எப்படியிருக்கும் என்று ஒருகணம் யோசித்துப் பார்த்தாள். துன்பத்தின் கீறல்படிந்த ஆதரவின் நிழலற்ற வெம்மை மிகுந்த அந்தச் சூனியம் நிறைந்த வாழ்க்கையை நினைத்துப்பார்க்கவும் அவள் மனம் விரும்பவில்லை.

காயாம்பு கீதாரி, பக்கிரியை மருதவனத்து ஆள், ஆடுமேய்க்க அமர்த்தப்பட்டிருக்கும் சம்பள ஆள் என்பதாகத் தெரிந்துகொண்டு போனபோதே மறக்காமல் பொன்னாச்சரத்தின் அண்ணன் ராமுவிடமும் போய் விவரங்களைச் சொல்லியிருக்கிறார்.

"ஓந்தங்கச்சி பொன்னாச்சரம், இப்பபாக்க.என்னமா இருக்குதுங்குற நீ பாத்தியானா இது நம்ம தங்கச்சி தாண்டு நம்பமாட்ட பாத்த கண்ணு பணியிற மாதிரி மூஞ்சிம் மொவமும் என்ன ஒரு லெச்சனமா இருக்கு தெரியுமா" என்றார்.

அவர் சொல்வதை நம்ப முடியாதவனாகக் கேட்டுக்கொண்டிருந்தான்.

"இத்துன நாளா இருந்தது போரும். இனிமேலும் அந்தப் புள்ளய ஒத்தயில உட்டுவெக்காம கூட்டியாந்து வை. காலாகாலத்துல பாத்து கட்டிக்குடுத்துருவம்."

"என்னென்னமோ சொன்னாளே ஐயா எம்பொண்டாட்டி."

"அப்ப சொன்னதெல்லாம் சரிதேன். ஆனா இப்ப ஒம்புட்டு தங்கச்சிய பாக்கக்குள்ள அது பெரியவளா ஆயிருக்கணும் எண்டுதேன் தோணுது."

"நெசமாவா ஐயா சொல்றீக."

"பொய் சொல்ல எனக்கு என்ன ஆசயாடா?"

"நாம் போயி கூட்டியாறன். எம்புட்டு பொண்டாட்டிக்கிட்டயும் சொல்லுங்க" என்றான்.

பாப்பாம்மாளிடம் பேசியவர், பொன்னாச்சரத்தைக் கூட்டிவந்து அதிக நாட்கள் உங்களுடன் வைத்துக்கொள்ள வேண்டாம். பெரியசாமியின் சிறிய மகனுக்கு கட்டிவைத்துவிடலாம் என்று கூறினார்.

"அந்த லூசுப்பய பாண்டியனுக்குப் போயி எம்புட்டு தங்கச்சிய தாறதா" என்றான் ராமு.

"லூசுன்னு சொல்லாதப்பு. பெரியசாமிக்கு ரெண்டே பயலுகதேன். ரெண்டு துண்டு ஆட்டுக்கு மேல இருக்குது. பரமக்குடியில டவுனுக்குள்ளாற மன வாங்கிப் போட்டுக்குறான். பேங்குலயும் பணம் போட்டு சேத்து வச்சிருக்கான். பயலப்பத்தி யோசிச்சியானா இவ்வள சொத்து பத்து உள்ள எடமா நமக்குக் கெடைக்குமா?"

"போன மாசங்கொட எங்கயோ பொண்ணு பாக்க போறேனெண்டு சொன்னாகளே..."

"போனாகப்பு, ஆனா பயலப் பாத்துட்டு யாரும் பொண்ணு குடுக்க மாட்டங்குறாக."

"எம்புட்டு தங்கச்சிய மட்டும் எப்புடிய்யா நான் தாறது?"

“எல்லாம் நம்ம மனசுலதேன் இருக்கு. நல்ல பய எண்டு நெனச்சிப்பாரு, நல்லவனாத் தெரியுவான். மோசமான பய எண்டு நெனச்சிப்பாரு, மோசமானவனாத்தேன் தெரியுவான்.”

“..........”

“ஓம்புட்டு தங்கச்சிக்கு இதவிட நல்ல எடம் கெடைக்குமெண்டு எனக்குத் தோணலப்பு” என்றார். அவர் பேச்சுக்கு தயக்கமாய் தலையாட்டியவன், “தங்கச்சிய எப்ப போயி கூட்டியாறலாம்” என்றான்.

“நாளு கெளம பாத்துக்கிட்டு சொணக்க வேணுமாக்கும். நம்ம வீட்டுப் புள்ளய நம்மகூட கொண்டாந்து சேக்க கேட்டுக்கிட்டு நிக்கிறியா? தீவுக்கு பயணம் போறத்துக்குள்ள ஆடுகள ஒண்ணா சேத்துரு. நானும் பெரியசாமிக்கிட்ட ஒரு வார்த்த கேட்டுட்டு ஒனக்கு பதிலச் சொல்லுறன்” என்றவர் போய்விட்டார்.

ராமுவுக்கு அதற்குமேல் இருப்புக்கொள்ளவில்லை. மறுநாளே கிளம்பிவிட்டான். பத்து மணிக்குமேல் வந்து ஆடு கலைத்து விடுவதாய்ச் சொல்லிவிட்டு தங்கச்சியைப் பார்க்கக் கிளம்பிவிட்டான். பொன்னாச்சரம் இருந்த இடத்திற்குப் போய்தான் அவனுக்கு பொழுதே விடிந்தது.

குட்டி திறந்துவிட்டுக்கொண்டிருந்தார்கள் பக்கிரியும் பொன்னாச்சரமும். அண்ணனைப் பார்த்தவுடன் ஏனோ பொன்னாச்சரத்திற்கு அணை உடைந்ததுபோல அழுகை பீறிட்டு வந்தது. அவளால் அழுகையை கட்டுப்படுத்திக்கொள்ள முடியவில்லை. தேம்பித்தேம்பி அழுதாள். தங்கையைப் பார்த்து ராமுவும் அழுதான். அழுகையை ஒருவாறாகக் கட்டுப்படுத்திக்கொண்டவன்,

“எத்தா. தங்கச்சி அழுவாதத்தா. அழுவாத.”

“..........”

“ஓம்புட்டு அண்ணி பேச்சக் கேட்டுக்கிட்டு ஒன்னய நானும் அந்த ராசியில வுட்டுட்டடந்த்தா. என்ன மன்னிச்சிருந்த்தா. என்னமோ அந்த நேரம் எம்புட்டு புத்தி மளுங்கிப்போச்சி. நீ இப்ப வாத்தா ஒன்னய கூட்டிப்போகத்தேன் வந்துருக்குறன்” என்றான்.

அண்ணனைப் பார்த்த வினாடி இவ்வளவு நாட்களாக நெஞ்சில் தேங்கிக்கிடந்த ஏக்கமும் துன்பமும் வெடித்து, அது தாளமாட்டாமல் வந்துகொண்டிருந்த அழுகை ‘ஒன்னய எங்கூட கூட்டிப்போகத்தேன் வந்துருக்குறன்’ என்ற வார்த்தையைக் கேட்ட வினாடியில் சட்டென்று நின்றுபோனது. அதிர்ச்சியால் அழுகை நின்றுபோனாலும்கூட அதுவரை அழுததால் ஏற்பட்டிருந்த கேவலைக் கட்டுக்குள் கொண்டுவர முடியவில்லை. என்னய இப்ப எதுக்கு கூட்டிப்போகணும்.

தனியாளா நின்னு கஷ்டப்பட்டப்ப எல்லாம் எட்டிப் பார்க்க முடியல. என்னன்னு கேக்க முடியல. இப்ப எதுக்காவ கூட்டிப்போகணுமாம். நான் நல்லா இருக்கிறது புடிக்கலயாக்கும். எம்புட்டு சந்தோஷத்த கெடுக்க வேண்டித்தேன் கூப்புடுறாகளாக்கும்.

பொன்னாச்சரம் என்ன நினைக்கிறாள். அவளுக்கு வருவதற்கு விருப்பம் இருக்குமா இருக்காதா என்பது பற்றியெல்லாம் சிறிதும் யோசிக்காமல்,

"எத்தா ஒனக்கும் நம்ம பெரியசாமி மாமா மயன் சின்னவனுக்கும் கல்யாணம் செய்யிறதுண்டு முடிவு பண்ணியிருக்கமுத்தா" என்றான் ஏதோ உவப்பான செய்தி ஒன்றை சொல்லுவதைப்போல.

பொன்னாச்சரம், தொழுவுக்குள் நின்ற பக்கிரியை ஒருமுறை பார்த்துவிட்டு குரலைத்தாழ்த்திக் கேட்டாள்.

"யாரு அந்த லூசு பாண்டிக்கா?"

"அப்புடி சொல்லாதத்தா தங்கச்சி. அவனுக்கு ரெண்டு துண்டு ஆடு இருக்கு. பரமக்குடியில் வீடு கட்டுற மன இருக்குதாம். அவம்பேருல பேங்குல பணம் போட்டு வச்சிருக்காகலாம். எல் ஐசியோ என்னவோவாமுல்ல அதுலயெல்லாம் பணம் கட்டி வச்சிருக்காகலாம். இப்ப ஆளு முழுசா வளந்து பாக்குறத்துக்கு நல்லா இருக்காந்த்தா."

"அப்புடியாண்ண. இருந்தா போறாக. எனக்கு அவுக ஆடும் வேண்டாம், மனயும் வேண்டாம், பணமும் வேண்டாம். அந்த மாப்புள்ளய நான் கட்டிக்கிறவும் முடியாது."

"என்னத்தா தங்கச்சி இப்புடி சொல்லுற?"

"எனக்கு எம்புட்டு ஆடுக போதும். இருவத்தஞ்சி உறுப்புடி நின்னதுக. இப்ப நாப்பதுக்கு மேல பெருகி நிக்கிது. கொஞ்சம் கொஞ்சமா எம்புட்டு ஆடுகளப் பெருக்கி, நானும் ரெண்டு துண்டு ஆடுக என்ன நாலுதுண்டு ஆடுககூட வச்சிக்கிருவன். அடுத்தவுக காசியும் எனக்கு வேண்டாம். இந்தக் கல்யாணமும் எனக்கு வேண்டாம்."

"எத்தா தங்கச்சி நான் ஒம்புட்டு அண்ணன். நான் ஒன்னோட நல்லதுக்குத்தேன் சொல்லுறன் கேளுத்தா."

"அதெல்லாம் முடியாதுண்ண. நான் யாரோட பேச்சயும் கேக்கமாட்டேன். யாரு எனக்கு நல்லது நெனச்சிக. என்னைய எம்புட்டு அழுகயோட தனியா விட்டுட்டுப் போனீக."

"ஏதோ நடந்தத நெனச்சி இப்பயும் எம்மேல கோவப்படாதத்தா. சின்ன வயசுல நெனச்சிப்பாரு. ஏழு வயசி வரைக்கும் நான்தானே

ஒன்னய வளத்தன். எத்துன நாளு பாதி ராத்திரியில பீ வருதுண்டு சொல்லி அழுதுருப்ப. அப்பயெல்லாம் நாந்தானே ஒன்னய வெளிய தூக்கிக்கொண்ட விட்டு, குண்டிகழுவி விட்டு பாத்துக்கிட்டன். ஒம்புட்டு கோவத்த அதயெல்லாம் நெனச்சிப் பார்த்தாவுது விடக்கூடாதாத்தா."

இதையெல்லாம் சொன்னவுடன் பொன்னாச்சரத்திற்கும் மனது நெகிழ்ந்துவிட்டது. உண்மையிலேயே அவளுடைய சிறுவயதில் அவளது அம்மா குறுந்தாயி செய்துவிட வேண்டிய அத்தனை பணிவிடைகளையும் ராமு செய்திருக்கிறான். அவனால் தொடர்ந்து நல்லவிதமாக அவளைப் பராமரித்து வளர்க்க முடியாவிட்டாலும்கூட இதுபோல செய்ய வேண்டியவைகளையெல்லாம் அவன்தான் செய்து விட்டிருக்கிறான். அதை பொன்னாச்சரத்தாலும் மறக்க முடியாது.

'அண்ணனின் வார்த்தைக்கு பணிந்துபோய்விட்டால் பக்கிரியின் நிலை என்னவாகும். பாவம் ஐந்தாறு மாதங்களாய் நம்முடனேயே இருந்து பழகிவிட்டான். இப்போது அவனை துரத்திவிட்டால் எங்கே போவான்? அவனுக்கு இவளை விட்டால் வேறு யார் இருக்கிறார்கள். காயாம்பு கீதாரியிடம் பொய் சொன்னதுபோல அவனுக்கு ஒரு வயதான அம்மா இருந்தாலாவது பரவாயில்லை. இரண்டு குட்டியைக் கொடுத்து அவனையும் அவளிடம் ஒப்படைத்துவிடலாம். ஆனால் அப்படி யாரும் அவனுக்கு உண்மையில் இல்லையே. அவரிடம் பொய்சொல்லாமல் உண்மையைச் சொல்லியிருக்கலாமோ. அப்படிச் சொல்லியிருந்தாலாவது நம்மீது அவர் இரக்கப்படுவதுபோல அவன்மீதும் இரக்கப்பட்டுவிட்டிருப்பாரோ என்னவோ. பின்னால் என்ன நடக்கும் என்பதுபற்றி யோசிக்காமல் இப்படி பொய்சொல்லி நாமே பக்கிரிக்கு தீங்கை தேடிக்கொண்டுவிட்டோமே' என்று மனத்திற்குள் வருந்தினாள்.

அன்னைக்கி பொய் சொன்ன மாதிரியே இன்னைக்கும் ஒரு பொய் சொன்னாயென்ன என்றவளுக்கு அந்த யோசனை வந்தது. நாம் பெரியவளானது பற்றி யாரிடமும் இதுவரை மூச்சுகூட விடவில்லை. அப்படி இருக்கையில் அதையே காரணமாக்கி மறுத்துவிட்டால் என்ன என்று தோன்றியது.

அண்ணனிடம் நேரடியாகப் பேசும் விஷயம் இல்லை என்றபோதும் தயங்கியபடியே மெதுவாய்ச் சொன்னாள்.

"அண்ண ஒம்மேல எனக்கு கோவமில்லண்ண. அண்ணிமேலதேன்."

'சரித்தா. நீ சொல்றது ஞாயம்தேன்' என்பதுபோல தலையாட்டினான்.

"ஆனாக்க, நான் கல்யாணம் பண்ணிக்கிற முடியாதுண்ண."

"ஏந்த்தா தங்கச்சி அப்பிடி சொல்ற?"

"நான் கன்னிபிருவ மாதிரித்தேன்னு அண்ணி சொன்னாகயில்ல. எதுக்கும் லாயக்கில்லாதவள கல்யாணம் பண்ணிக்கிட்டு தொயரத்ததேன் அடைவாக."

ராமுவுக்கு அவள் கூறியதைக்கேட்க அதிர்ச்சியாக இருந்தது. காயாம்பு கீதாரி உறுதியாகச் சொன்னாரே என்று மனதுக்குள் குழம்பிப்போனான் ராமு.

"என்ன இன்னொரு தடவ யாரும் அவமானப்படுத்தி அதுமாதிரி பேசிறக்கூடாதுண்ண."

ஏறிட்டு அவளைப் பார்த்தான்.

அவன் முகத்தைப் பார்த்து பொய்சொல்ல இயலாதவளாக, "என்னால இனிமேட்டு தாங்கிக்கிற முடியாதுண்ண" என்றாள்.

"செரித்தா தங்கச்சி. கல்யாணம் வேண்டாம். எங்ககூட வந்து இரு. எல்லாரும் ஒண்ணாவே இருப்பம்" என்றான். "அண்ணே என்னய எட்டாம்போரு. எட்டிப்பாக்குற எல்லாமே குட்டிச் சொவராயிருமுண்டு அண்ணி சொன்னாகளே மறந்துபோயிட்டுதாண்ண? நான் எங்கயும் வரலண்ண. இங்கயே இருந்துக்கிடுறன். என்னய கூப்புடாதண்ண என்றாள். அப்போதைக்கு அதற்குமேல் அவளிடம் வற்புறுத்தி எதையும் சொல்ல முடியவில்லை என்ற போதும் ஒருநாள் காயாம்பு கீதாரியை அழைத்துவந்து சமாதானப் படுத்தவேண்டும் என எண்ணியவனாகத் தன் வலசைக்குத் திரும்பினான்.

காயாம்பு கீதாரியைப்பார்த்து அவள் தங்கை சொன்ன விஷயங்களைச் சொன்னபோது, அவரால் அதை ஏற்றுக்கொள்ள முடியவில்லை. "வாழ்க்கையில எத்துன பொம்புளப்புள்ளகள பாத்துருக்குறம். உருவத்தப்பாத்து எட போடத்தெரியாதாடா எனக்கு. ஒம்புட்டு தங்கச்சிய பாத்தாக்க அவசொல்லுறது பொய்யோ எண்டுதான் தோணுது எனக்கு" என்றார்.

அதற்குமேல் இதுபற்றி விளக்கமாய் பேசிக்கொள்ளவும் யோசிக்கவும் அவர்களுக்கு போதிய அவகாசம் கிடைக்காமல் போய்விட்டது. புரட்டாசியில் ஆடுகளைத் தீவுக்கு பயணம் ஓட்டிச்சென்றுவிட்டார்கள். தீவில் அவர்கள் பலவிதமான திட்டங்களைத் தீட்டிக்கொண்டிருந்தபோதுதான், கந்தகுறிச்சான் ஆற்றங்கரையில் வலசைபோட்டுக்கொண்டு பக்கத்திலேயே பட்டியடைத்துக்கொண்டு இருந்த பொன்னாச்சரம் - பக்கிரி

இவர்களுக்கு இடையேயும் யாராலும் பிரிக்கமுடியாத பிணைப்பு ஏற்பட்டுப் போயிருந்தது.

முதல்நாள் பெய்த மழையின் ஈரத்தால் தரையெங்கும் நமந்து போயிருந்தது. உப்புக்காற்று வீசும் பகுதி. உப்புக்கரிப்பு மிகுந்த தண்ணீர் பாயும் இடம் உப்பு பூத்து படரும் மண் என்பதால் ஈரத்துடன் லேசான கசகசப்பும் சேர்ந்திருந்தது தரையில்.

எப்போதும்போல பக்கிரி தொழுவுக்குள் ஆடுகளுக்கிடையே படுத்திருந்தான். கீழே ஒரு கோரைப்பாயை விரித்துப்போட்டிருந்தான். பெரியதொரு சணல் சாக்குக்குள் உடல் முழுவதையும் நுழைத்துக் கொள்ள சாக்கின் உயரம் போதாதென்பதால் கால்களைக் குறுக்கி தலையை மட்டும் வெளியே வைத்தபடி படுத்திருந்தான். படுத்த மறுநிமிடமே தூங்கிவிடக்கூடியவன் அவன்.

பொன்னாச்சரம் கூண்டுக்குள் கோரைப்பாயில் படுத்திருந்தாள். இரவு சாப்பாட்டுக்குப் பிறகு குட்டி கவிழ்த்துவிட்டு நேரத்தோடு போய் படுத்துக்கொண்டான் பக்கிரி. அதற்குமேல் இருட்டுக்குள் எங்கேயும் புழங்கவும் முடியாது என்பதால் எப்போதும் இருட்டவும் கீழே கட்டையை உருட்டிவிடுவான். அவன் படுத்துவிட்ட பிறகு பட்டியையும் கூண்டைச் சுற்றிலும் ஒரு நோட்டம் விட்டுவிட்டு வந்து கூட்டுக்குள் தானும் படுத்துக்கொள்வாள். கூண்டுக்குள் படுத்திருந்த பொன்னாச் சரத்திற்கு ஏனோ அன்று தூக்கமே வரவில்லை. தன்னை காயாம்பு கீதாரி வந்து பார்த்துவிட்டுப் போனபிறகு அண்ணன் வந்து பார்த்தது. லூசு பாண்டிக்கு கல்யாணம் செய்து வைப்பது பற்றிப் பேசியது எல்லாமே ஒவ்வொன்றாக நினைவுக்கு வந்தன.

கூடவே பக்கிரியின் நினைவும் வந்தது. தன் பெரிய அண்ணன் இத்தோடு விட்டுவிடப்போவதாகத் தோன்றவில்லை அவளுக்கு. தீவிலிருந்து திரும்பிவந்த பிறகு தை மாதத்திலோ பங்குனியிலோ சின்ன அண்ணனையும் அக்காள்களையும் அழைத்து வந்து பேசி லூசு பாண்டிக்கே தன்னை கல்யாணம் செய்து வைத்துவிடப்போகிறது என்று உறுதியாய் நம்பினாள். அப்படி செய்துவைத்துவிட்டால் இந்தப் பக்கிரியை என்ன செய்வது? நம்முடனேயே வைத்துக்கொள்ள லூசுபாண்டியும் அவனுடைய அம்மா அப்பாவும் சம்மதிப்பார்களா? அல்லது நம் அண்ணன்மார்கள் அண்ணன் பொண்டாட்டிகள்தான் ஒத்துக்கொள்வார்களா. அவர்கள் நம்முடன் பிறந்தவர்கள்தான், ரத்த சொந்தங்கள்தான் என்றபோதும் அவர்களுக்காக பக்கிரியை விட்டுக்கொடுக்க அவளுக்கு மனம் ஒப்பவில்லை. அடித்துவிட்டு கொடுத்தால்கூட வாங்கித் தின்றுகொண்டு நாம் ஏவும் வேலைகளை மலைக்காமல் செய்கிறான். நம்மீது, ஆடுகள் மீது அக்கறையோடு இருக்கிறான். அவன் நம்மையும் ஆடுகளையும் விட்டுவிட்டு எப்படி

இருப்பான். மறுபடியும் பள்ளிக்கூடப் பிள்ளைகளிடமும் கடைகாரர்களிடமும் சாப்பாட்டிற்காகக் கையேந்துவானா. இந்த ஏழெட்டு மாதங்களில் திருத்தமாய் துணிமணி கட்டிக்கொள்ளவும் பிச்சை யெடுக்காமல் சாப்பிடவும் பழகிப்போயிருக்கும் அவனால் இனிமேல் போய் உருண்டை சோற்றுக்காகக் கையேந்த முடியுமா?

நாம் அவனை விட்டுவிட்டுப் போய்விட்டால் நம்மை நினைத்து அழுவானா? பித்துப் பிடித்தவன்போல எங்காவது ஓடி அலைவானா என்றெல்லாம் பலவாறாக யோசித்தவளுக்கு பக்கிரி மீது அளவற்ற கருணையும் பரிவும் ஏற்பட்டது.

அம்மா அப்பா தக்க சமயம் பார்த்து நம்மிடம் கொண்டுவந்து சேர்த்த துணை அவன். அவனை நம்மை விட்டு பிரிப்பது என்பது நாம் நம் அப்பாவுக்கும் அம்மாவுக்கும் செய்யத் துணியும் தீங்கேயாகும். அவன் எப்போதும் நம்முடனேயே இருக்கவேண்டும். அவன்தான் நமக்குத் துணையாக இருக்கவேண்டும்.

இவனை வேண்டாமென்று ஒதுக்கிவிட்டு நான் எந்த பெரிய ஜில்லா கலெக்டருக்கு மாலையிடப்போகிறேனாம். அவனும் ஒரு லூசுதான். லூசுபாண்டியைவிட லூசு பக்கிரி எவ்வளவோ மேலானவன். அவனிடம் ஆடுகளும் பணமும் இருக்கிறது. இவன் நம்முடன் இருந்தாலே இவையெல்லாம் தானாக வந்து சேர்ந்துவிடும். இவனைத் தவிர வேறு யாரும் எனக்குத் துணையாக வரமுடியாது. பக்கிரிதான் என் துணை; பக்கிரிதான் என் பலம்; பக்கிரிதான் என் நிழல்; பக்கிரிதான் என் அதிர்ஷ்டம்; பக்கிரிதான் என் சந்தோசம்; பக்கிரிதான் எனக்கு எல்லாமே. பக்கிரி இல்லாமல் நான் இல்லை. தீர்க்கமாய் எண்ணியவளின் மனமெங்கும் பக்கிரி பக்கிரி பக்கிரி என்று எதிரொலிப்பதுபோலவே இருந்தது. உடலின் ஒவ்வொரு திசுவும் அவன் பெயரைச்சொல்லி அவனுக்காக இளகியது. அவளால் அதற்குமேல் படுத்திருக்க முடியவில்லை. எழுந்து வெளியே வந்தாள். லேசாக வானம் இருண்டு கிடந்தபோதும் ஆங்காங்கே நட்சத்திரங்கள் பூத்திருந்தன. தொழுவிற்குள் ஆடுகள் அனைத்தும் படுத்திருந்தன. சின்ன கமறலோ கத்தலோ இல்லாமல் அமைதியாய் இருந்தது தொழு.

பட்டியின் வாசல் பகுதிக்கு வந்தவள் வலையை விலக்கிக்கொண்டு உள்ளே நுழைந்தாள்.

இருட்டில் சில ஆடுகளின் கண்கள் மட்டும் பளீரென்று தெரிந்தன. பெரும்பாலான ஆடுகளும் அசைபோட்டபடி கண்களை மூடிக்கிடந்தன. பட்டியின் நடுவே கோரைப்பாயில் கோணிச்சாக்குக்குள் சுருண்டுகிடந்தான் பக்கிரி. அவன் பக்கத்தில் போய் உட்கார்ந்தாள். பக்கிரியைப் பார்த்தாள். அவன் ஆழ்ந்த உறக்கத்தில் இருந்தான்.

அவன்மீது ஏற்பட்டிருந்த அதீதமான அன்பால் அவளுக்கு சிறு தயக்கமும் இல்லாமல் போயிருந்தது. அவனின் தலையில் கைவைத்து தடவிவிட்டவள், முடியை அளைந்து கோதிவிட்டாள். கனவில் ஏதோ நடப்பதுபோல உணர்ந்திருக்க வேண்டும். சிறு அசைவொன்றை உடலெங்கும் ஏற்படுத்திவிட்டு மறுபடியும் அமைதியானான்.

அவளது முகத்தை கைகளில் ஏந்தி வழித்து ஆசைதீர முகமெங்கிலும் தன் விரல்களை ஓடவிட்டு, காதோரம் குனிந்து "பக்கிரி" என்றாள்.

கன்னங்களில் முத்தமிட்டு அவனை எழுப்பி உட்காரவைத்தாள்.

என்ன ஏதென்று புரியாமல் சாக்குக்குள்ளிலிருந்து விடுபட்டு வெளியே வந்தவனை இறுக அணைத்துக்கொண்டு கேவினாள்.

"மழை வர்றதுமாதிரி இருக்கு, கூண்டுக்குள்ள வந்து படு" என அவனைக் கைப்பற்றி அழைத்துக்கொண்டு போனாள்.

இன்றைக்கு நினைத்தாலும் உடல் சிலிர்க்கிறது அவளுக்கு. இப்போதெல்லாம் பக்கிரியைப் பார்க்க அப்பாவிபோலவோ ஒன்றும் தெரியாத ஊசுப்பையனைப் போலவோ தெரியவில்லை பொன்னாச்சரத்திற்கு.

மறுபடியும் தன்னுடைய வயிற்றைத் தடவிப்பார்த்துக் கொண்டவள், பக்கிரியின் உயிர் இப்போது நம் வயிற்றுக்குள் இருக்கிறது என்று நினைத்தவளுக்கு உடனே பக்கிரியைப் பார்க்கவேண்டும்போல இருந்தது.

இவளை மேய்ச்சல் கெடைக்கு வரவேண்டாம் என்று சொல்லிவிட்டு அவன் ஓட்டிக்கொண்டு போயிருந்தான். குறைந்த ஆடுகளை வைத்துக்கொண்டு கருத்தாய் பராமரித்ததில் கிடை கொஞ்சம் பெருகியிருந்தது. பல் முளைக்காத குட்டிகளையும் சேர்த்து எண்ணிப்பார்த்தால் ஐம்பதைத்தாண்டும் என்று தோன்றியது பொன்னாச்சரத்திற்கு. பக்கிரிக்கு எண்ணிக்கை தெரியாது. பொன்னாச்சரம் ஆடுகளை அடிக்கடி எண்ணக்கூடாது என்பதில் உறுதியாய் இருந்தாள்.

ஆடுகள் தாள் அடியில் முளைத்துவரும் மறு குறுத்துக்களை மேய்ந்துகொண்டிருந்தன. இதுபோன்ற மேய்ச்சலில் அவை அமைதியாக ஓரிடத்தில் நின்று மேயும். அதிகமாய் அலைச்சல் காட்டாது.

ஆடுகளை விட்டுவிட்டு கருவை மர நிழலில் உட்கார்ந்து கிடந்தான் பக்கிரி. முன்பெல்லாம் அவனுக்கு தன்னைப் பற்றிய

சிந்தனை எதுவும் ஏற்பட்டதில்லை. அவனுக்குத் தெரிந்த ஒரே விஷயம் பசி மட்டும்தான். ஆனால், இப்போது அவனுக்கு பலவற்றைப் பற்றியும் யோசிக்கத் தெரிந்திருந்தது.

ஒரு உருண்டை சோற்றுக்காகக் கையேந்திக்கொண்டிருந்தவனின் வாழ்வில் இப்படியொரு வசந்தம் வரும் என்று அவனை அறிந்தவர்கள் யாரும் நினைத்துப்பார்த்திருக்க மாட்டார்கள். தனக்கு பொன்னாச்சரமும் ஆடுகளும் குடும்பமும் என்று எல்லாமே கிடைத்துவிட்டது குறித்து அவன் சந்தோசப்பட ஆரம்பித்திருந்தான். அடுத்ததாக குழந்தை வேறு பிறக்கப்போகிறது என்று சொல்லியிருக்கிறாள் பொன்னாச்சரம். அதுவும் பிறந்துவிட்டால் இன்னும் எப்படியிருக்கும் நம் வாழ்க்கை என்ற விதமாக யோசித்துக்கொண்டிருந்தான். இதைத் தவிர யோசிக்க உலகத்தில் வேறு எதைப் பற்றியும் அவன் அறிந்திருக்கவில்லை.

தன்னைத் தேடிக்கொண்டு பொன்னாச்சரம் வருவதைப் பார்த்துவிட்டு எழுந்து ஓடினான். "என்ன, வயத்த வலிக்குதா" என்றான் ஒருவாறு இளித்தபடியே. எது பேசினாலும் அவன் இப்படி இளித்துக்கொண்டே பேசுவதைப் பார்க்க, பொன்னாச்சரத்திற்கு முன்பெல்லாம் ஒரு மாதிரியாய் இருக்கும். இப்போது அதுவும் அவளுக்கு ரசிக்கக்கூடிய ஒன்று என்பதுபோலவே ஆகிவிட்டது. "ஓம்புட்டு மயன் என்னைய ஒதக்கிறான் பாரு" என்றவாறே அவனது கையைப்பிடித்து தன்னுடைய வயிற்றில் வைத்துக்கொண்டாள். வயிற்றை வாஞ்சையோடு தடவிக்கொடுத்தவன் மேற்கொண்டு என்ன செய்வதென்று தெரியாமல் தவித்தான்.

அவனைப் பிடித்துக்கொண்டே கருவை மர நிழலுக்கு அழைத்துச் சென்றவள் மெதுவாய் கையை ஊன்றி உட்கார்ந்துகொண்டாள். அவனையும் உட்காரவைத்து அவன் மடியில் தலைசாய்த்து படுத்துக் கொண்டாள். மரத்தில் சிறுசிறு பறவைகள் வெயிலுக்கு வந்து அடைந்திருந்தன.

"எப்பவரும்" என்றான் பக்கிரி.

"சீக்கிரத்திலேயே வந்துருவாக. மொதல்ல சாத்தையா வருவாக. அப்பறமா குறுந்தாயி வருவாக" என்றவள், கண்களை மூடினாள்

இரண்டு மாதங்களுக்கு முன் தன் அண்ணன் ராசு, தன் பொண்டாட்டியுடன் வந்து சண்டை போட்டுவிட்டுப்போனது நினைவுக்கு வந்தது.

"பெருசாவல பெருசாவலண்டு சொல்லிக்கிட்டே இருந்துட்டு இப்ப வயத்த பெருசாக்கிக்கிட்டு நிக்கிறியே. கூட பொறந்த

அண்ணன்மார்க மானம் மரியாதையெல்லாம் என்னாகுறதுண்ணுடி நெனச்ச" என்று எடுத்த எடுப்பிலேயே வாயிக்கு வந்தபடி ஏச ஆரம்பித்தாள் பாப்பம்மா.

"ஒனக்கு கல்யாணம் கட்டிவைக்கிறண்டு சொல்லித்தானத்தா அழச்சேன். முடியாதுண்டு சொல்லிட்டு. இப்படி ஊரு பேரு தெரியாதவன்கிட்ட புள்ளய வாங்கிக்கிட்டு நிக்கிறியே. நாங்க மானம் மரியாதயோட வாழறுதுண்டு நெனச்சியா தூக்குபோட்டுக்கிட்டு சாகுறதுண்டு நெனச்சியா" என்றான் ராமு.

இருவருக்கும் அவளால் பதிலேதும் சொல்ல முடியவில்லை. என்னதான் சொல்லமுடியும். மௌனமாய் நின்றாள்.

"கூலிக்கு ஆடுமேய்க்க வந்தவன்கூட படுத்துருக்குறியே. நீ எதுக்காக இந்த உசுர வைச்சிக்கிட்டு இருக்கணும்" என்றாள் பாப்பம்மா.

எதுவேண்டுமானாலும் பேசட்டுமென்று நின்றவள் கடைசியாய் சொன்னாள்.

"எம்புட்டு அப்பனும் ஆத்தாவும் தந்தாக. நானா எங்கயும் போயி கெட்டுப்போகல."

"என்னத்தடி தந்தாக நொப்பனும் நோத்தாளும். இப்புடி திருட்டுவலுவுல புள்ள வாங்கிக்கிறவா சொன்னாக?" அதற்குமேல் அண்ணி பேசிய வார்த்தைகளை அவளால் நினைத்துப்பார்க்க முடியவில்லை.

'ச்சே என்ன இது. எதுக்காக தேவையில்லாததப் பத்தியெல்லாம் நெனக்கிறம்' என தன் சிந்தனையை வேறுபக்கம் திருப்பியவளின் மனக்கண்முன் தோன்றியது கன்னியாகுறிச்சி மாரியம்மன் கோவிலுக்குச் செல்லும் காட்சி.

பக்கிரியின் தோளில் உட்கார்ந்துகொண்டு சவாரி செய்கிறான் சாத்தையா. பொன்னாச்சரத்தின் இடுப்பில் ஒய்யாரமாய் உட்கார்ந் திருக்கிறாள் குறுந்தாயி. அவளது பாவாடை செருகலுக்குள் பத்திரமாக இருக்கிறது குறுந்தாயி சேலை முறுகுத் துணியில் முடிந்துபோட்ட ஒண்ணேகால் ரூபாய், பச்சரிசி மாவு, புதுச்சட்டி, படையல் சாமான்களுடன் அத்திக்காய் ஆலங்காய் செய்து தன் நேர்த்திக்கடனை முடிப்பதற்காகக் குடும்பத்தோடு போய்க்கொண்டிருக்கிறாள் குட்டிப்பெண் குறுந்தாயி.

▲▲▲